उखडलेली झाडे

आनंद यादव

मेहता पब्लिशिंग हाऊस

UKHADLELI ZADE by ANAND YADAV
उखडलेली झाडे : आनंद यादव / कथासंग्रह

© स्वाती आनंद यादव
५, कलानगर, धनकवडी, सातारा रस्ता, पुणे ४३.

प्रकाशक : सुनील अनिल मेहता, मेहता पब्लिशिंग हाऊस,
१९४१, सदाशिव पेठ, माडीवाले कॉलनी, पुणे - ४११०३०.
अक्षरजुळणी : इफेक्ट्स, २१/६ब, आयडिअल कॉलनी, कोथरूड, पुणे ३८.
मुखपृष्ठ : चंद्रमोहन कुलकर्णी
प्रकाशनकाल : एप्रिल, १९८६ / जुलै, १९९४ / फेब्रुवारी, २००४ /
पुनर्मुद्रण : मार्च, २०१६

P Book ISBN 9788177664393
E Book ISBN 9788184987287
E Books available on : play.google.com/store/books
www.amazon.in

श्री. अरविंद वामन कुलकर्णी
या शेतकरी प्राध्यापक मित्रास...

। झाडांसाठी चार शब्द ।

भणाणणाऱ्या उष्ण वाऱ्यांना,
राख-रांगोळी घालत येणाऱ्या वणव्यांना,
दाही दिशांनी आक्रमणाऱ्या निष्ठुर वादळांना
सोसत, सांभाळून घेत
उघड्या आकाशाखालची झाडे
मुळे गच्च मातीत रोवून
मुकाट एका जागी जगत असतात.

त्यांच्या संघटना नसतात;
ती असतात एकाकी, निराधार
त्यांच्या बुंध्यांत बांधलेल्या बळीच्या बकऱ्यासारखी.
त्यांच्याजवळ नसतात
कोणत्याच सत्ता, शक्ती आणि शस्त्रे;
असतात फक्त हिरव्या घामाची
जूनकोवळी पाने,
प्राकृत गंधांची, श्रद्धेच्या रंगांची
मधाळ फुले आणि भगव्या श्रमासारखी सर्जक फळे.
सहस्र शाखांनी आजन्म दान करत
झाडे मलूल असतात.

तरी त्यांना उखडले जाते
नगरीनगरीतून आपल्या कंपाउंडचे
भक्कम खांब उभारण्यासाठी,
उंच उंच हवेल्यांच्या समृद्ध फर्निचरसाठी,
नवी नवी व्यासपीठे स्थापन करण्यासाठी.
त्यांच्या चिरफळ्यांतून

खुर्च्या, सिंहासने, पलंग, पायऱ्या
गुंगीचे पॉलीश देऊन उभ्या केल्या जातात.

रंगीत काचांच्या खिडक्यांतून
दुरून पाहणाऱ्यांना वाटत असते
झाडांच्या अंगांगावरून कुणा महंताचे
सेवाधारी दयाळू हात फिरत आहेत;
पण त्या असतात करकरणाऱ्या
कराल दातांच्या असिधारा-करवती.

आपल्यांतून इतरांसाठी नव्यांना जन्म देत,
आपला भुसा, आपली राख करून घेत,
वादळ-वणव्यांचे दगडी बुटांतील पाय धरत
उन्मळत भूमीवर आडवी होतात;
धरणांखाली जाणाऱ्या असहाय खेड्यांसारखी
झाडे उखडली जातात.

सहा

। अनुक्रमणिका ।

गावचा मुख्यमंत्री / १

भोवळ / १३

कष्टाची लक्षुमी / २२

फाट्याचं पाणी / ३४

फळ्या आणि पारंब्या / ४९

आंघोळीचा दिवस / ६७

चावीचं पाणी / ८१

सत्काराचा नारळ / ९३

शेवटचं पायताण / १०२

गीताबाई मरण पावली / ११५

उद्योग-वसाहत / १२३

नवा हिशोब / १३७

हिरवी संस्कृती / १५०

पाषाणाची माणसं / १६४

भिंत / १७८

टीप : १) कष्टाची लक्षुमी २) आंघोळीचा दिवस ३) शेवटचं पायताण ४) भिंत या कथा हिंदीत भाषांतरित झालेल्या आहेत.

गावचा मुख्यमंत्री

काटेगाव हे प्रसिद्ध आमदार बाळासाहेब भुजबळ यांचं गाव म्हणून ओळखलं जात असलं तरी, खुद्द गावचा मुख्यमंत्री अनेक वर्षं वेगळाच आहे. त्याचं सूंपर्ण नाव शरद धोंडीबा पवार. लोक त्यांना बालपणापासनं प्रेमानं 'छऱ्या' म्हणत असतं. महाराष्ट्रात काही काळ शरद पवार नावाचे तरुणांचे लाडके मुख्यमंत्री होऊन गेले. त्यावेळी गावच्या लक्षात आलं की 'छऱ्या' हाही आपल्या गावचा शरद पवारच आहे. हे लक्षात आल्यावर 'छऱ्याला' लोक 'शरदराव' म्हणू लागले. अधनंमधनं 'काय शरदराव! काय मुख्यमंत्री!' म्हणू लागले. पुढं पुढं त्यांना मग 'काय मुख्यमंत्री' एवढ्या नावानंच बोलावू लागले. महाराष्ट्राचे लाडके मुख्यमंत्री मंत्रीपदावरून गेले तरी, आमचे शरदराव एकदा जे मुख्यमंत्री झाले ते कायमचे झालेच. गावच्या जनतेनं त्यांना एकमुखानं कायमचं मुख्यमंत्रीपदावर बसवून टाकलं. बारकी, चड्ड्या न घालणारी पोरंसुद्धा त्यांना 'काय मुख्यमंत्री!' असंच म्हणतात. वळचणीकडंला खुशाल कुडतं वर धरून बसलेल्या त्या पोराला, तेही रोजगाराला जाता जाता 'ओ' देत असतात. पंडित नेहरूंप्रमाणे पोरांचा मान राखत असतात. शरदराव मुख्यमंत्री झाले याला खरं तर एवढंच कारण नाही. अनेक कारणं आहेत. त्यांचा जन्म १५ ऑगस्ट १९४१ साली झाला. प्रसिद्ध आमदार बाळासाहेब भुजबळ यांच्याबरोबर एकाच

गल्लीत त्यांचं बालपण गेलं. त्यांच्याबरोबर ते गोट्यांनी खेळले. खेळात त्यांनी एकमेकांची कुडती धरून फाडली. एकमेकांचे शेंबूड मारामारीत, एकमेकांला पुसले. एवढेच नव्हे तर, तिसरीपर्यंत दोघे एका वर्गात होते. एकमेकांच्या पाट्या एकमेकांनी फोडल्या होत्या, तिसरीच्या परीक्षेत शरदरावांचं बघून बाळासाहेबांनी पाटीवर उतरवलं होतं. त्यामुळं ते तिसरीतनं चौथीत गेले होते. पुढे मोठेपणीही शरदराव आमदारांच्या वाड्यात जाऊन बैठकीच्या दिवाणखान्यात एका कोपऱ्यात बसत होते. चाललेल्या राजकारणावरच्या चर्चा मन लावून ऐकत होते. बसलेल्या मंडळींना स्वैपाकघरातनं चहाच्या कपबशा आणून देत होते. परत नेऊन ठेवत होते. अशी एक ना दोन; अनेक कारणं त्यांना 'मुख्यमंत्र्यांचं' पद मिळण्यापाठीमागं होती.

धोंडीबा पवार हा वाळल्या शेतांचे तुकडे खंडानं करणारा शेतकरी. दोनचार एकरांचं तुकडं मिळालं, की त्यात तो खूश असे.

"धोंडबा, एवढं एवढंसं वाळलं तुकडं करण्यापेक्षा पाचसात एकरात वल्लं रान करावं. पोरंबाळं सालभर एका जाग्याला राबतील. निवाऱ्याला बसून उन्हाळ-पावसूळ खायाला तरी मिळंल त्यांस्नी."

"काय करायचं? पावसुळ्यात कुठंच काम मिळत न्हाई. म्हणून आपलं वाळलं शेत करायचं. उन्हाळसारी म्हसरं हाईतच. त्येंच्यासाठी कुणाबुणाच्या हातापाया पडून पाला कापून आणायचा; ढोरांस्नी थोडा घालायचा. जमलं तर थोडा बाजारात इकायचा. मिळंल तिथं रोजगाराला जायचं. ताजा पैसा हुतो. वल्ली रानं केली, की मणभर राबणूक नि कणभर मिळवणूक. कुणी सांगिटलंय लस्कराच्या भाकऱ्या भाजायला?" असा त्याचा हिशोब.

त्याच्या ह्या विचारामुळं शरदरावांचं लहानपणी शिक्षणच झालं नाही. झालं ते तिसरी पास होईपर्यंत. चौथीत गेल्यावर ते ढोरं राखण्याइतके मोठे झाले. धोंडबाला वाटलं; पोरगं हाताबुडी आलं. आता आपलं आपूण पोटाला मिळवून आणंल. कुणाच्याबी मळ्यात पाण्याची दारं मोडंल, गरज पडली तर कुणाचीबी ढोरं राखंल.

"...अरे धोंडीबा, पोराला शाळेतनं का काढलंस? बरं होतं. शिकलं असतं तर नशीब काढलं असतं त्यानं."

"मास्तर, गरिबाचं पोर. शिकलं तरी पोटाला कोण घालणार त्येच्या? आमच्या घरात राबणुकीबिगार काय येतंय व्हय? पोरांस्नी हाताबुडी आणूस्तवर आमचा गळ्याचा घाम गांडीला येतोय."

मास्तर निरुत्तर होऊन गेले होते. शरदराव मग गावातल्या सगळ्या रोजगाऱ्यांच्या पोरांप्रमाणं माळाला ढोरं राखू लागले. आभाळाघरचा ऊन, पाऊस, थंडी, वारा खाऊन लाकडासारखे कडक, रंगानं काळेभोर, अंगावर फक्त मूठभर मांस नि फक्त घोटभर रक्त ठेवून राहू लागले... रम्य ते बालपण, रम्य तो आभाळा घरचा ऊन-

वारा, रम्य ते अंगाचे कडक लाकूड आणि करपून काळीभोर झालेली देहकांती!

शरदरावांच्या बरोबरीचे अनेक गावमित्र आज शरदरावांच्या बालपणाविषयी पुष्कळ सांगतात. त्यातली एक रम्य आठवण इथं सांगत आहे.

आठवण अशी : शरदराव बरोबर सहा वर्षांचे झाले तेव्हा, त्यांचा वाढदिवस सगळ्या भारतभर साजरा झाला. दिल्लीच्या लाल किल्ल्यात त्यांना पायदळ, पाणदळ आणि वायुदळ यांच्या तिन्ही सेनाप्रमुखांनी मानवंदना दिली. देशातल्या प्रमुख शहरांत अशाच मानवंदना शरदरावांना मिळाल्या. त्या त्यांच्या प्रतिनिधींनी स्वीकारल्या. तेथून पुढं शरदरावांचा वाढदिवस प्रत्येक वर्षी भारतातल्या गावोगावी साजरा होतच राहिला. त्यांच्या चव्वेचाळीसाव्या वर्षी त्यांचा अडतिसावा वाढदिवस नुकताच साजरा करण्यात आला.

बाल शरदरावांना त्यांच्या आईनं रोजगाराच्या ताज्या पैशांतनं गुढीपाडव्यालाच एक पांढरं मांजरपाटाचं कुडतं केलं होतं. तशीच कबऱ्या रंगाच्या कापडाची एक नाडीची चड्डी आणली होती. ती घालून ते भाकरीएवढी एक नवी पाटी घेऊन पहिलीच्या वर्गात जाऊन बसले होते. तीच कापडे धुऊन त्यांनी सहाव्या वाढदिवसाच्या दिवशी घातली होती.

योगायोगाची गोष्ट अशी, की शरदराव पहिलीत जाऊन दोनतीन महिने शिकले न शिकले तोवर, त्यांच्या सहाव्या वाढदिवशीच देशाला स्वातंत्र्य मिळालं. या स्वातंत्र्यानिमित्त शरदरावांचा वाढदिवस प्रथमच साजरा करण्यात आला. येशू ख्रिस्त जन्मला तेव्हाही असाच चमत्कार झाला होता. जणू पुढं अनेक वर्षांनी शरदरावांना 'मुख्यमंत्री!' करण्यासाठीच देशाला स्वातंत्र्य मिळालं. मुलाचे पाय पाळण्यात दिसतात ते असे... 'येथून पुढं या देशात शेतकऱ्याचा पोर राज्यकर्ता होईल, गरिबांचे राज्य या देशात येईल, शेतकरी मंत्री होईल.' अशी त्या दिवशी महात्मा गांधी, पंडित नेहरू, राजेंद्रप्रसाद यांच्या देवमुखांनी आकाशवाणी झाली होती. रेडिओच्या केंद्रा-केंद्रावर ती सर्वांना ऐकू आली होती. तीच पुढं शरदरावांना 'मुख्यमंत्री' करून खरी होणार होती. त्या दिवशी रात्री आकाशात अंधार असताही शेकडो तारे चमकले होते. धन्य ते शरदराव आणि धन्य त्यांची ती मातापितरे; ज्यांनी शरदरावांना जन्माला घातले!

शरदराव देशाच्या राजकारणात पहिल्याच निवडणुकीपासून पडले. शरदराव तेव्हा अकरा वर्षांचे होते. त्याचवेळी त्यांना देशाच्या कल्याणासाठी आणि राष्ट्राच्या भवितव्यासाठी राजकारणात पडावं लागलं.

त्याचं असं झालं, दिवसभर माळामुरडीला राखोळी घेतलेली दहापंधरा ढोरं राखून ते दीस बुडता बुडता परत आले. घरोघर ढोरं पोचती केली. अंगावरच्या कपड्यांच्या चिंध्या सावरीत, बटनं नसलेलं नि उराडा मोकळाच ठेवणारं कुडतं

मुठीत धरीत घराकडं आले.

"आई, वाईच च्या कर गं. दिसभर तंगून तंगून तोंडाला कडू आल्यावाणी झालंय."

"दत्तू बामणानं दिला न्हाई व्हय रं च्या आज?"

"न्हाई. म्हणाला, बायकू बाहीर बसलीया. आज च्या न्हाई. मग त्येची गाय बांधून नि गोठा लख्ख करून तसाच आलो."

आई कळवळली. म्हणाली, "च्या केला असता रं, पर गूळ सपलाय, आणि घरात गुळाचा खडा आणीन म्हटलं तर फुटकी पै सुदीक न्हाई. काय करू? मालक वैरणीचा भारा इकाय गेलाय. येतानं त्येला वैरणीच्या पैशातनं पावशेर गूळ घेऊन यायला सांगिटलंय. तवर हुंबऱ्यावर बस. मालक आला, की लगेच च्या करून देतो माझ्या सोन्याला."

आईनं असं सांगितल्यावर थकून भागून आलेले शरदराव उंबऱ्यात जाऊन भिंतीला टेकून बसले.

असे घटकाभर बसले होते, तोवर भुजबळाचा गडी दारावरनं जाता जाता शरदरावांसमोर उभा राहिला.

किनीट पडली होती. अंधुक अंधुक दिसत होतं.

"कोण रं ह्यो बसलाय... छऱ्या काय?"

"व्हय."

"आरं, चल चल चल. ऊठ."

"कुठं?"

"भुजबळाच्या वाड्यावर. मिरवणूक काढायची हाय."

"कसली?"

"निवडणुकीची. भुजबळ आण्णा निवडणुकीला हुबं ऱ्हायल्यात. चल लौकर."

"न्हाई बाबा मी. आता देवा म्हणून बसलोय. दीसभर ढोरामागं पळून पळून पायाच्या खुट्टा मोडल्यात माझ्या."

"आरं, पोरापोरांची नुसती गावातनं ए ऽ क फेरी मारायचीय. फेरी मारून झाल्यावर फसकलास साखरंचा च्याऽ देणार हाईत. चल."

"खरं म्हणतोस?"

"तर काय खोटं? वाड्याम्होरं तुझ्या वारगीची पन्नासभर पोरं जमल्यात. ऊठ."

शरदराव उठले आणि त्याक्षणी राजकारणात जाऊन पडले. गेल्या गेल्या त्यांना लिमलेटच्या दोन गोळ्या देण्यात आल्या. एका हातात कागदी तिरंगी झेंडा घेऊन ते गावभर भुजबळ आण्णाच्या नावानं कंठशोष करत हिंडले. घसा बसेपर्यंत ओरडले. नंतर चहा मिळणार होता, ही भव्य प्रेरणा त्यांना राजकारणात पडण्यासाठी

मिळाली होती. तसा चहा त्यांना मिळालाही. त्या दिवशीची त्यांची रात्र स्वर्गीय सुखाची गेली. राजकारणापासून होणाऱ्या फायद्याची त्यांना कल्पना आली. पुढं महिनाभरानं मतदानाच्या आदल्या दिवशीही त्यांनी भुजबळ आण्णांचा असाच चहा घेऊन प्रचार केला.

भुजबळ आण्णा त्यांच्या या प्रचारामुळं दणदणीत मते पडून निवडून आले. हे भुजबळ आण्णा म्हणजे बाळासाहेब भुजबळांचे वडील होते. पण ते हार्टफेलने अलिकडे, म्हणजे दहाबारा वर्षांपूर्वी वारले. त्यांचीच गादी चालवण्यासाठी बाळासाहेब गेल्या दोन-तीन निवडणुकांपासून आमदारपदावर निवडून येऊ लागले. तर सांगायचा मुद्दा असा की, बाल शरदला अगदी लहानपणापासूनच राजकारणाची आवड निर्माण झाली होती. खरं तर वयाच्या सहाव्या वर्षीच त्यांच्या जन्माला राजकारण पुजलं होतं. काय हा योगायोग! माणसाच्या नशिबात नियतीनं आपल्या न कळणाऱ्या गहन भाषेत काय लिहून ठेवलेलं असतं, काही कळत नाही!

गोळ्या खाऊन नि चहा पिऊन मत-प्रचार केल्यानंतर तिसऱ्या निवडणुकीत शरदरावांनी स्वत: मतदान करण्याचा हक्क मिळविला. त्यानंतरच्या तीन निवडणुकांत त्यांनी आपली मतं अनुक्रमे तीन रुपये, पाच रुपये आणि सात रुपये अशा बहुमोल दरानं भुजबळ आण्णांना विकली नि लोकशाहीची सेवा केली.

या काळात शरदराव निवडणुकीच्या सभा ऐकण्यासाठी ज्या गर्दीत बसत होते, त्या गर्दीला भुजबळ आण्णांनी सभेच्या व्यासपीठावरनं अनेक आश्वासनं दिली होती– "या देशातली गरीबी संपूर्ण हटवली जाणार आहे, प्रत्येकाला राहायला सरकार घर बांधून देणार आहे, प्रत्येक तरुणाला त्यानं मागितल्यावर रोजगार मिळणार आहे, गोरगरिबांच्या पोरांचं शिक्षण सरकार फुकट करणार आहे, आजाऱ्याला औषधं फुकट मिळणार आहेत, हरितक्रांती होणार आहे, सफेत दूध-क्रांती होणार आहे; एवढंच नव्हे तर, शेतीसाठी नवी बियाणं शोधून काढली जाणार, धरणं बांधली जाणार, धरणाच्या पाण्यावर सगळा देश बागायती होणार. मग अन्न-धान्यांची सुबत्ता होणार, पैशाला पासरी अन्न-धान्य होणार; त्यासाठी तुम्ही मला निवडून द्या." असं भुजबळ आण्णा म्हणायचे.

शरदरावांना ते खरं वाटायचं. येणाऱ्या गरिबांच्या राज्याची ते वाट बघत बसायचे. अनेकांनी त्यांची तशीच समजूत करून दिल्यामुळं त्यांना ते राज्य येणार आहे; हे खरं खरंऽऽ वाटायचं. 'मधी काय तरी गडबड झाली असंल. गाडी कुठं तर पंक्चर झाली असंल. पेट्रोल संपलं असंल. डायवर येळंवर आला नसंल, म्हणून गरिबाचं राज्य यायला उशीर हुईत असंल;' असं त्यांना वाटायचं. माळाच्या, शेताच्या टेकडीवर उंच चढून, डोळ्यांवर आडवा हात घेऊन, टाचा उंच करून ते दाहीदिशा न्याहाळायचे, गरिबाचं राज्य कुठं येताना दिसतंय का ते बघायचे. पण

शरदराव वाट बघून कंटाळले तरी, गरिबाचं राज्य आलंच नाही... राज्यानं आश्वासन पाळलं नाही. सगळ्या कार्यकर्त्यांप्रमाणंच थाप दिली.

वर्षं जात होती. निरनिराळ्या निवडणुका येत होत्या नि जात होत्या. शुद्ध प्रतिपदेच्या चंद्राप्रमाणं शरदराव मोठे मोठे होत चालले होते. असेच मोठे होत असताना त्यांचं लग्न झालं. राष्ट्रप्रेमाला जागून त्यांना दोनतीन पोरं झाली. आई-वडील कष्टून कष्टून 'राज्य कधी येणार' हे विचारण्यासाठी देवाघरी निघून गेले. बाळासाहेब भुजबळ एका मागोमाग एक अशा अनेक निवडणुका जिंकत होते. अनेक समित्यांवर, कमिट्यांवर, संस्थांवर, संस्थानांवर मेंबर म्हणून जात होते. नव्या नव्या शहरी नवेनवे बंगले बांधत होते.

भुजबळांचा परिवार मोठा; गणगोत मोठे. या सगळ्यांसाठी बाळासाहेब रात्रंदिवस कष्ट उपसत होते. त्यांच्यासाठी त्याग करत होते. सगळ्यांना गाड्या, सगळ्यांना नोकऱ्या, सगळ्यांना जमिनी, सगळ्यांना इस्टेटी, सगळ्यांना एजन्सीज्, सगळ्यांना कमिट्या इत्यादी इत्यादी करता करता बाळासाहेबांच्या नाकीनऊ येत होते. तरी ते बिचारे रात्रंदिवस घाम गाळत होते. विजेच्या गतीनं शेकडो कामं उरकत होते. कामासाठी कधी मुंबई, तर कधी दिल्ली अशा खेपा मारत होते. खेपा मारता मारता त्यांच्या पायांची चाकं मोडत होती. तरी खेपा चुकत नव्हत्या. येणारा प्रत्येक प्रसंग सुवर्णसंधीच आहे असं समजून ते कामाला लागत होते. मग भूकंप असो, दुष्काळ असो, महापूर असो, कर्ज-वाटप असो, तगाई-वाटप असो, नोकर-भरती असो, नव्या नव्या समित्यांवर नेमणुका असोत; परमेश्वरानं दिलेलं हे दैवी दानच आहे, अशा भावनेनं बाळासाहेब त्याकडं बघत होते.

शरदरावांना आणि त्यांच्या धर्मपत्नीला सारजाक्काला कधी रोजगार मिळत होता, कधी मिळत नव्हता. पोरांच्या तोंडात कधी घास पडत होता, कधी पडत नव्हता. अंगावर कपडे कधी मिळत होते, कधी मिळत नव्हते. सगळं घरदार कष्ट उपसत होतं तरी असं कसं होत होतं काही कळत नव्हतं.

इतकं झालं तरी, अस्थिपंजर उरलेल्या शरदरावांनी राजकारण सोडलं नाही. त्यांना वाटत होतं, बाळासाहेब भुजबळ हे आपल्या बरोबरीचे आहेत. आपल्या वर्गात होते, आपण त्यांना तिसरी पास व्हायला मदत केलेली आहे, आपल्या गल्लीतले आहेत, आपली बायको लग्न झाल्यापासनं त्यांच्या घरची भांडी घासते आहे, केर काढते आहे, म्हणून बाळासाहेब एक ना एक दिवस तरी आपलं कल्याण करतील, काहीना काही तरी काम देतील नि आपलं घर भाकरीला लावतील...

याच भावनेनं शरदराव कुठंच रोजगार नसला, की बाळासाहेबांच्या दिवाणखान्यात दाराजवळच्या कोपऱ्यात जाऊन गुडघ्यांना हातांची मिठी मारून बसत. तशी

मिठी मारून बसायला कोपऱ्यातली फूटभर जागा त्यांना पुरे असे. राजकारणातल्या चाललेल्या गप्पा त्यांना ऐकायला मिळत. त्या गप्पांतून नि चर्चांतून मोठमोठे प्रश्न आणि समस्या चर्चिल्या जात आहेत, त्यांची उत्तरं शोधली जात आहेत, त्यांची उत्तरं शोधणं फार फार अवघड आहे, वादग्रस्त आहे, मतभेद होणारं आहे, एकमेकांच्या उरावर एकमेकांना बसवणारं आहे; त्यामुळं गरिबांचं राज्य यायला फारफार फारफार उशीर होत आहे; एवढंच त्यांना कळत होतं. तरी ते कान देऊन सारी चर्चा ऐकत होते. दिवाणखाना हासला की तेही फिशीफिशी हासत, दिवाणखाना गंभीर झाला की, तेही गंभीर होऊन बसत. बसल्या बसल्या त्या दिव्य लोकसेवकांच्या वाट्टेल तशा पडलेल्या चपला, बूट यांचे जोड भरताच्या भक्तिभावानं सरळ लावून ठेवत. भरताच्या निष्ठेनंच त्यांची ते मनोमन पूजा करत.

बाळासाहेब शरदरावांना आज्ञा करत, "छऱ्या, चहा करायला सांग."

शरदराव सचिवालयातल्या सचिवाप्रमाणं चटकन उठत. अगोदरच त्यांनी दिवाणखान्यातली माणसं मोजून ठेवलेली असत. आत 'वैनीसायबां'कडं जाऊन आपला एक धरून चहा सांगून येत. मग पाचदहा मिनिटं त्यांची खुशीत जात. आपल्या हातून आता सर्वांची सेवा घडणार, ती सेवा घडवीत असता प्रत्येकाला आपण 'सायेब, च्या घ्या.' 'सायेब, च्या घ्या.' असं म्हणणार, त्यातनं आपली सर्वांशी ओळख होणार, सगळे आपल्याकडं ओळखीच्या डोळ्यांनी बघणार, गोड गोड हासणार, याचा त्यांना आनंद होई... या हासण्यातून, या ओळखीतूनच आपल्याला कुणी काम देईल, कुणी तरी चाकरी देईल, कुणी तरी भाकरी देईल, कुणी तरी गरिबांचं राज्यसुद्धा आणील; असं त्यांना वाटत होतं. म्हणून ते खुश होत होते.

खुशीचं दुसरं एक कारण होतं. त्यांना क्वचित उरलेला चहा आणि अधिक त्यांचा कपभर चहा असा फुल्ल कप बशीत सांडलेला चहा मिळणार असतो. त्या चहावर त्यांची एक वेळची भूक मरणार असते. किंवा 'आत्ताच आपूण च्या प्यालो. आता जेवायचं कारणच नाही.' अशी ते आपली मिस्किल समजूत काढत असत. चहा पिऊन महिनाभर न केलेली दाढी नि मिशा बावट्यावर धड असलेल्या कुडत्यानं पुसत ते बाहेर येत.

कधी कधी रात्री बारा बारा वाजेपर्यंत बैठक चाले. कधी कधी एक एक, दोन दोन वाजत. त्यावेळी सगळे तर्रबतर्र झालेले असत. जागरण झाल्यामुळं सगळ्यांचे डोळे लाल गुलाबी होत... बैठक उठल्यावर उरलेले शेंगदाणे, चिवडा, फुटाणे, भेळ, पापड गोळा करून शरदराव पोटभर खात नि देवाला पोटभर पक्वान्न दिल्याबद्दल दुवा देत... क्वचित त्यांना पोहे, उप्पीट असेही पदार्थ मिळत...

तेवढ्यावर ते दिवाणखान्याची रात्रंदिवस मनोभावे सेवा करत.

मध्यंतरी भारत देशात गरिबांचं राज्य आणण्यासाठी काही गडबड झाली. तिचे पडसाद महाराष्ट्रातही उमटले. राज्य आणण्यासाठी फारच जोराचे प्रयत्न सुरू झाले. प्रचंड लाथाळ्या झाल्या. उलथापालथी झाल्या. शरद पवार महाराष्ट्राचे लाडके मुख्यमंत्री झाले.

आता गरिबांचं राज्य येतंय, असं वाटू लागलं तोवर गोंधळ सुरू झाला आणि पुन्हा निवडणुका जाहीर झाल्या.

बाळासाहेब भुजबळांनी पुन्हा निवडणुकीसाठी कमर कसली. या वेळच्या निवडणुकीसाठी त्यांना सर्वस्व पणाला लावावं लागणार होतं. जोरदार मतप्रचार, पक्षप्रचार करावा लागणार होता. त्यांनी आपल्या मतदारसंघाच्या गावागावात, घराघरात जाऊन मतप्रचार करायचं ठरवलं. मोठमोठे दौरे आखले. या दौऱ्यांच्या काळात त्यांना सतत भरताच्या बंधुभावनेनं आपली देखभाल करणारा, आपले जोडे सांभाळणारा, असा दिमतीला कुणी तरी सांगकाम्या कायमचा पाहिजे होता, याची जाणीव झाली.

निवडणुका पुढं सव्वा महिन्यावर आल्यावर त्यांनी शरदरावांना जवळ बोलावलं.

''छऱ्या, सद्या काय कामधाम करतोस का न्हाई रे?''

''करतोय की जी. कवा आलंच तर जातोय रोजगाराला.''

''पर कवा जाताना दिसतच नाहीस, लेका?''

''ते का? जातोय की. पर कामं मिळत्यात कुठं? एक दीस काम नि म्हैनाभर थांब; अशी गत झालीय ह्या गावात. त्यात तुमचं बलावणं आलं की मग कामाला जायलाच मिळत न्हाई.''

''लेका, दळभद्री निघालास. स्वत:च्या कर्तृत्वानं लोकशाहीत पुढं यावं लागतं.''

''जी.''

''बरं ते जाऊ दे. तू लंगोटीमित्र माझा. आता पुढच्या आठवड्यापासनं म्हैनाभर आमचा दौरा सुरू होणार. तू राहशील का माझ्याबरोबर दिमतीला?''

''ऱ्हाईन की जी.''

''माझा सहकारी दोस्त म्हणून मला पडंल ती मदत करायची. अगदी हनुमंताच्या भक्तिभावानं सेवा करायची.''

''आजपतोर त्याच भावनेनं करतोय की.''

''माझ्या मनात असं आलंय की, तुला कायमचा कार्यकर्ता करून टाकायचं.''

''जी. नशीब उजाडंल माझं.'' शरदरावांना खूप आनंद झाला.

''लोकांना वाटलं पाहिजे तू माझा एकनिष्ठ कार्यकर्ता आहेस. तेव्हा आजपासनं मी तुला 'शरदराव' म्हणणार; काय?'' बाळासाहेब हासत विचारत होते.

''न्हाई; मी आपला तुमचा 'छऱ्या' हाय तेच बरं हाय. सारं गावबी मला 'छऱ्या' म्हणूनच वळीखतंय.'' ते लाजले.

''नाही नाही. माझे सगळे सहकारी 'राव' आणि 'जी'च आहेत. कार्यकर्ता वाटायचं झालं तर 'राव' लावलंच पाहिजे.''

शरदरावांना सुखानं गुदमरल्यागत झालं. मग त्यांना हवी तेवढी भाकरी मिळून पोट भरल्यागत वाटलं. जन्मभर कुणी साधं 'शरद' नावही कधी उच्चारलं नव्हतं. त्याचं आता एकदम 'शरदराव' होणार; या कल्पनेनंच त्यांना स्वर्गीय आनंद झाला. बाळासाहेबांबरोबर दौऱ्यात हिंडायला मिळणार, दोन वक्ताला पोटभर खायला मिळणार, जीप गाडीत बसून गावं बघायला मिळणार, रोजगाराची महिनाभर चिंता मिटणार, या जाणिवेनं त्यांना आकाश ठेंगणं वाटू लागलं.

दौऱ्याच्या आधल्या दिवशी एक चमत्कार घडला. बाळासाहेबांनी शरदरावांना जवळ बोलावून घेतलं. त्यांच्या अंगावरचं फाटकं कुडतं, मळका लेंगा उतरायला सांगितला. आणि त्यांच्यासाठी नवा खादीचा गुडघ्यापर्यंत लांब सदरा, भरघोस लेंगा आणि गांधी टोपी आणलेली घालायला सांगितली.

शरदरावांना लाजेनं मेल्याहून मेल्यासारखं झालं. काय बोलावं त्यांना कळेचना. त्यांनी ते कपडे घालण्यासाठी प्रथम सौम्य नकार दिला. मग घरी जाऊन घालतो म्हणून सांगितलं.

''दादासायेब, मला गरिबाला असली किंमती कापडं कशाला? हाईत नशिबात तीच बरी.''

''छे छे! अरे, ही कापडं महात्मा गांधीजींनी गरिबासाठीच केलेली आहेत. ती घालण्याचा खरा तुझाच अधिकार आहे. ही तू अगोदर घालून दाखव बघू मला.''

बाळासाहेबांचं शरदरावांवरचं प्रेम किती गाढ! त्यांनी त्यांना तिथल्या तिथं तो पेहराव करण्यास सांगितलं. तसा आग्रहच धरला. मग नाईलाजानं शरदरावांना ते कपडे परिधान करावे लागले. ते घातलयावर ते त्यात घुसमटले, गुदरमले, लाजले, सोंगासारखे दिसू लागले. ते तसेच उभे राहिले.

''अरे वा! दाढीमिशा काढल्या तर साक्षात आमच्या गावात शरदराव पवारच अवतरल्यागत दिसताय छरदराव! आजपासनं तुम्ही आमचे 'मुख्यमंत्री' आणि सारजाक्का आमची 'लोकशाही'. आता तुम्हीच ह्या गरीब आमदाराची महिनाभर काळजी घ्यायची. आम्हाला पदरात घेऊन आमची सेवाचाकरी करायची. सारजाक्कानं वैनीसाहेबांना नि घरादाराला सांभाळायचं... काय?''

शरदराव नुसते विदूषकासारखे हासतच राहिले.

तसेच घराकडं गेले. त्यांचा हा अवतार बघून सारजाक्काला हा आपला नवरा आहे, हे खरंच वाटेना. तिला आणि तिच्या मुलांना गरिबाच्या घरी मुख्यमंत्रीच

आल्यासारखं वाटू लागलं... बाळासाहेब किती चांगले आहेत, महिनाभर शरदरावांचा जीव कसा सुखाच्या जाग्याला लागेल, बाळासाहेब आता एखाद्या वेळेस मागं संसार चालण्यासाठी शरदरावांना महिन्याचा पगारही कसा देतील, किती देवगुणी माणूस आहे, याविषयी तोंड फाटेपर्यंत बोलणी झाली.

महिनाभर दौऱ्यात शरदरावांनी बाळासाहेबांची रात्रंदिवस सेवा केली. पडेल त्या कामाला त्यांना पिटाळलं जात होतं. बिडीकाडी आणण्यापासून ते सभेत बसून मोक्याच्या वेळी टाळ्या वाजवण्यापर्यंत त्यांना सारी कामं बघावी लागत होती. त्यामुळं त्या काळात शरदरावांना खूप जागरणं झाली, खूप कष्ट उपसावे लागले, तरी दोन वेळा भरपूर खायला मिळत होतं. अधेमधे उरलंसुरलं पदरात पडत होतं. त्यामुळं त्यांनी साऱ्या जन्माचं त्या महिन्यात खाऊन घेतलं. एवढी पळापळ करूनही त्यांची तब्येत सुधारली. हाडांवर थोडं थोडं मांस दिसू लागलं. दोन दोन दिवसातनं दाढी करायला मिळू लागली. डोईला तेल लावायची परवानगी मिळाली. आंघोळीला गरम पाणी, वासाचा साबण मिळू लागला. बाळासाहेबांच्या कपड्यांबरोबर त्यांचेही कपडे अधनंमधनं इस्त्रीला जाऊ लागले. त्यामुळं शरदरावांना आपण स्वप्नात आहोत की स्वर्गात आहोत, हे घडतंय हे खरं आहे की नुसता भासच आहे, असं महिनाभर पदोपदी वाटत होतं.

निवडणुका संपल्या. बाळासाहेब प्रचंड बहुमतांनी निवडून आले. त्यांच्या सत्काराची सभा झाली. आठव्या दिवशी श्रमपरिहारासाठी बाळासाहेबांनी आपल्या सर्व कार्यकर्त्यांना बोलावलं. त्याच वेळी प्रचारासाठी दिलेली साधनं, पैसा यांचे हिशेब घेऊन येण्याची विनंती केली होती. प्रत्येकानं हिशोब दिला. उरलेली प्रचार-साधनं परत केली.

दिवाणखान्यात बसल्या बसल्याच हे सगळं चाललं होतं. प्रचार-साधनं बैजवार परत केली जात होती. या सगळ्यांची सेवा अधनंमधनं चहाचे कप देऊन शरदराव मनोभावे करत होते. आत आत त्यांच्या पोटात एक भीतीचा भला मोठा गोळा उठत होता... बाळासायबांचा म्हैनाभराचा दौरा झाला; सगळं झालं. माझ्या अंगावरचीबी ही कापडं बाळासायेब पर्चार-साधनं म्हणून परत मागणार! परत मागिटली तर आपूण आता अंगावर काय घालायचं? म्हैन्यामागं आपली फाटकी जुनी कापडं आपूण घराकडं घेऊन जायाला पाहिजे हुतं. ती गडबडीत न्हेलीच न्हाईत. चार दिसांनी ती डायव्हरच्या हातात टॅक्टरचं तेल पुसताना दिसली हुती. आता गेलीच ती... बाळासायबांनी ही कापडं हितल्या हितंच काढून घेटली तर?

शरदरावांचं मन भरकटत चाललं होतं. आपण घराकडं नागडेच चाललो आहोत, असं चित्र त्यांच्या मनासमोर होतं.

पण बाळासाहेबांनी शरदरावांकडं नजरचुकीनं हिशोब मागितलाच नाही. प्रचार-

साधनंही परत करण्याबद्दल सक्तीची विनंती केली नाही. त्यामुळं शरदराव खरोखरचे मुख्यमंत्रीपद मिळाल्याइतके खूष झाले.

शरदरावांच्या आयुष्यात हा काळ कर्तृत्वाचा होता. नंतरच्या महिनाभरात त्यांच्या खादीच्या कपड्यांना धुवायला साबण न मिळाल्यामुळं ते मळून मळून पांढरा रंग विसरून गेले. पिंगट, घामट, कुबट वास त्यांना येऊ लागला. तरी ते तेच कपडे घालून, पुन्हा वाढलेली दाढी खाजवत बाळासाहेबांच्या दिवाणखान्यात दाराजवळच्या कोपऱ्यात बसू लागले. येणाऱ्याजाणाऱ्यांना चहा-पाणी देऊ लागले. पुन्हा सगळं सगळं पूर्वीचंच सुरू झालं. तरी त्यांना 'मुख्यमंत्री' ही पदवी नि त्यांच्या पत्नीला 'लोकशाही' ही पदवी कायमची चिकटली ती चिकटलीच.

शरदराव आता आपल्या कर्तृत्वाच्या काळातील आठवणींवरच जगत असतात. रोजगाराला गेल्यावर बाकीच्या रोजगारी मित्रांना त्या आठवणी रंगवून रंगवून सांगतात. आठवणी सांगता सांगता आपलं पोट उपाशी आहे, हे पाऽऽर विसरून जातात.

रात्री कधी थकून भागून आपल्या इष्टमैतरांत गप्पा मारत तिकटीवरल्या बल्बच्या उजेडात खांबाखाली बसतात. महिनाभरात खूप भाषणं, चर्चा, घोषणा ऐकल्यामुळं त्यांच्या तोंडाला आता शब्द फुटतात. मुख्य म्हणजे ते आता काही बोलू लागले होते.

दोन अडीच तास रात झालेली. बल्बचा तांबारलेला उजेड खांबापुरताच पडलेला. पोटात घास-घासभर ढकलून त्या मिणमिणत्या उजेडात सगळे जमलेले. दाढी खाजवत खाजवत मुर्तूल्यांच्या दुंडाप्पानं शरदरावांना विचारलं, "काय शरदराव, खरंच तुम्ही म्हाऽऽराष्ट्राचे मुख्यमंत्री एक म्हैनाभर झालासा तर पैल्यांदा काय करशीला?"

"खरं सांगू?"

"अगदी खरं खरं सांगा."

"पैल्यांदा मी माझ्या घराचं छप्पर दुरुस्त करून घेईन. लई गळतंय त्येच्या आयला! पावसुळ्यात निजायलाबी जागा मिळत न्हाई. तसंच निवडणुकीच्या काळात मला जसं खायला मिळालं तसं ताजंताजं अन्न माझ्या पोरांस्नी या काळात म्हैनाभर पोट फुटूस्तवर खायला घालीन, मग त्यात ती मेली तरी हरकत न्हाई. त्येंच्या जिवाला शांती तरी मिळंल... आणि एक करीन. माझ्या गावच्या शेतकऱ्यांनी मला नि माझ्या 'लोकशाहीला' रोजच्या रोज रोजगाराचं काम दिलंच पाहिजे, असा कडक कायदा करीन."

"आणखी?"

"आणखी काय? बास!"

"न्हाई, आणखी काय तरी मनात दडलं असंल."

"तेबी सांगू?"

"हांऽ! तेबी सांगा."

"हासणार न्हाईसा?"

"न्हाई."

"आईशप्पथ?"

"आईशप्पथ!" सगळ्याजणांनी शपथ घेतली.

"आणि माझ्या 'लोकशाहीला' एक नऊवारी नवं लुगडं घेईन. एकदा तरी तिची लाज झाकून तिला नटवावी म्हणतो. अगदी इंदिरा गांधीगत नटवायचा इचार हाय!"

शरदराव असं म्हणल्यावर सगळेजण विधानपरिषदेतल्या आमदारांगत शपथा मोडून 'खो खो खो' करून पोटं धरधरून हसू लागले.

"आरं, लईदिसांपासनं तिच्या मनात हाय, हसतासा काय सुक्काळीच्या हो!" शरदराव म्हणाले.

पण हसण्याच्या गदारोळात ते कुणालाच ऐकू गेलं नाही. त्या मिट्ट काळोखात भुजबळाच्या ओसाड विहिरीतली भुतं खिदळल्यावाणी सगळ्या गावाला वाटू लागलं.

'सोबत' दिवाळी १९८५

■

भोवळ

सगळी पकडलेली वांडरं पिंजऱ्यातून कुठल्या तरी दूरच्या जंगलात सोडून द्यावीत, तशी कडगावची माणसं तिठ्यावर उतरली. सरकारी एस. टी. बेदरकारपणे गुरगुरत पुढं निघून गेली. करपल्या चेहेऱ्यानं रावसाब खाली मान घालून एकटाच मागं राहिला. भकासपणे हळूहळू चालू लागला. काखेतील सर्टिफिकेटांची रेक्झिनची बॅग सारखी खाली घसरत होती. अधूनमधून तो तिला वरती ओढत होता. तिच्यावर फार मोठा भरवसा होता. पण आता ती अवजड ओझ्यासारखी झाली होती.

डोंगराच्या खबदाडीतील वाट दावं लावल्यागत गावाकडं नेत होती. तरी पाय उचलता उचलत नव्हतं. कळाव बांधलेल्या जनावरासारखा तो चाललेला... दुसरा थाराच नाही.

विजेची बिलं करणारे बिगारी कारकून भरायचे होते. मुलाखती घेऊन दीड-दोन महिने झालेले. चालू महिन्यात केव्हा तरी निवड झालेल्यांची यादी लागणार होती. नक्की तारीख दिलेली नव्हती. यादी पाहण्यासाठी आज चौथ्यांदा कोल्हापुरास गेला होता. महिना संपता संपता ती लागलेली. त्याला वाटलं, आपला इंटरव्ह्यू चांगला झालाय. आपलं नाव यादीत येईल. साध्या बिगारी कारकुनाच्या तर जागा आहेत. पण कुठली तरी

भलतीच नावं लागली होती. चौकशी केल्यावर ऑफिसमधल्या शिपायाकडून खाजगीत कळलं की, दोन दोन हजारांचा दर फुटला होता. मग यादीत नाव येणार होतं. पदवीला किंमत नव्हती.

...त्याच्या हातापायातलं बळ खलास झालं. थोडा वेळ तो खाली बसला... आत आत आपण कुठंतरी खूप खूप फसत गेलोय असं वाटू लागलं.

मैलाभर तसाच आत आत चालत गेला. नि घर आलं.

"काय कळलं काय रं रावसाब?" उत्सुकतेनं वाट पाहणाऱ्या आईनं विचारलं. तिच्या भाबड्या, अडाणी मनाला वाटतेलं; पोरगं एवढं शिकलंय, त्याला हा हा म्हणता नोकरी लागेल. घरादाराचं आठ-दहा वर्षांचं कष्ट फळाला येतील.

रावसाब काही बोललाच नाही.

"नावं जाहीर झाली न्हाईत वाटतं अजून?"

"न्हाईत." तो बोलून गेला.

तो धुमसत भिंतीच्या कोपऱ्यात पडून राहिला. सडांच्या जळणानं घरभर धूर झालेला. सगळ्यांचे डोळे भरून पाणी वाहतेलं... सगळं घरच जनावरासारखं मुकाट रडत असल्यागत वाटतेलं.

"वाढलंय बघ." आई.

चिमणीच्या उजेडात अल्युमिनियमची चेपकी ताटली दिसली. भाताचा डिखळा, आमटीच्या पाण्याची वाटी नि हायब्रीड जोंधळ्याच्या टरफलाच्या भाकरीचे तुकडे... जनावराला घालण्याच्या लायकीचं अन्न.

"मला भूक न्हाई." तो पुटपुटला.

"असं करून कसं भागंल बाबा. आज ना उद्या कळलं की. आता एवढा शिकलाईस, नोकरी मिळलंच की. सरकार काय खुळं हाय व्हय ते, एवढ्या शिकलेल्या माणसाला बिननोकरीचं ठेवायला?"

त्याचं मन समजून घेऊन ती बोलली. रावसाबनं वेळोवेळी सांगितलं होतं तरी तिच्या अडाणी मनात मायबाप सरकार म्हणजे परमेश्वराची प्रतिकृतीच वाटतेली. अंधारात तो कडवट हसला; पण कुणालाच दिसलं नाही.

"नगं मला. आज दोस्ताकडं जेवून आलोय. त्येनं सोडलंच न्हाई. म्हणून यायला उशीर झाला."...खोटा मोठेपणा, आईची समजूत काढण्याची भावना, तिच्या अडाणीपणाचा राग, मनाला आलेली उदासी आणि अन्नावरची उडालेली वासना यांचं चमत्कारिक मिश्रण त्यांच्या बोलण्यात आलं.

सगळी रात्र बेचैनीत चाललेली. घुबडं ओरडताना, पलीकडच्या झोपडीतला मरायला घातलेला बाबाजी कदम कण्हताना, कुत्री एकमेकांवर भुंकताना रात्रभर स्पष्ट

ऐकायला येत होतं... हा जागाच. मनाचा हळूहळू घुसमटा होत चाललेला...ह्या वर्सात शंभर अर्ज तरी सहज खरडलं असतील. नुसतं खरडायचं नि पोस्टाची भर घालायची. बी. सी. करता राखीव कोटा. उरलेल्यात ह्यांची वशिल्याची नि लाच देणारी डुकरं... आम्ही मेलोच. अगोदरच कुणाला घ्यायचं ते ठरलेलं. आम्ही नुसतं मांडवशोभंला जायचं. चार-चार तास ऑफिसासमोर नावाची वाट बघत ताटकळायचं... नोकरी लागंल अशी उगंचच मरतुकडी आशा जीव धरून मनात ऱ्हायलेली... रातभर डोळ्याला डोळा न्हाई, का डुलकी न्हाई. फुडं काय करायचं?... एमकॉम व्हायचं? एमकॉम झाल्यावर त्येच्या फुडं काय? मन लावून अभ्यास केला की डिग्री मिळती, पास होता येतं. पर जीव तोडून सांगितलं, अर्जाचा पाऊस पाडला तरी नोकरी मिळत न्हाई. सटासट पैसा हगावा लागतो सायबाम्होरं, तवा नोकरी. कशाला शिकायचं? उगच आईची नि भणीभावंडांची वडाताण करायची? दादा बीकॉम झाला की सायेब हुईल हे त्येंचं स्वप्न... कुठला सायेब नि कुठला कारकून तरी. आता एवढं शिकून हितंच या कडगावात माशा मारत बसायचं.

...जन्माची चौथाई शिकण्यात गेली. भणीभावंडांपेक्षा मीच नशीबवान म्हणायचा... आईला खोटी आशा लागली नि माझी एवढी वर्सं सुखाची गेली. पोटपाणी दोन वक्ताला भागलं नि कापडं मिळाली. सगळ्यांनी जिवाचं रान करून माझं शिक्षण पुरं केलं... मीबी लडदू होऊन खुळ्यागत शिकलो.

"समाजाच्या खालच्या थरापर्यंत शिक्षण गेलं पाहिजे. सगळा देश साक्षर झाला पाहिजे, हरितक्रांती झाली पाहिजे, गरिबी हटवली पाहिजे,... बोलाऽ शेतकरीकामकरी राज्याऽऽचा– विजेऽऽऽय असो!" लावा पुड्या तुमच्या आयला, मंत्री आमदार होऊन... आम्ही असंच मरतो तुमचं खरं मानून. शेरगावात तुम्ही बंगलं बांधा, धंदं काडा, व्याख्यानं द्या. वशिल्यानं तुमच्या गणगोतांस्नी नोकऱ्या द्या. पैसे खावा नि पोटं फुटूस्तवर गिळून गिळून फुगा. जनतेच्या पैशानं गाड्या उडवत लोकसेवेच्या नावाखाली आमचं शेण खावा.

...पोटात घुडघुडाय लागलंय. कोल्हापुरात हॉटेलचं तिखट खाऊन यायला नको पाहिजे हुतं... पण आपूण शेवटचंच खाल्लं. आपल्या कोल्हापूरवाशी मनाला आता फाशी. मेलो तरी कोल्हापूर आता नको. आता कडगाव वसाडगावच आपल्या डोंबलावर... आपली जन्मभूमी ही! ...भारत माता की जय!

...हुतं तवर मजा करून घेतली. घेतली ती एक बरं झालं. आईभणीच्या जिवावर तेवढीच चैन. आता जन्मभर त्येंच्यासाठी हितं कुजायचं. अंगाचा वाख काढायचा नि त्येंच्या अंगावर धडूती चढवायची... तेबी चढली तर चढायची, न्हाईतर नुसतं कुजतच ऱ्हायचं... ओऽ मेरे वतन!

...सौचाला तरी जाऊन यावं... सौऽऽचाऽऽलाऽऽ? वारे वा? आता कुठलं

सौचाला, रावसाहेब. आता हगायला जाऊन यायचं नकटीच्या वड्याला. एका टंबरलात सगळी सोच्छता करून घ्यायची. सौचाचे संडास ऱ्हायले कोल्हापुरात... संगमरवरी टाइल्सची जमीन, तसलीच कुंडी, साखळी ओढल्यावर आपोआप दोनअडीच बादल्या वाहणारं पाणी, लक्स-हमामचा फेसाट घमघमाट... मग सगळी स्वच्छ स्वच्छ स्वच्छता! गेलं आता ते... आता वाडवडील ज्या वड्याला जात हुतं, आणि जिथं तुमचा बा न्हेऊन जाळला, त्याच वड्याला शिप्पीभर पाण्यात सगळं काही आवरायचं आणि शेवटाला तिथंच मातीआड व्हायचं... हितं मेलेल्या माणसालाबी तोंडात घालाय पाणी देत न्हाईत. "मेलंय, आता कशाला घालता पाणी?" असं म्हणत्यात... पाणी असतं तर त्येंनीबी दिलंच असतं म्हणा. उन्हाळा आला की पाण्याची बोंब.

...कोंबड्यानं बांग दिली. हगरी चाण्णी उगवली असणार... आता उठून परसाकडला गेलंच पाहिजे... किती वाजलं असतील? पहिलं कोंबडं का दुसरं हे? पहिलंच असणार. रातभर जागा हाय. दुसरं असतं तर पहिलं ऐकू आलं असतं... घड्याळ घ्यायचं स्वप्न बोंबलणार असं दिसतंय. काय करायचं म्हणा या गावात घड्याळ? ह्या जंगली गावाला घड्याळाची गरज काय? इथल्या पिढ्यान् पिढ्या दिसाकडं बघतच मेल्यात... किती तरी वाजलेलं असू देत. परसाकडला जायची भावना झाली तर जाऊ. भुकंची भावना होईल तेव्हा जेवू. दीस उगवायला कामाला हात घालू; बुडायला हातपाय निखळून उताणं पडू. निजंची भावना आपोआप हुती. मग घड्याळ जाऊ दे कोल्हापूरच्या गांडीत.

...वड्यापेक्षा डोंगरावर जाऊ. जरा निर्मळ जाग्याला बसू. वड्याला पाय ठेवायला जागा नसंल... पहिल्या निवडणुकापासनं संडास बांधायला घाटल्यात... सरपंचाचं माडीचं घर सिमेंटकाँक्रीटात बुडून निघालं. मळ्यात ढोरांस्नी पाणी प्यायला काँक्रीटचा हौद बांधला, घराभवतीनं सिमेंटचा कठडा घाटला, जिल्ह्याच्या गावाला दुकान थाटलं, पण या कडगावात संडासाची वीट काय शिमिटांत बुडाली न्हाई... बोलणार कोण? तेव्हा आपलं डोंगरावरच गेलेलं बरं. मोकळी हवा.

तो उठून खुडबूड करू लागला.

"काय रं रावसाब?"

"काय न्हाई. परसाकडंला जाऊन येतो."

"ये जा. मीबी उठती आता. जाऊन ये, तवर च्या करती."

"नगं. अजून बरीच रात हाय. एवढ्या रातचं कशाला उठतीस?"

"आता कुठली रात? कोंबडं वराडलं न्हवं आत्ताच."

ती आंथरुणात उठून बसलीही. तिचा देह न झिजणाऱ्या बाभळीच्या लाकडाचा केल्यागत त्याला दिसला... रात्रंदिवस कामच करत राहणारं ते निर्जीव व्यथाहीन

लाकूड. तो तिच्याकडे बघत बसला.

गप बसलेला बघून आंथरुणाच्या चिंध्या गोळा करता करता ती पुन्हा बोलू लागली; ''च्या पिऊन, सडाला जायाला पाहिजे बाबा. उन्हाळाचं दीस. पावसूळची जळणाची बेगमी केली पाहिजे. जुंधळ्याच्या रानात नांगरटी झाल्यात; कुळवटी चालल्यात. जरा बडीवलं की भराभर सड मोकळं हुत्यात. मिळतील तेवढं आणलं पाहिजेत. न्हाई तर पावसुळ्यात चुलीत पाय घालायची पाळी येती.''

बोलत बोलत तिनं चूल पेटवली नि राखुंडी लावली.

पुन्हा सडांचा धूर सगळ्या घरभर झाला. घर जळण्यासाठी धुमसू लागल्यागत वाटू लागलं; पण जळत नव्हतं... एक स्टोव्ह आणावा... गॅस मिळाला तर मजाच मजा येईल... स्टोव्ह आणावा!! वा वा!!... कशाला आणावा? कुठनं आणावा?... का आणावा नि घराला आग लावून त्येची राख अंगाला लावावी? का मुंबईला जावं नि सचिवालयासमोर स्वतःला जाळून घ्यावं?... मुंबईला जायला तरी पैसं कुठनं आणायचं? सापाच्या तोंडात घालायला म्हटलं तर ह्या घरात पैसा न्हाई– मग मुंबई कुठली नि स्टोव्ह तरी कुठला?... पस्तीस-चाळीस रुपयाचा स्टोव्ह, त्येला दीड रुपायचं पेट्टाला राकेल!... माझी आई घरात सोन्याची अंडी घालत असती तर सोन्यासारखा स्टोव्हही आणला असता नि राकेलही आणलं असतं, नि नाजूक नाजूक भात, सांबारं, भाकरी-चपाती, कोशिंबीर, लोणची असा स्वैपाक केला असता!... कवा शिजायचं असलं अन्न ह्या घरात? का ह्येनी नुसती चटणीभाकरी खाऊनच काम काम करत मरायचं? जळणं गोळा करतच ह्येंचा हुबा जल्म चुलीत जायाचा?

...रावसाहेब, डोंगर, रानं हिंडून जळणं, काटकं गोळा करायची नि आपल्या देशात अशाच अशाच वायलाच्या चुलीवर गोरगरिबांनी बाजरीच्या भाकरी भाजायच्या. शेतीप्रधान देश हाये न्हवं ह्यो! अहो, साधी राहाणी, उच्च विचारसरणी ठेवायची!... आणि कोल्हापूर-पुण्यात, मुंबईत बन्सीगव्हाच्या चपात्या भाजायच्या, फ्रीजमध्ये भाज्या, फळं ठेवायची. पचत नसली तरी पोटात ढकलत, देशाच्या सामाजिक बिकट परिस्थितीवर बोलत राहायचं. असं बोललं म्हंजे बरंचसं पचतं. देशासाठी काय तरी केल्याचा बऱ्यापैकी शो हुतो.

''ऊठ आता. तोंड धू. हितंच बसलाय नुसता. मला वाटलं परसाकडंला जाऊन च्या प्यायाला येशील... आता उनउनीत च्या पिऊन परसाकडंला जा नि मला जळणाला जायला मोकळं करं.''

तिनं त्याचा चहा चुलीजवळ झाकून ठेवला नि काल सांजचं तसंच टाकलेलं धसकटाचं ओझं नीट रचून ठेवू लागली. त्यानं तोंड धुऊन चहा घेतला नि टंबरेल घेऊन तो बाहेर पडला.

बाहेर झुंजुमुंजू दिसू लागलं होतं. हिंदुराव गाडीला वंगण घालत होता... घ्या आता. ह्यो माझ्याबी आदी उठलाय. हाडकांच्या सांगाड्याला कुडतं घाटल्यागत दिसतंय. ही आपल्या देशाची जनता! आल्या आल्या तास रातचं चौकशी केली तरी रानातनं आला न्हवता. म्हंजे ह्या वक्ताला ह्यो उठून रानात जातोय, ते तास दोन तास रातीला परततोय... चांगलं हाय हापिस बाबा तुझं. रानात चांगला अठरा तास राब. नुसता रातचा चारपाच तास इस्वाटा घे नि मरुस्तवर काम कर. आणि एवढं काम करून अंगावर सतरा जागी खोंबारं लागलेलं कुडतं घाल.

...दुसरं परवडणार तरी कसं?... सालं, ह्या हापिसरांचं हातपाय आठ आठ तास तरी खुर्चीसंगं बांधून घाटलं पाहिजेत, तर कुठं आमच्या याद्या वक्तसरी बोर्डावर लागतील... शेरगावात ह्यांस्नी दोन तासापलीकडं काम करायलाबी नगं वाटतं. शिवाय खोलीतल्या खोलीत वर फिरणारा वाऱ्याचा पंखा लागतो, थंड पाण्याचं यंतर लागतं, आइस्क्रीम लागतं, च्या-पाण्याला तासाला दीड तास सुटी लागती, गॉगल लागतो, कोकाकोला, उन्हाळ्यात थंड हवेची ठिकाणं, थंडीत उलनची कापडं... आणि नोकरी पर्मनंट पाहिजे. वर्साला पगारवाढ पाहिजे, महागाईभत्ता पाहिजेच पाहिजे... आणि हितं दीसभर उनातानात मरूनबी अंगावर कुडतं न्हाई, का पोटाला दोन वक्ताला ढकलायला अन्न न्हाई.

"काय ह्येंद्या?"

"चाललोय कुळवाला."

"काय रं कुडतं ह्ये तुझं!"

"काय करायचं गरिबाला अंगावर धडसं?"

"घ्या! म्हणजे असंच एअर कंडिशन कुडतं जल्मभर घालणार म्हण की!"

"ते का? दिवाळी हाय, दसरा हाय, गावची जत्रा हाय... त्या वक्ताला काय तरी करून धडसं घालायचं हायच की. मला का तुझ्यागत शेरगावला जायाचं हाय व्हय?"

"शेरगावानंच काय धडसं घालायचा खंड-पत्कोरा घेटलाय का काय रं?"

"नसला तरी परवडाय नगं? हातातोंडाची गाठ पडायची मारामार नि धडसं घालून काय खातोस?"

काहीच बोलता आलं नाही. क्षणभर गप्पच बसला. काही तरी आठवून म्हणाला, "राती येऊन गेलो तुझ्याकडं."

"आय म्हणाली मला. का आलातास?"

"का न्हाई; सहज. म्हटलं, चला दोस्ताकडं जाऊन येऊ या. काल कोल्हापूरला जाऊन आलो." जरा भाव मारावासं वाटलं.

त्याची आई विटक्या जुनेरातच बाहेर येऊन दारासमोरून खराटा फिरवीत होती.

आतलं सगळं दिसत होतं. त्यानं क्षणभर खाली मान घातली. आत वेडावाकडा फुटतच होता... अरे, भीक मागून फाटकी परकरं तरी घाला... अरे, नटांनो, नट्यांनो, हे भडव्यांनो, भैणचोद्यांनो, अरे ट्रकमधनं ह्येंच्यासाठी निदान एक तरी मोर्चा काढा नि फाटकी कापडं गोळा करून, ह्या गावातल्या घराघरावर दोन दोन तरी ठेवा... ह्येंद्याची आई, तुझ्यासारख्या बायकांनी शेरातून मोर्चे काढले तर तुम्हांस्नी फाटक्या परकराचा तुकडाबी ठिगळाला मिळणार न्हाई; मग साडीची, पातळाची बात कशाला!... तेवढ्या कापडात बोहारणी एक एक काचेचा ग्लास देत्यात. त्येंच्या सुखी संसाराला तो हवा असतो... रात्रीच्या वेळी त्यातून थकलेल्या मनाला उंची मद्य पिता येतं...

तो गप्पच उभा राहिलेला बघून ह्येंद्याची आई म्हणाली, "बरं केलंस बाबा शिकलास ते. आता सायेब हुशील बघ. तुझ्यासंगट माझाबी ल्योक शिकला असता तर त्योबी सायेब झाला असता... नशिबात नगं?"

ह्येंद्याचं अचानक लक्ष गेलं नि तो म्हणाला, "रावसाब, टंबरेल गळाय लागलंय बघ; झटक्यानं जाऊन येजा परसाकडंला."

"तर काय. जातोच आता."

मनातल्या मनात कोलमडून तो चालू लागला...साहेब! निदान ह्या सायबाला शिपाय जरी कुणी तूर्त केलं तर देवाला पेढं वाटीन. मग ह्येंद्याची आई, तुला बऱ्यापैकी एक लुगडंच घेईन बघ. तुला काय सांगू?... तुझा ह्येंद्या असा जलमल्यापासनं उपाशी मरत कसाबसा जगतोय. आता बीकॉम होऊन मीबी असाच ह्या गावात धडशा कापडाच्या आत... आत आत उपाशी मरणार.

...कशापायी शिकलो तेच कळंना झालंय. हिकडं आई-भणी दुसऱ्याच्या बांधाला राबून राबून मेल्या. उपाशी ऱ्हायल्या नि मला पैसं लावून दिलं. मी ते शेरात वतलं. शेराचं असंच हाय. जोपर्यंत पैसा हाय, तोपर्यंत शेरगाव लई गॉड लागतंय. दिसंल ते खायला येतंय. वाट्टेल ते चमचमित खावा, वाट्टेल त्यो कपडा घ्या. वाट्टेल त्या हॉटेलात ऱ्हावा; राजासारखी बडदास्त ठेवतील. नुसता पैसा मोजला की झालं. शेरातल्या शेरात नुसता ऊतू जातोय पैसा. त्यो संपला की, हे शेरगाव गांडीवर लाथ मारून हाकलून देतं. मग पुन्हा पैसा गोळा करायचा नि तिथं नेऊन वतायचा. खेडंगाव कंगालच... 'आपला देश खेड्यापाड्यांचा, ग्रामसंस्कृतिप्रधान' असं म्हणून ह्या संस्कृतीच्या आयला सगळ्यांनी चूपचाप रेसचा घोडा लावलाय. 'मी शेतकऱ्याचा पोर' म्हणून खेड्यातल्या रोजगाऱ्यांच्या जिवावर बागायती पोसवायची नि इस्टेटी मातूर करायच्या शेरगावात. हितला पैसा तिकडं नि तेबी तिकडंच. निवडणुकीला तेवढं हिकडं. त्या वक्ताला चिरमुरं उधळल्यागत पैसा वतायचा... भाडखाऊंनी ह्यो कुणाच्या जिवावर पैसा मिळवला?... जातीच्या नावावर निवडून

येतो काय? आता ये तर आईघाल्या हिकडं...

कुणाच्या तरी उरावर पाय देत डोंगर चढत होता. अगदी वरच्या सपाटीवर गेला नि गावाकडं तोंड करून बसला. टंबरेल अर्धं गळलं होतं. अर्धं शिल्लक राहिलेलं... आयला, हे गाव खुशाल डोंगराच्या पायथ्याला कुत्र्यागत पडलंय. ह्येला कायबी कळत कसं न्हाई? वरच्या बाजूला तीस मैलांवर नदीला धरण बांधलं नि हे हितं कोरडं ठणठणीत पडलंय. गावाच्या डुईचा पाट काढल्यागत भयाण दिसती ही नदी. बागायतीवाल्यांचं फावलं. ऊस लावून नुसती साखरच खावा सुक्काळीच्या हो; नि आमच्या गांडीची लंगुटीबी पळवून न्ह्या!

हे गाव असंच डोसक्याचा पाट काढून घेऊन पडायचं नि गावातलं आम्ही रोजगारी असंच मातीत जायाचं. तिकडं देश आर्थिक उन्नतीचा कार्यक्रम. दलितांच्या उद्धाराचा कार्यक्रम. शिक्षणात नव्या सुधारणांचा कार्यक्रम करण्याच्या नावाखाली राजकारण करत व्हाणार नि आम्ही ह्या देशात हाय का न्हाई असं होऊन तोंडाला सुतळीटाकं घालत मरून जाणार... शहीदोंकी याऽद!

चला! आजचा एक तरी कार्यक्रम आवरला... आता दिसभर काय करायचं?... शेरडं घेऊन जावं... न्हाईतर लाज सोडून आईला सड झाडायला मदत करावी. एक बुट्टीभर जाळाण तरी घराकडं येईल. बीकॉम झालोय; त्यामुळं धसकाटं चांगली झाडता येतील... 'ह्या देशात धंदा सुशिक्षितांच्या हातात गेला पाहिजे. ते एक देशाचं स्वप्न आहे.' त्येला हातभर लावू...

...आई करू देईल का मला हे काम? न करू देऊन काय करणार हाय आता? वरीस झालं, 'रावसाब, रावसाब,' म्हणून तिनं पोटाला घातलं... आता रावसाब मेला पाहिजे. रावशाचा खरा... ह्येंऽद्याऽचा दोस्त.

डोंगर उतरून तो गावात शिरला. भगटून ठळक दिसू लागलं होतं. समोरच्या भिंतीकडं बघून थांबला... ह्या भिंतीवर अजूऽनही पोस्टर चिकटल्यात! फुडच्या निवडणुकीपर्यंत ही अशीच व्हाणार का काय... कसा पांढरी झूल घातलेला रेडा हात जोडून हासत बघतोय. "पाया पडतोय, हात जोडतो, खरं तेवढं मत द्या." म्हणतोय. ह्येच्या हातात हगलं पाहिजे. ह्येचं तोंड शेण घालून सवणलं पाहिजे. गेल्या वीस वर्सांतली ह्येची प्रत्येक गावात होणारी व्याख्यानं बंद करून त्या खर्चात तिथं संडास बांधलं पाहिजेत. ह्येची कॅनालकाठची जमीन तिथल्या रोजगाऱ्यांस्नी दान केली पाहिजे.

...ह्या देशातल्या जल्मभर मरणाऱ्या रोजगाऱ्याला एक एक धडशी ताटवाटी, तांब्या फुकट देऊन त्येचा सन्मान केला पाहिजे. देशाच्या लोकशाहीचा आधार असलेल्या नि हायब्रीड खाऊन पोटं बिघडलेल्या या भारतीय ग्रामीण जनतेला तूर्त एक एक धडसं टंबरेल तरी मिळालं, तर त्यांच्या निदान गांडी तरी स्वच्छ व्हातील...

...आपण सालं फुडच्या निवडणुकीला असंच खरकट्या गांडीनं हुबं ऱ्हाणार. हातात गळकं टंबरेल घेतलेला स्वतंत्र भारतातील एक ग्रॅज्युएट तरुण, हीच आपली खूण.

आतून फुटता फुटता हातातलं टंबरेल त्यानं फर्रर करून फेकून दिलं. वेड्यासारखा समोरच्या उकिरड्यावर धावला. तिथं नुकत्याच टाकलेल्या शेणावर अगणित माशा दाट गर्दीनं बसल्या होत्या. तो जवळ येताच त्या घोंऽऽघों करत उडाल्या. त्यानं दोन्ही हातांनी शिबडंभर शेण उचललं नि पोस्टरकडं धावला. गोळे करून सटासट त्याच्या तोंडावर मारू लागला. तोंडानं वेड्यावाकड्या घोषणा देऊ लागला. पुन्हा आणून पुन्हा शेणगोळे मारू लागला.

शरीरातल्या सगळ्या शक्ती हातात एकवटल्या होत्या.

"ह्येंद्याच्या खडम्या हाडकांना विजयी करा, पांढरे बकरे कापून खावा..."

एकसारखं ओरडून नरडं फाटत चाललं होतं. मानेच्या शिरा जळवांसारख्या हिरव्या टंच फुगल्या होत्या. आवाज भसाडून तोंडाला फेस येत होता. सगळ्या अंगाचा स्फोट होऊन तो चिंधडत चालला होता.

हळूहळू शक्ती कमी पडत चालली. तरी वाटत होतं, त्या पोस्टरच्या तोंडात जवळ जाऊन गच्च गच्च शेण भरावं. पण लक्षात आलं; आपले हात उंच नाहीत, तिथं पोचू शकत नाहीत. तरीही संतापानं शेण मारत घोषणा देतच राहिला.

...आता त्याचे उपाशी हात थकत चालले आणि पोस्टरवरचा पांढरा चेहरा अधिक अधिकच फक्त हासत चालला. त्या हसण्याचे निर्वेध ध्वनी त्याच्या डोक्यावरून आसमंतात जाऊ लागले. दाही दिशा कोनाकोपऱ्यातून गच्च भरून निनादू लागले. लोकशाहीच्या लाह्या उडाल्यासारखं पांढरं पांढरंच ते हास्य दिसत असताना त्याला चक्कर आली नि तो त्या शेणातच कोलमडून पडला. आलेली मुकाट भोवळ सावरायला त्या गावात कुणीही नव्हतं... ना वर्तमानपत्र, ना संपमोर्चे, ना कुठली संघटना, की कुठला नेतृत्व करणारा तत्त्वज्ञ विचारवंत.

परड्यात अचानक इरागतीला आलेल्या टोक्याच्या म्हातारीला ते दिसलं नि ती गल्लीतल्या माणसांना हाका मारत तिकडं धावली... जवळ गेल्यावर तिच्या ध्यानात आलं, की आपल्या उकिरड्यावरचं बरंचसं शेण वाया गेलंय.

'पैंजण' दिवाळी १९७९

∎

कष्टाची लक्षुमी

दिवसभर ती निरनिराळ्या गल्लीबोळातनं फिरली तरी, काहीच माल जमला नाही. प्लॅस्टिकच्या डबे-बाटल्यांचं मिळून एवढंएवढंसं ओझं झालं होतं. एक फाटकी बादली, दोन चपलांचे जोड, कचऱ्यात सापडलेले तुकडे, पडलेले दोन डबे... एवढा प्लॅस्टिकचा माल मिळालेला. डबे एकदोन मिळालेले. दारूच्या मोकळ्या बाटल्या मात्र दहाबारा मिळाल्या होत्या. भांडवल वजा जाता नुसते तीन रुपये साठ पैसे तिच्या हातात आलेले. दोनतीन वेळा दिवसभरात चहा झाला होता. वरचे साठ पैसे त्यात गेलेले... गोर-गरिबांची ही वस्ती. एकाएका खोलीत एक एक बिऱ्हाडवाली माणसं या भागात न्हातेली. हितं काय मिळणार? ही माणसं प्लॅस्टिकच्या बारड्या फुटल्या तरी कचऱ्याला, धुणं ठेवायला वापरत्यात. आम्ही नि ती सारखीच की! ह्या गल्लीबोळांत यायलाच नगं हुतं. दररोज बंगलंवाल्या लोकांजवळ तरी काय मिळणार? कुठं जायाचं नि खायाचं तरी काय? सण न्हाई, वार न्हाई, रोज कुत्र्यागत हिंडायचं. तिच्या मनात होतं, दिवसभर भरपूर प्लॅस्टिक, पत्र्याचे डबे आणि बाटल्या गोळा करून आठदहा रुपये तरी पाडायचे.
सांजचं घराकडं जाताना किलोभर हरभऱ्याची डाळ, किलोभर साखर घ्यायची. थोडी मसालेवाली चटणी घ्यायची आणि पुढं

३

आठ दिवसांवर आलेल्या सणाची तयारी करून ठेवायची. पण आज काहीच जमलं नाही. उरलेल्या तीन रुपयांतनं जोंधळे, तांदूळ नि आमटीला काहीतरी न्यावं लागणार होतं. तिचं तोंड चिमणीएवढं झालं... सोन्यासारखा सण असाच जातोय का काय ह्यो? माझं ऱ्हाऊ दे, निदान पोराबाळांच्या पोटात चिमटचिमटभर गोडधोड पडलं पाहिजे.

जोंधळ्या-तांदळाचं बोचकं पाटीत टाकून ती वाडीकडं जायला निघाली. चारपाच मैलांवर वाडी. दीड तास तरी जायला लागत होता.

माणसं शहरात कामं करून वाडीला चाललेली. पायांना चिकटलेली तिची वाट ओसरत नव्हती. वाडीच्या टेकाडावरच्या सपाटीवर ती आली नि तिला वाडीत आल्यागत वाटलं. घराची चिमणी लुकलुकत होती. स्वस्तात मिळालेली सुटकी केळं तिनं पाटीत पुन्हा चाचपली नि लगालगा खोपटाच्या दिशेनं पावलं उचलू लागली... सगुणा, दुर्पी नि गोंदा वाट बघत दाराच्या तोंडाला बसली असणार.

उपासमारीला कंटाळून गंगारामनं विहिरीत जीव दिल्यापासनं तिचं असंच चाललेलं.

दीस अजगरासारखा हळूच वर आला. फोंड्या माळावर कुठला कोंबडा बांग देणार नि कुठली पाखरं तरी येणार? रात्री होतं तसंच सगळं भोवतीनं मुकाट शांत. ती एकटीच उठून बसली. आयुष्यभराचा संसार भोवतीनं पोरका होऊन पसरलेला. गाडग्यांच्या दोन उतरंडी. एका खोपड्यात शेळीचा खुंटा आणि त्याला धरून बसलेली शेळी. मागच्या बाजूला माळाचं शेण. पावसाळ्यात गोळा करून लावलेल्या ताज्या, वाळलेल्या शेणकुटांचा हुडवा. नांगटांचा ढीग. वर लोंबकळणारी आडदाणीची काठी. मेढीला पिळा करून ठेवलेलं एक जुनेर. सगुणी, दुर्पीच्या अंगावरची फाटकी कापडं. गोंद्याचा एक माळमातीनं लाल झालेला लेंगा. तिनंच प्लॅस्टिकच्या तुटक्या म्हणून विकत घेतलेल्या, पण पोरीच्या पायांना बरोबर येतेल्या चपला सुतळी बांधून गच्च केलेल्या. दोन-तीन काळ्या पत्र्यांचे डबे... मोकळेच.

तिला वाटलं, रात्री आणलेलं अर्धा अर्धा किलो जोंधळं-तांदूळ त्यात भरून ठेवावंत. तेवढंच धान्य घरात होतं. पण तिनं तो विचार तिथंच सोडून दिला आणि चुलीकडं सरकली. दोन-दोन भाजक्या विटा घालून केलेल्या चुलीवर रात्रीचं आमटीचं डेचकं विसावलं होतं. न्याहारीपुरतं आमटीचं पाणी शिल्लक राहिलेलं. चटणी-मीठ असलं तर पाणी घालून आधण केवढंही करता येतं. ते एक बरं असतं. कितीतरी दिस झालं, तिला वाटत होतं, कुंभाराकडनं एक चूल विकत आणून घरात बसवावी. घर म्हणून एकतरी चुलीसारखी चूल पाहिजे. सगुणीला बघायला माणसं आली तर त्यांस्नी काय वाटंल? अगदी माळावरचा संसार वाटायचा. पण पैसा नसल्यानं तिचा

बेत रोज रोज बेडकीसारखा पुढं उडी मारायचा. चुलीजवळच्या डब्यातल्या गुळाचा नि पावडरीचा अंदाज घेतला नि ती उठली.

कातराबोतरांत अंग आकसून पडलेल्या पोरांना तिनं हाक मारली– "च्या करती उठा रं!" म्हणून सांगितलं. काटवट झाकलेल्या बारडीच्या पाण्यातनं डबडंभर पाणी घेऊन चूळ भरली. शेळीला हळूच बाभळीबुडी नेऊन बांधली. आता तिथं दिवसभर शेळी आणि कुत्रंच. गेल्या वर्सापासनं गंगारामच्या मरणानं बाभळ सुनी झालेली... एरवी घोणंत मान घालून गावकडनं कुणी चऱ्हाटं न्यायला येतं का त्याची तो तिथं बसून वाट पाही.

काम नसलं की तो फोंडा माळ फोडत राही. एकरभर माळ मालकीचा होता. फोडून फोडून थोडं रान केलं होतं. पण त्यात माती नव्हतीच, सगळी मुरुमाची रेती. खूप पाऊस पडला, वाडीची पिकं पाणी लागून कुजून गेली की त्या दगडांत ओल तगून साव्या-राळ्याचं एखादं धाट जीव धरी आणि तिला दोन-तीन पायली धान्य मिळे. तिच्या घराची पंधरा दिवसाची बेजमी... पण गंगारामला ती घरची वतनदारी वाटे. पाच-सात वर्षातनं कधीतरी एकदा माळ पिके. एरवी पेरलेलं धान्यही त्यातनं निघत नसे. तरी तो जीव राहात नाही म्हणून प्रत्येक वर्षी काही ना काही तरी तिथं करीतच असे. त्या बाभळीबुडी बसून पेरलेलं उगवण्याची पावसाळाभर वाट बघे... कधीतरी एकदा तिथं भूदान आलं होतं नि त्याला ती जमीन मिळाली होती.

पण आता ती जुनाट बाभळ अगदीच निरुपयोगी झालेली. तिला धड पालवीसुद्धा फुटत नसे. नुसतं काळंभोर खोड शिल्लक राहिलेलं. संध्याकाळी एखादं चुकारीचं पाखरू येऊन नाइलाजानं तिथं वस्ती करी. त्या बाभळीतनं पावसाळ्यात कधी डिंक पाझरे. तो नखांनी खरडून पोरं चाटून खात. काहीतरी पोटात गेल्यागत त्यांना वाटे. तोंड हलवल्याचं सुख मिळे. तोंडात मग लाळेचा रस जमा होई नि ते ओलं होऊन जाई. एक मरतुकडं कुतरं, गावातल्या कुतऱ्यांनी हाकलून दिलेलं, तिथं येऊन खोडाच्या फसव्या सावलीत विश्रांती घेई. चोरूनमारून कुणाचे तरी उकिरडे हुंगून मिळेल ते खाई नि गोंदाबरोबरच परत येऊन तिथं पडे.

त्या खोडाला ती आपली शेळी बांधे. कुई जातीची काळी उंच शेळी. तिच्या पोटाला कधी मिळे; कधी मिळतच नसे. तरी ती शिंपभर दूध देई. वाटीचा तळ भिजे. त्यातच शिजलेल्या चहाचं आधण ओतल्यावर चहाचा काळा रंग फिका होई.

गावात हळूहळू पहिल्यांदा इंजनं आली. मग तिच्या माळावरनंच विजेचे डांब गेले. वाडीत विजेचे दिवे लुकलुकू लागले. एक डांब तिच्या खोपटाच्या मागंच खोल खड्डा खणून कायमचा रोवलेला. हातात विजेच्या जळत्या तारा धरून मुकाट उभा. कुणीकुणी आपल्या शेतावर त्यांतल्याच तारा नेल्या नि होत्या त्या मोटा बंद पडून पंप आले. सातप्पा कदमानं एक छोटा ट्रॅक्टर आणला नि वाडीची बैलं दोन-तीन वर्षांत मोडीत निघाली. गायरा-म्हसरांबरोबर भाकडजनावरांसारखी पावसाळ्यात

चरायला माळाला येऊ लागली. मिरगाचं गार वारं सुटेल तसं कायमचे डोळे मिटू लागली. रात्रंदिवस ट्रॅक्टरचा आवाज सगळ्या कदमवाडीच्या अंगातनं देवरसणीसारखा घुमू लागला. नांगर, कुळव रानाला भुकले नि जळणाच्या ढिगात जाऊन पडले. मोटा-गाड्यांचा आवाज गडप झाला.

म्हणता म्हणता गंगारामाच्या नाड्या आकसल्या. त्याला चऱ्हाटाचं कामच मिळेना. खुळ्यासारखा सोंदूर, कासरं, म्होरक्या, दावी, काढण्या वळून शेतकऱ्यांची वाट बघत बसू लागला... कुणीच येईना. कुणीतरी वैरणीसाठी एखादी दोरी, म्हसरांसाठी एखादं दावं सटी सहा महिन्यानं नेऊ लागलं. दहाबारा वर्षं वाट बघून त्यानं वाटेवरच्या खोल विहिरीत जीव दिला. तेव्हापासनं शेळी बाभळीबुडी एकटीच. मधेच ते कुत्रं तेवढं तिच्या सोबतीला आलेलं.

खोपड्यातली एरंडाची पाचसात पानं गोंद्यानं कुठनं तरी आणली होती, ती शेळीच्या पुढ्यात टाकली. शेळीच्या खोपड्यातल्या लेंड्या भरता भरता तिच्या मनात विचार आला नि तिला तरतरी आली.

चहा पिता पिता चूळ भरून आत आलेल्या गोंदाला म्हणाली, ''गोंदा, आज बेस्तरवार हाय. कागलला जावून शिंदीची पानं इकत आणू या.''

''कशाला?''

''दिवाळी पाचसात दिसांवर आलीया. झावळ्या आणून सुकवून थोडं साळुतं करू या... दिवाळीत साळुतं रगडून खपत्यात.''

''आपून कवा केलंच न्हाईत साळुतं तर...''

''मी सांगती कसं करायचं ते. काय अवघड न्हाई त्यात. माझ्या बाऽच्या घरात जलमभर तेच केलं मी. हितं नुसताच चऱ्हाटांचा धंदा केला त्येंनी.''

होतं ते सगळं भांडवल घालून तिनं शिंदीची वाळली पानं नि सुतळीचा एक मुडा आणला. घरासमोर झावळ्या मांडल्या नि सुकवल्या... पानं किसून काढली. ढीगच्या ढीग केला. पाणी मारून मारून पानं कशी चिरायची, जुडगा एका जागी कसा करायचा, सुतळी कशी बांधायची, आवळून कशी घेत जायची ते सगळं पोरांना शिकवलं. साळुतं आवळायचं काम तीच करीत होती. मुडगं सारखं करून गोंदाला बांधायला सांगत होती.

तिन्हीही पोरांचा उत्साह वाढलेला. एक नवा धंदा मिळालेला. दोनतीन दिवस खपून चाळीसभर साळुतं तयार केलं. आठ-नऊ रुपयाच्या भांडवलात एवढं झालेलं. नाही नाही म्हटलं तरी पंचवीस रुपये तरी येतील असा अंदाज. तीन तीन वेळा तिनं ते मोजलं. बारा आण्याला एक विकला तर किती होईल, दहा आण्याला विकला तर किती, नि शेवटी आठ आण्याला विकला तर किती... याचा पुनः पुन्हा हिशेब केला.

दोन-तीन दिवस ती शहरात गेलीच नाही. साळुत्यांतच गुंतून गेली. गोंदानंही दोन-तीन दिवस वाडीच्या उकिरड्यांवरचं कोळसं वेचलंच नाहीत. दुर्पीला मात्र कुईगड्याची ढोरं घेऊन रोज चारायला जावं लागायचं. ती सकाळी तासभर नि सांजचं तासभर उपयोगी पडायचो. आणलेलं ज्वारी-तांदूळ संपलं होतं. भांडवल साळुत्यांत गुंतून गेलेलं. घरात काही म्हणजे काही नव्हतं.

ती उठली नि पाटी घेऊन शहरात गेली–

"पलास्टीऽऽक, डबंऽऽ बाटली..."

एका बंगल्यातनं हाक मारली.

उधारीवर धंदा करण्याचा तिचा विचार. समोर आणलेला माल घासाघीस करून तिनं ठरवला. गोळा करून पाटीत ठेवू लागली.

"दे पैसे."

"उद्या देती."

"उधार?"

"उद्या देती की पैसे. घरात जरा अडचणी हुत्या म्हणून समदं भांडवल मोडावं लागलं बघा... ह्यो माल इकल्यावर लगीच आणून देती पैसे."

"नाही गं बाई!"

"खोटं सांगत न्हाई मी ताई तुम्हांस्नी. माझ्या पोराची आन! देवाशप्पत मी तुमचं पैसं उद्या लगीच आणून देती. मला धंदा करायचा हाय. मी का बुडवीन तुमचं पैसं?" मालावर हात धरून ती म्हणाली.

"नको बाई. मग उद्याच ये. उद्या देईन मी तुला." असं म्हणून बाईंनी तिच्या पाटीतील तुटक्या चपला, उकिरड्यावर टाकायचे राहून गेलेले डबे, औषधं पिऊन संपवलेल्या बाटल्या काढून घेतल्या...

रुपयाभराचा माल. तेवढंच कुठंतरी रिक्षानं जाता येईल, एक वेळची भाजी होईल, कुत्र्यासाठी एखादा ब्रेड आणता येईल– असा त्यांचा सुशिक्षित हिशेब.

ती निराश होऊन गेली.

पुढं जाऊन पुन्हा आरोळी दिली.

पुन्हा तोच अनुभव.

घरोघर तोच अनुभव येताना कचऱ्याचे डबे उचकटायला सुरुवात केली. हातांना खूप घाण लागे. भाजीपाल्याचे देठ, फळांची टरफलं, बागेतल्या झाडांचा छाटलेला कचरा, आंबलेलं अन्न, कागदातून लहान मुलांच्या पुसून टाकलेल्या विष्ठा, रक्त-पुवाचा कापूस, आणि मग एखादा प्लॅस्टिकचा तुकडा, एखादी निरुपयोगी वस्तू. तरीही ती मोठ्या आशेनं कचरा-पेट्या धुंडाळत होती. संसाराला ठिगळं शोधत होती.

रंगीत सुतळीच्या केरसुण्यांचा तिनं सुकल्या हातांनी भारा बांधला. हातात बारीक काड्यांच्या दोन केरसुण्या घेतल्या आणि दिस उगवायच्या आतच घरातनं बाहेर पडली. दोन दिसांवर दिवाळी. उद्या लक्ष्मीपूजनाचा दिवस. धनसंपदेबरोबर नवी केरसुणी घेऊन गृहलक्ष्मी म्हणून पुजण्याचा प्रसंग. तिचं मन फुलून आलं... कोण न्हाई म्हणणार न्हाई. दारात रामाच्या पारी चालून आलेली लक्षुमी कोण नको म्हणणार? धा-बारा आण्याची बाब. दुसऱ्या दिशीची पूजाबी झाली नि वरीसभर घरं झाडायलाबी झाली... घरभर फिरणारी लक्षुमी, घर निर्मळ करणारी लक्षुमी. मी काय म्हाग इकणार न्हाई काय न्हाई! सदाचाच दर. लक्षुमी घ्याऽ लक्षुमीऽऽ! तिनं मनातल्या मनातच आरोळी दिली. उत्साहानं भरून आली.

तासा दीड तासात शहरात येऊन पोचली. शहराच्या तोंडालाच वेशीजवळ विठोबा रुकमाईचं देऊळ. आंघोळ करून निर्मळ मनानं माणसं देवाला येऊन जात होती.

तिथं ओझं उतरलं. समोरच्या नळावर हातपाय धुतलं. तोंड घामेघूम झालेलं; त्यावरनं हात फिरवला नि कमरेच्या छोट्या तंबाखूच्या पिशवीतलं पाच पैशाचं नाणं काढून देवाला वाहिलं. मनापासून दोन्ही हात कोपरांपर्यंत जोडून उभी राहिली. ओठातच काही तरी पुटपुटली. क्षणभर दारात बसली. पिशवी सोडून चुना-तंबाखू मळून तोंडात टाकला नि केरसुणीचा बिंडा उचलला.

मनात देवाचं नाव घेऊन पहिली हाक दिली–

"लक्षुमी घ्याऽ लक्षुमीऽऽ घरभर फिरणारी लक्षुमीऽऽ, घर निर्मळ करणारी लक्षुमीऽऽ"

दोनचार घरांच्या मधे थांबून ती ओरडली. कोण बाहेर येतं का वाट पाहिली. पुन्हा ओरडली. कुणीच आलं नाही. पुन्हा पुढं चाळीसभर पावलं जाऊन दोनचार घरांच्या मधे ओरडली,

"लक्षुमी घ्याऽ लक्षुमीऽऽ" तरीही कुणीच नाही.

तिकटीवर जरा जोरात आरोळी दिली.

कुणीतरी पन्नाशीच्या आसपासची नऊवारीतली बाई बाहेर आली. आखेवर, कपाळावर, हातावर, मोठं हिरवंगार गोंदणं, मोठं मोठं कुंकू.

"कसं दिलंस ग साळुतं?"

"भवानीची येळ हाय. मी काय भाव सांगू आई! तुम्हीच काय मनानं देता ते द्या."

"तसं कसं? काय भाव हाय ते मला काय ठावं?"

"मी तरी भाव कसा सांगू? भरल्या कपाळानं पैला हात तुमचा लागणार हाय. लक्षुमी आल्यागत तुम्हीच पैल्या माझ्याम्होरं आलासा. उद्या लक्षुमीपूजा; म्हणून मीबी रामपाऱ्यात उठून आलेली."

बाई हारखल्या. रिवाज ओळखून आठ आणे तिच्या हातांवर ठेवले. तिनं

तळहात तसाच उघडा ठेवला नि तिच्याकडं नजर टाकली.

''अगदीच नाट लावू नगंसा. वाटलंच तर परतताना तुमचं दोन आणं परत करीन.''

बाईनी पुन्हा दहा पैशांचं नाणं टाकलं.

डोळं मिटून पुन्हा तिनं देवाचं, लक्षुमीचं नाव घेतलं. पैसे केरसुणीच्या ढिगाला लावून कपाळाला लावले. मग ओठांना लावून उठली.

''धरा जरा बिंड्याला. तुमचा हात लागू दे.''

''बरं झालं बाई सकाळच्या पाण्यात आलीस ते... कुठं ह्यो साळुता मिळंल असं होऊन गेलं बघ.'' बाईनी तिला ओझं उचलू लागलं.

तिनं पुन्हा आरोळी दिली. उत्साह ओसंडू लागला... भवानी तर चांगली झाली. बारा आण्यांच्या जागी धा आणं तरी मिळालं. काय व्हाक न्हाई... तिचा हिशेब अजून जुन्या नाण्यांतच होता, अजून मन पंधराबवीस वर्षांमागच्या काळातच वावरत होतं. तिथल्याच जगाला चिकटून बसलेलं... शरीरानंच फक्त ती पुढं आलेली.

...सांजपतोर एवढा बिंडा संपला तर लक्षुमी पावली. मनासारखी तिची पूजा झाली. एवढा उद्योग तिघांनी मिळून तीन दिवस सवड मिळंल तसा केला... लक्षुमीला काय ना काय वाटत असंलच की! खटपट्या माणसालाच तिच्या पायाजवळ थारा मिळतू. मग मला का मिळू ने? माझा, माझ्या दोन लेकरांचा तीन दिसांचा रोजगार तरी निघावा एवढ्या बिंड्यात. रातचं बाराबारा वाजूस्तवर जागलू. त्येचं एवढंबी फळ पदरात नगं? लक्षुमीला काय डोळं न्हाईत त्या? न्हाई न्हाई म्हटलं तरी पंधरा रुपय तरी उरलं पाहिजेत. तेवढं म्हंजे काय जास्त न्हाईत.

...लवकर सारं साळुतं इकलं तर हितंच दीड किलो हरभऱ्याची डाळ घ्यायची, गहू घ्यायचं, गरा घ्यायचा, खोबरं-साकार केवढं येईल तेवढं घ्यायचं. डाळ, गहू गिरणीत बसून नीट करायचं नि मिळालं तर लगीच दळून न्ह्यायचं. मग ये ये नि जा जा नगं... गावातल्या चक्कीवर किलोभर दळलं तर पावशेरभर कमी येतं. हितंच दळलेलं बरं. निदान माझ्या गोंदाची भाऊववाळणी रंगली तरी रग्गड झालं. सातआठ लाडू, सातआठ काटंखडुगळी, थोडं शेवंचं तातू, थोडं कानुलं झालं तरी एवढा सण बाहेर पडंल... मग सालभर कोंड्याची भाकरी नि चटणी नशिबाला हाईच.

...मनातल्या मनात बेत घालत होती. डाळं निवडत होती. लाडू बांधत होती. चकल्याशेवंचं पीठ मळत होती. खोपटात तळणं चालली होती. मधूनच 'लक्षुमी घ्याऽ लक्षुमी' म्हणून आरोळी ठोकत होती. क्षणात शहरात येत होती नि क्षणात खोपटात जात होती. पुन्हा शहरात येऊन आरोळी देत होती– 'लक्षुमी घ्याऽऽ लक्षुमीऽऽ'

गल्ली-बोळात, तिकटींवर उभं राहून तिनं हाका दिल्या. कोणच तिच्याकडं येईना. मग आवाज वाढवला. वीस वीस पावलांवर ओरडू लागली, तरीही कुणाचं लक्ष नाही... का म्हणून माणसं येत नसतील ही? सकाळची येळ, बायका जेवणापाण्यात तर गुतल्या नसतील? तळणाचीबी गडबड एवढ्या वक्ती चालली असायची. ज्या दिशीची तळणं त्या दिशी करायला ती काय आपल्यागत भिकनुशी हाईत? काय करावं?...

दारादारात उभी राहू लागली. तोंड आत करून हाक मारू लागली.

"बाई, लक्ष्मी घेता का?"

"लक्ष्मी? मूर्ती आहेत का चित्रं?" केस विंचरत विंचरत बाईंची चौकशी.

"न्हाई. साळुतं हो."

"हा हा! केरसुण्या होय?"

"हां."

"नको नको. केरसुण्या आम्ही वापरत नाही. असे लांब दांड्याचे झाडू लागतात आम्हाला. उभ्यानं झाडायला बरं पडतं." बाई बोलतच आत गेल्या.

मुकाट पुढं गेली. पुन्हा दोन आरोळ्या. कुणीच नाही. पुन्हा एक दार. मोलकरीण लांब दांड्याच्या झाडूनं हॉल झाडणारी... तिचं मन ढेकळागत झालं. पर उद्या लक्ष्मीची पूजा. ह्या झाडणीची पूजा कशी करतील? साळुतं ते साळुतं. वाडवडलार्जित चालत आलेलं. साळुत्याचीच पूजा झाली पाहिजे. गोरगरिबाला मूठपसा मिळाला पाहिजे...

तिनं बळ आणून बाईंना बोलावलं– "लक्ष्मी घेता का बाई?"

चुटचुटीत चालणाऱ्या बाई चटकन बाहेर आल्या.

"काय गं? झाडू होय? असले झाडू आम्ही आता वापरत नाही. हे पाहा, सुंदराबाईंच्या हातात नव्या फॅशनचे झाडू आहेत. असले गावठी झाडू आता वापरणार कोण?"

"बाई, हे वापरून बघा. लोटताना मोठा फराटा बसतू. एक हात मारला की सुपाएवढ्या जाग्यातला केर फुडं सरकतू. आणि टिकायला चांगलं हे... हे असलं खराट्यासारखं झाडू टिकत न्हाईत. लौकर मोडत्यात त्येंचं गणकं. आणि वंजळभर जाग्यातलाबी केर म्होरं जात न्हाई त्येनं."

"अगं, पण आता हे झाडू कुणी वापरत नाही. गावंढळ दिसतं ते. कोण घेणार तुझे हे झाडू? उगीच वेळ खाऊ नको, जा बाई."

तिच्या लांबलचक बोलण्याचा बाईंना कंटाळा आला. असं खालच्या माणसांचं एवढं बोलणं ऐकून घ्यायची त्यांना कधी सवय नव्हती. हॉलमधला रेडिओ मोठा करून त्या स्वैपाकघरात गेल्या.

...काय करायचं? नीट समजून घ्यायलाबी कुणी तयार न्हाई. चांगल्या-वंगाळाचा काय इचारच करीत न्हाईत तर काय सांगायचं ह्यास्नी!

वाऱ्यावर सोडलेल्या केरासारखी ती पुढं सरकली. दोन बंगले मागं टाकले. बाई दारात भाजीवालीशी हुज्जत घालत बसल्या होत्या. तिला वाटलं, तिथं अगोदर जावं. हाक मारण्याचं कारण नाही.

भाजीवाली भाजी देऊन उठली नि ती आत सरकली.

"लक्षुमी घेता काय बाई?"

"लक्षुमी? कुठली लक्षुमी?"

"साळुतं हो. उद्या लक्षुमीपूजा. घरातली लक्षुमी हाय ही. घर निर्मळ ठेवणारी. घ्या की पुजेला."

"तसला काही भोळसटपणा आम्ही करीत नाही. आणि लक्ष्मी म्हणजे लक्ष्मी. लक्ष्मी म्हणजे केरसुणी नव्हे. केरसुणी म्हणजे केरसुणीच... तिची कशाला पूजा करायची मूर्खासारखी?"

"देवाधर्मात सांगितलंय म्हणून करायची. घर निर्मळ ठेवती म्हणून करायची. चूल अन्न देती म्हणून पुजायची, हुंबरा सौरक्षाण करतू म्हणून पुजायचा... झाडाझुडाचं उपकार असत्यात आपल्यावर, म्हणून ते पुजायचं. देव न्हाई का दगडाचा पुजत आपूण? मन वाही, तिथं दुनिया करंल काई!" धाडस करून ती धडाधडा बोलली.

"वागंऽवा! चांगली फुटाणीच आहेस की! व्याख्यान ठेवलं पाहिजे तुझं विकासवादी महिला मंडळात..."

तिला त्यातलं काहीच कळलं नाही. घटकाभर गप्प उभी राहिली आणि म्हणाली, "घेता न्हवं लक्षुमी?"

"जा आता, शहाणी आहेस. दगडाचे देवबीव, चुली, उंबरे आम्ही काही पुजत नाही. सगळा धर्मभोळेपणा आहे तो. त्यामुळंच तर सगळा भारतीय महिलासमाज दुधखुळा झाला आहे नि चुली फुंकत बसला आहे. सण करीत असलो तरी पूजाबिजा आम्ही करीत नाही... फक्त साईबाबांचं स्मरण. तेसुद्धा सत्यसाईबाबांचं, केवळ अध्यात्मासाठी."

बाईंनी तिलाही लांबलचक व्याख्यान ऐकवलं.

"असला काही भोळसटपणा तूही करीत जाऊ नकोस. जुन्या चालीरीती सोडून दे नि नवे विचार आत्मसात कर. खेडी सुधारली पाहिजेत."

तिला तहान लागली होती, तरी डोक्यावर ओझं घेऊन बाईंचं बोलणं ऐकत उभं रहावं लागत होतं. ते संपल्यावर म्हणाली, "वाईच पाणी घालता का प्यायला?"

"शेवंताऽऽ"

बाईंनी कामवालीला हाक मारली.

"हिला पाणी घाल गं प्यायला."

बाई भाजी घेऊन आत गेल्या नि शेवंतानं तिला पोटभर पाणी घातलं. ओंजळीनं ती प्याली नि पुन्हा ओझं उचलून घेऊन पुढं गेली.

ओरडून घसा बसल्यासारखा झाला होता. आवाज भसाडा होत चाललेला. वसाहतीत एकही केरसुणी खपत नव्हती. दिस वरवर येता येता डोक्यावर कधी आला होता त्याचा पत्ता लागला नाही. निम्मा दिस टळला. काय करायचं? कुठं जायचं तरी?

वसाहत सोडून अर्धापाऊण तास ती चालतच राहिली. शहर दाट होत चाललं. माणसांची गर्दी वाढत चालली... कमरेत कढ आल्यासारखं होत होतं. पायांच्या शिरा ताणल्यासारख्या झाल्या होत्या. पोटात मोकळं वाटत होतं. मानेचा काटा मणक्यात गच्च रुतल्यासारखा झाला होता. अंगावर घाम थबथबलेला.

तिकटीवरचा नळ बघून तिनं ओझं वळचणीला टाकलं. सावली नव्हती. तिचीही सावली हरवल्यागत झालेली. पायात गुंडाळून गेलेली. तिनं कमरेला बांधलेलं भाकरीचं बोचकं सोडलं. घामानं भिजून गेलेलं. हात धुवून तिनं भाकरी सोडली. चटणी, अंबाडीची भाजी नि एक भाकरी, तिखट, आंबूस, घामेजलेली... ओली.

भाकरी खाल्ल्यावर सताठ ओंजळी पाणी पिऊन पोट ओझ्याला गच्च केलं. तोंडावरून पाण्याचा हात फिरवला.

गर्दीच्या भागात शिरत होती– 'साळुतं घ्याऽ साळुतंऽऽ, लक्षुमी घ्याऽ लक्षुमीऽऽ, लक्षुमी घ्याऽ लक्षुमीऽऽ' ओरडत होती. ट्रक्स, मोटारी, रिक्षा, मोटार सायकली, स्कूटर्स यांचा आवाज मोठा होत होता. गाडीवाल्यांचे हॉर्न्स मोठ्यानं वाजत होते. खेळणीवाले आपले ढकलगाडे उनातानात रेटत होते. प्लॅस्टिकचे चमचे, प्लॅस्टिकच्या बादल्या, प्लॅस्टिकची भांडी, प्लॅस्टिकच्या टोपल्या, त्यातच प्लॅस्टिकची रंगीत फुलं नि प्लॅस्टिकचीच हिरवीगार निर्जीव पानं दिसत होती. सगळा प्लॅस्टिकचा संसार. गारेगारवाल्यांचा पाणीदार बर्फ चांगला खपत होता. फळांच्या गाड्या, केळांच्या, चिकूंच्या गाड्या, मुलांसाठी तयार कपड्यांच्या गाड्या, सुऱ्या-कातऱ्यांच्या गाड्या...

सगळा आरडाओरडा... तिचा आवाज त्यात कुठंच उठेना. सगळ्या शहरी जीवनातील आवाजांशी तो बदसूर झालेला, विसंगत वाटतेला. माणसांची गर्दी तर आठवड्याच्या बाजारासारखी... उद्या-परवा दिवाळी. वर्षाचा सण. जो तो खरेदीत गुंतला होता. आपापल्या प्लॅस्टिकच्या पिशव्या गच्च भरत होता. घरून तयार करून आणलेल्या यादीबरहुकूम खरेदी करीत होता. रिक्षात ओझं घालून जात होता. सगळ्या चाकोऱ्या धावत होत्या.

'लऽक्षुऽऽमीऽऽऽ घ्याऽऽऽ लऽक्षुऽमीऽऽ!' कोणी लक्षुमीकडं बघत नव्हतं. ... एक निखळलेली जुनी चाकोरी.

तिला एखादा कोपरा धरून त्या गर्दीत बसावंसं वाटू लागलं. हितंच साळुतं खपलं तर खपतील. निम्मं तरी जातीलच. दोन दोन आणं कमी लावलं तर आणखी खपतील. सांजपतूर वझं हुलागालं पाहिजे... न्हाई तर वरीसभर हे गळ्यात घेऊन बसावं लागंल.

तिनं एका दुकानाचा कोपरा धरला. ओझं टाकून ओरडू लागली. जाणायेणाऱ्या बाईला, बाबाला विनवू लागली. कुणाच्याच खरेदीच्या यादीत ती केरसुणी नव्हती.

मोठमोठ्या दुकानांत गर्दी वाढत होती. टांगलेल्या वस्तू विकल्या जात होत्या. त्यातून नव्या फॅशनचे झाडू विकताना, खाली काढताना दिसत होते. तिला वाटलं, आपलं साळुतं तसं दुकानात टांगलं असतं तर लगीच गेलं असतं. प्लास्टिकच्या कागदात गुंडाळलं, तर लगीच जातील. ह्या अशा गाड्यांवर घालून कंपनीचा म्हाल म्हणून इकलं, निरनिराळ्या रंगांत शिंदीची पानं रंगवून टाकली तर झुम्मड पडंल...

...आत विचार येत होते नि ती बाहेर ओरडत होती. दृष्टी सगळीकडं भिरभिरत होती. माल खपत नाहीसा बघून मधेच थोडा वेळ दुकानावर, भिंतीवर, खांबावर टांगलेल्या रंगीत जाहिराती न्याहाळत होती. मधूनच उंच आवाजात ओरडत होती. चाललेल्या माणसांपुढं पुन:पुन्हा केरसुणी धरत होती.

उकिरड्यावर फेकून दिलेल्या निरुपयोगी मालासारखी ती दिस बुडता बुडता शहराबाहेर येऊन पडली. नुसत्या चार केरसुण्या खपल्या होत्या. कसेबसे अडीच रुपये जमलेले. दुपारी ओरडून ओरडून, उन्हात जळून तोंडाला अगदी कडू आल्यावर तिनं चहा घेतला होता नि त्यात अर्धी केरसुणी संपली होती... एवढ्या एवढ्या च्याऽला अर्धा साळुता! ह्येंच्या म्हालाला तेवढी किंमत. गरिबाच्या लक्षुमीला, कष्टाला काय मोलच न्हाई.

रागानं तिनं पुन्हा चहाच घेतला नव्हता. घरात जाऊन घेऊ म्हणं... तवर काय मराण येत न्हाई.

दिवाळीची काहीच खरेदी न करता वाडीच्या वाटेला लागली काय... खरेदी करणार त्या अडीच रुपयांत? वाटलं हुतं, ह्यंदाची दिवाळी साजरी हुईल. ना कपडा, ना लत्ता, ना गोड, ना धोड, आता सणादिशी धड भाकरीबी खायला मिळती का न्हाई कुणाला ठावं! कसला जलम ह्यो? माळावर कुतरं हगून गेल्यागत. वाळून वाळून किड्यामुंग्यांनी खाऊन जायचं. ना पाचकत ना चौकशी...

पोरांची चिमणीएवढी झालेली तोंडं सारखी सारखी समोर येत होती. त्येंच्या तोंडात घालायला काय तरी शेवचिवडा आपूण आणला पाहिजे हुता. काय सुचलंच न्हाई. मन पोतिऱ्यागत झालंय तर सुचलं तरी कसं?

डोईवरचं ओझं जास्त जास्तच जड वाटू लागलं. समोर सगळा काळोख. दिवसभर काष्ठासारखी खडी राहिलेली पावलं जड जड होऊ लागली. तरीही तिला वाटू लागलं, ...वाट संपू नये. असंच कष्टत कष्टत चालत राहावं. एक एक हात, एक एक पाय झडून जावा, तरीही चालत राहावं.

टेकडाच्या पायथ्याशी गंगारामाची विहीर आली. पोटात काळोख गिळून ती मुकाट बसलेली. क्षणभर ती थांबली. विहिरीजवळ गेली. वाकून पाहिलं. काऽही दिसलं नाही, नुसता गच्च भरलेला थंडगार काळोख. वाचा गेल्यासारखा. काहीही न बोलणारा.

तिच्या डोळ्यांत ऊन ऊन पाणी आलं.

"...बरं केलंसा. जीवाचं कडासनं घालवून सोनं झालासा. पर मी आता हितं काय करू? तुमच्या मागोमाग आली असती. पर ह्या पोरांचं काय?... आणि जिती ऱ्हाऊन तरी ह्यांच्या तोंडात काय आणून घालू?"

टपटपतं डोळ्यांतलं पाणी त्या माळाच्या मुरमात पडून जिरून गेलं.

नको नको वाटणारी टेकाडाची वाट ती चढली. पाय रेटत माथ्यावर आली. दम लागला म्हणून तसंच ओझं घेऊन पुन्हा क्षणभर थांबली. मागं वळून पाहिलं... दूर, पाच मैलांवरचं शहर झगमगणाऱ्या विजेच्या दिव्यांनी हिऱ्यामाणकांच्या खजिन्यासारखं दिसत होतं. टेकाडाखालच्या वाडीनंही दिवाळीनिमित्त ट्यूबलाइट्स बसवले होते. इथंही कॅनॉलचं पाणी आलं होतं. पाण्याचे पंप आले होते. रेडिओ-ट्रॅन्झिस्टर आले होते. सिमेंट आलं होतं. त्याची घरं आली होती. रानात नव्या नव्या बियाणाची भरघोस पिकं आली होती... गावातला अंधार कायमचा दूर गेलेला. त्या दूरच्या माळावर विहिरीत जाऊन साचलेला.,

वाडी उजवीला सोडून हळूहळू ती अंधारात टेकाड उतरू लागली. खोपटाची वाट तिच्या पायाखालची होती. त्या दिशेनं तिची केविलवाणी, जड झालेली पावलं वळली. जन्मोजन्मीचं ओझं डोईवर ठेवल्यागत जडजड झालेलं...

खोपटात चिमणी लुकलुकत होती. मरतुकडं कुतरं अंधारात कुणाची तरी वाट बघून भोंऽऽऽ करून रडत होतं. त्याचे सूर त्या माळावरच्या काळोखात आतल्या आत विरून जात होते... तिच्या लक्षात आलं, की सांज करून आपला आवाजही त्या कुत्र्यासारखाच भसाडा झाला होता.

'स्त्री' दिवाळी १९७८

■

फाट्याचं पाणी

फाट्यावर एस. टी. थांबली. लक्षू खाली उतरला. पिशवीशिवाय हातात काही नव्हतं; तरी कशाचं तरी ओझं डोईवर असल्यासारखं वाटत होतं. एस. टी. च्या दाराकडं नजर ठेवून तो उभा राहिला. दरवाजा खाडदिशी लागला नि एस. टी. चालू झाली. तिच्याकडं पाण्यात पडलेल्या ढेकळासारखं तोंड करून बघू लागला. त्याला वाटलं होतं, आपल्या गावाला येणारं आणखी कोणी माणूस असंल. पण फाट्यावर त्याला एकट्याला सोडून एस. टी. ओळख नसलेल्या माणसागत निघून गेली. मोटार-रस्त्याला पाठमोरा होऊन तो गावाकडं जायला निघाला. उन्हाळ्याचे दिवस. सगळा माळ उन्हानं धगधगत होता. त्याच्या झळा अंगाला चाटू लागल्या. चिटपाखरूही कुणीकडं दिसत नव्हतं. चारी बाजूंनी पसरलेला म्हसोबाचा सुना माळ.

पिकं घरात आली की, या माळावरच्या म्हसोबाची जत्रा होई. मार्गशीर्षाच्या शिवरात्रीला ती सुरू होई आणि अमावास्येचे नारळ फोडून संपे. तीन दिवस चाले. नारळांबरोबरच जत्रा फुटली की, माणसं गावोगाव जात ती पुन्हा वर्षानं त्या माळावर येत. तोवर माळ सुना, भुंडाच दिसे. जत्रेत मात्र आसपासच्या पाचसात गावची माणसं येत. आपलं कोंबडं आपल्याबरोबर आणत नि म्हसोबाला दान करत. सगळ्या

माळभर वाऱ्यानं पिसं उडत. चारशेभर कोंबडं तरी कापलं जाई. म्हसोबाची मूर्ती म्हणजे वटारलेल्या तांबड्या लाल डोळ्यांचा काळाभोर पाषाण. माथ्यावर शेंदूर फासलेला. बळी गेलेल्या निरपराध जीवांच्या गरम रक्ताचं प्रतीक. तरी पाषाणाला कधी पाझर नाही नि देवपणालाही कधी ढळ नाही. कधी काळी तटवणीच्या पूर्वजांनी त्या पाषाणाला देव करून बसवलेला. मग तो आपोआप पंचक्रोशीनं मानगुटीवर बसवून घेतलेला. वर्षाला कोंबड्या-कोकरांचा बळी मागणारा. त्याच्या कृपेनं सगळं चाललंय, अशी श्रद्धा ठेवून आसपासची गावं जगणारी.

क्षणभर त्या बैठ्या देवळासमोर लक्षू उभा राहिला. पायातल्या वहाणा काढून त्यानं बाजूला ठेवल्या. फुफाट्यात होरपळणाऱ्या अनवाणी पायांनी त्यानं दोन्ही हात जोडलं. करुण डोळे असहायपणे मिटले; 'बा म्हसूबा काळभैरवनाथा, माझ्या पट्टीला तेवढं आवंदा पाणी येऊ दे रं बाबा; फुडच्या जत्रंला तुला कोंबडं कापीन.' त्यानं तिथलीच ऊनऊन धूळ कपाळाला लावली. पायात वहाणा सरकावल्या... दगडाचाच देव खरा; बघितलं की पोटात भ्याचा गोळा उठतोय. जिता असल्यागत वाटतोय. ह्या म्हसूबाच्या किर्पेनंच ह्या भागाला पाणी आलं. समद्या पाचकोसीचा राखणदार हाय ह्यो... त्या हिंगेसाहेबाला बघून घे रंऽऽबाबा...

भरकटलेल्या विचारांनी माळाची बेवारस वाट तो चालू लागला. आतापर्यंत फाट्यावरनं गावाकडं जाताना त्याला कधीही कुणाची सोबत म्हणून गरज वाटली नाही. लष्करातनं निवृत्त झालेला बापई गडी तो. पण आज अंगावर घेतलेल्या कामानं काळजीत पडल्यासारखा झाला होता. कुणालाही न सांगता तो फाटेकरी हिंगेविरुद्ध अँटिकरप्शन खात्याकडं तक्रार नोंदवून आला होता. बरोबर अकरा दिवसांनी अधिकारी लोक तालुक्याला येणार होते. सापळा लावून हिंगेला पकडणार होते. लक्षू त्यांना मदत करणार होता. पुढे होणाऱ्या घटनेच्या कल्पनेनं त्याच्या मनात उलटसुलट विचार येत होते.

माळाच्या शेवटच्या टेकाडापाशी तो उभा राहिला. उंचावरनं गावाचा सगळा परिसर दिसत होता. गाव मध्यावर घेऊन भोवतीनं पडलेली हिरवीगार रानं धगधगत्या आभाळाखालीही हिरवे शालू अंथरल्यागत चमकत होती. गावाच्या विस्तीर्ण पिकावर लोळताना त्याच्या नजरेला क्षणभर गार वाटलं... माझ्या रानाला भर उन्हाळ्यात असा हिरवा शालू कवा मिळायचा? कवा रान नटायचं?

मन लावून बघता बघता जुने दिवस आठवले. उदास होऊन लष्करात भरती व्हायला जायला निघाला होता, त्यावेळी माळाच्या याच टेकाडावर उभं राहून त्यानं मागं नजर टाकली होती. सगळी तांबूळ रानं. भोवतीभोर माळानं घेरलेलं सखलातलं गाव. एक म्हटलं तर रानात उभं झाड नाही. पोटासाठी, जळणासाठी ज्यानं त्यानं उगवंल ते झुडूप तोडून खाल्लेलं. चुलीत घातलेलं. वळवाचे दिवस

सुरू व्हायच्या अगोदर नशिबावर हवाला ठेवून जो तो रानात जाऊन बसत होता. उपाशी असलेली कुणाची तरी खोल-पाटणी बैलं घेऊन नांगरून, कुळवून घेत असे. तांबूळ रानात नांगराची गरज क्वचितच लागत होती. आणि नांगरटीला द्यावा इतका जवळ पैसाही नव्हता. कुळवाच्या एकदोन पाळ्या दिल्या की रानं पेरायला तयार झाली, अशी ज्याची त्याची समजूत. अधल्या वर्षी काही पिकलेलंच नसायचं. बाकीच्या सगळ्या मुलुखात महापुराचा पाऊस लागला की, मग इकडं कुठंतरी घोंगडं फुटण्याजोगा पाऊस येई. शिवाय सगळं तांबूळं रान. त्यात किती जरी पाऊस ओतला, तरी चौथ्यापाचव्या दिवशी रानं कोरडी ठणठणीत. पाणी धरूनच ठेवायची नाहीत. सगळं पाणी लेंडी ओढ्यानं जाऊन पुढं चार मैलांवरच्या नदीच्या वतात मिसळायचं. गाव सालभर ठणठणीतच. त्यातनंच कुठं भुईमूग, कुळं राळा, कुठं बाजरी अशी होई. गाव धड ती नीट येऊही देत नसे. हुरड्यावर दाणं येऊ लागलं की, अर्धकच्चं मळायचं नि पोटाला खायाचं. सालभरातले तीनचार महिने कसे तरी पार पडले की गाव खडकावरच. बांध फुटलेल्या पाण्यासारखं वाट मिळेल तिकडं पोटासाठी जायचं. तरी पोटाची आग विझत नव्हती.

आग विझविण्यासाठीच लक्ष्मूचा थोरला भाऊ कुठं तरी वाट मिळेल तिकडं निघून गेलेला. लग्न झाल्यावर कसाबसा दोन वर्षं राहिला. पोटाला एक पोरगं झालं. त्याचं हाल बघवेना म्हणून सगळा प्रपंच घेऊन शहर गावात निघून गेला. आई-वडिलांना म्हणाला होता; 'अधनं-मधनं येईन. चार पैसं साठलं की देऊन जाईन.'

पण येणंही झालं नाही, नि देणंही झालं नाही. वर्षभरातनं कधी तरी पोस्टकार्ड गावचे मास्तर घेऊन येत तेवढंच.

काही तरी नशीब काढावं म्हणून धाकट्या लक्ष्मूला बाऽनं चौथीपर्यंत शाळेत घातलं. पुढं गावात शाळा नाही म्हणून शिक्षण थांबलं ते थांबलंच. मग सगळीच पोटापाण्याच्या मागं. नऊ-दहा वर्षं लक्ष्मूनं त्या खडकावर नशीब आपटून बघितलं आणि एक दिवस लष्करात भरती व्हायला निघून गेला.

निघून जाताना जे गाव त्याच्या नजरेला दिसलं होतं त्याचा मागमूसही त्याला आता दिसत नव्हता. देश स्वतंत्र झाल्याची फळं गाव चाखत होतं. इराप्पा झाडबुक्केनं सगळा माळ फोडून घेऊन ते रान कॅनॉलच्या पाण्याखाली आणलं होतं. अर्धाअधिक ऊस आणि अर्ध्या रानात शाळू, हायब्रीड, हरबरा, गहू, कांदा तो करत होता. रानाजवळून गेलेल्या कॅनॉलचा फायदा घेऊन रामू कोकण्यानं आपल्या शेतात विहीर खणली होती. झिरपणीचं पाणी येऊन ती टूम भरलेली असे. तिच्या जिवावर सात एकराचं तांबूळ रान हिरवंगार झालेलं होतं. बाबू तेली पावसाळ्यात ज्वारी, भुईमूग, तूर, मिरची तर घेत होताच. पण संक्रांतीच्या दरम्यान सुगी संपली की,

पुन्हा रान नांगरून शाळू, हरबरा, कांदा, खपली करत होता. कुणी हौशा भाताचं पीक लावत होता. कधी नव्हे तो गावाच्या भोवतीनं फेरा धरल्यागत ऊस दाटकिर्र होता आणि साल-अखेरीला तालुक्याच्या साखर-कारखान्याला जात होता. गाव सुखाला लागलं होतं.

कॅनॉलचे फाटे आले नि गावाचं भाग्य उजाडलं. भोवतीनं सगळं हिरवं हिरवं झालं होतं. हिरवेपणात कुणाचं रान कुठं आहे याचा पत्ता लागत नव्हता. सगळं सलग हिरवंगारच दिसायचं. ज्यानं त्यानं बांधबंदिस्ती करून रानं आखून घेतली होती. रानांच्या मधनं गेलेल्या वाटा मोडल्या होत्या. बांधाबांधानं जावं लागत होतं. टीचभरही जमीन कुणी मोकळी सोडली नव्हती. बारीकसारीक ओघळी, सारणी तयार झाल्यामुळं पायवाटांना आणखीनच वाकडीतिकडी वळणं मिळाली होती. बांधावर आंबे, नारळी, कळकाची बेटं, निंब-बाभळीची झाडं वाऱ्याबरोबर झुलत होती. तो मिलटरीत गेल्यावर दहापंधरा वर्षांत ही किमया झालेली.

लष्करात असताना त्याला गावात कॅनॉलच्या फाट्याचं पाणी आल्याचं कळलं नि तो आनंदानं सीमाबॉर्डरला ड्यूटीवर होता त्याच जागी नाचला. त्यानं गावाकडं पत्रावर पत्रं लिहिली. थोरल्या भावाला गावाकडं येण्यास सांगितलं. आईवडिलांना अर्ज करून शेतात पाणी घ्या म्हणून सांगितलं. पण कशाचाही उपयोग झाला नाही. थोरल्या भावाला शहरगावची चटक लागलेली. गावावरनं त्याचं मन उडालेलं. त्याच्या मनातनं पूर्वीचं गाव जात नव्हतं. गावातल्या माणसांचं भिकणुसं वळण त्याला गावाकडं जाताना अडवत होतं. शहरात झोपडपट्टीच्या उकिरड्यावर राहत असला तरी, दोन वक्ताला कष्ट करून खायला मिळत होतं. जगण्याचा प्रश्न सुटल्यागत झाला होता. स्पेशल मिसळसारख्या चमचमीत सुखाला सोडून त्याला परत जायला नको वाटत होतं.

आईवडील अडाणी. त्यांनी पाण्यासाठी रीतसर खटपट केली. रीतसर अर्ज केला, रीतसर माहिती सांगितली. रीतसर अधिकाऱ्यांच्या जाऊन पाया पडले, पण फळ काही आलं नाही. शेजाऱ्यापाजाऱ्यांची कामं झाली, पण त्यांचं काही होऊ शकलं नाही. उलट शेजारचा निरसळ सवाई किंमतीनं रान विकत मागू लागला. लक्षूच्या आईवडिलांच्या तोंडाला मुबलक पाणी सुटलं. पण 'जीव गेला तरी रान इकू नका' म्हणून लक्षूनं पत्रातनं कळवलं. तेव्हापासनं निरसळ उगचच घुश्शात वागू लागला. आता तो ग्रामपंचायतीत सभासद म्हणून निवडून येत होता. म्होरकेपण करत होता, तरी लक्षूच्या रानात पाणी येण्याची सोय त्यानं करून दिली नाही. 'तुमचं तुम्ही बघा.' म्हणून सांगून मोकळा झाला. लक्षूची बायको तशी गावाला परकी. ती तीन पोरांना सांभाळत संसार करणारी. लक्षूच्या पगारावर घर चाललेलं. कुणाला पोटापाण्यासाठी तुसास पडत नव्हता. त्यामुळं लक्षूच्या मागं दारात एवढी

गंगा आली तरी, रान कोरडं राहिलं म्हणून घरात कुणाला वंगाळ वाटत नव्हतं.

लक्षूचा जीव लांब लांब होता तरी तळमळला. दोन-तीन वेळा तो रजा साठवून साठवून गावाकडं आला. महिनामहिनाभर राहून त्यांनं अर्ज-विनंत्या केल्या पण त्याच्या धडपडीचा उपयोग झाला नाही.

"अरं लक्षु, एवढ्या आगीच्या कचाट्यातनं म्हैनाभर आलाईस, तर जिवाला थंडवाणी इस्वाटा घे. कशाला उगच वरवरा हिकडं तिकडं हिंडतोस?" म्हातारा पोराच्या धडपडीकडं बघून म्हणे.

"त्या अर्जाचं काय झालं बघू तरी."

"म्हैनाभरात कुठलं जमायला आलंय ते? त्येला कायमचा ठिय्या देऊन बसावं लागंल. अर्जाचं काम काय सोपं हाय व्हय? एवढ्या-एवढ्याशा सहीसाठी जागी दीस मोडतोय नि कवा आठवडाबी मोडतोय. पावलापावलाला पैसं मागत्यात. कुठलं घ्यायचं?"

"बघू तरी एकदा जाऊन त्येंचं म्हणणं काय हाय ते. भारत-सरकारचं सौरक्षण करतोय. लष्कराचा माणूस म्हटलं की कामं लगीच व्हायला पाहिजेत. माझ्याकडं पैसं मागितलं तर बेड्या पडतील त्येंच्या हातात." लक्षु म्हाताऱ्याला समजून सांगे.

"अरं लेका, एवढं करूनबी ते पाणी आलं तरी बघणार कोण? घरातल्यांस्नी काय जमायचं न्हाई ते. शिवंशिवंला पाण्यासाठी एकमेकाचं खून पडायची पाळी येतीया. तू असा फुडं गेल्यावर मागं पाण्याचं बघणार कोण?" आई पुढचा विचार मांडे.

लक्षूला वाटे, एकदा पाण्याला मंजुरी मिळाली की ते नेमानं शेतात येईल. कुणीही ते पिकाला देऊ शकेल. त्याच्या दोनतीन सुट्ट्या अशा गेल्यावर त्याच्या लक्षात आलं, की मामला इतका सरळ नाही. मंजुरी मिळाली तरी पाणी रानात नेऊन पाजायलाही कुणी तरी खमक्या जाग्यावर लागतो; नाही तर पाणीच मिळत नाही. बळी येतो नि रातोरात पाणी पळवून नेतो. मग त्यानं पाण्याचा नाद सोडून दिला... बघू म्हणं नोकरीतनं पेन्शन मिळाल्यावर. तवर मुलं वाढतील, त्येंचं शिक्षण हुईल. जगूनवाचून परत आलो तर पाणी जाणार हाय कुठं?

आज नोकरीतनं मुक्त होऊन वर्ष झालं तरी त्याला पाणी मिळालं नव्हतं. महिनाभर विश्रांती घेऊन तो उद्योगाला लागला होता.

थंडीचे दिवस सुरू झाले. पावसाळी पिकं पाण्यावर आली आणि लक्षूनं फाट्याचं पाणी तीन महिन्यापुरतं दोन एकर रानाला मिळावं म्हणून अगोदरच अर्ज केला. उन्हाळ्यात भुईमूग, कांदे करायचा त्याचा बेत होता.

अर्ज करून महिना झाला तरी उत्तर असं काहीच आलं नाही. दोन-तीन खेपा

टाकल्या तरी अर्ज सहीसाठी वरती पाठवल्याची उत्तरं मिळत होती– "अजून अर्ज मंजूर होऊन आला नाही. आला की लगेच कळवतो. चौकशीला येण्याचं काही कारण नाही."

लक्षू वरती गेला तरी दाद लागत नव्हती. कांदा-भुईमूग लावण्याचे दिवस जवळ आले आणि त्याचा जीव टांगणीला लागला... सगळ्या गावाला पाणी मिळतं नि मलाच का न्हाई?

गावाला ग्रामपंचायतीच्या ऑफिसात फाटेकरी हिंगे आल्याची बातमी कळली आणि लक्षू त्यांना भेटण्यासाठी गेला.

"रामराम हिंगेसाहेब."

हिंगे गाव-म्हसोबासारखे ऐटीत बसून गप्पा मारत होते. बाकीची मंडळी पांढऱ्या कोंबड्यासारखी खादीची कापडं घालून ऐकत खाली बसली होती. कुणी कुणी हिंगेसाहेबांसाठी शेंगा, वांगी, भेंड्या, भाजीपाला आणला होता. हिंगेसाहेबाच्या कृपेचंच फळ; म्हणून हा नारळ-नैवेद्य... कुणी कोंबडं कापून घालायचा विचार करत होता.

"मी लक्ष्मण मोरे." लक्षूनं दारात उभा राहून रामराम घाटला.

"कुण्या गावचं?"

"अहो गाववालाच हाये." शेजारी बसलेल्या फाळक्याच्या काशीनाथानं सहजावारी माहिती दिली.

"वरीस झालं पेन्शन घेऊन आलोय. मिलटरीत हुतो."

"हां हां! सरपंच बेनाडेनी तुमचं नाव सांगितलं होतं." हिंगेसाहेब त्याच्याकडे बघत म्हणाले.

"हां."

"बसा बसा. काय काम काढलंय?"

लक्षूनं कामाचं सविस्तर सांगितलं. काय काय खटपट केली हेही सांगितलं.

"किती एकराला पाणी पाहिजे?"

"दोन एकराला."

"आता सरपंचांनीच शब्द टाकलाय. तुम्ही तर मिलटरीत होता; पाणी नाही कसं म्हणणार?"

"व्हय साहेब. काळभैरवनाथ पावला बघा तुमच्या रूपानं." लक्षू खूश होऊन हात जोडत बोलला.

हिंगेसाहेबांना समाधान वाटलं. "बसा बसा."

"अहो, पाणी हे दिलंच पाहिजे. गावाच्या शेतीसाठी तर फाटा आलाय इथं. कसं?"

"व्हय साहेब." लक्षूनं री ओढली.

"असं करा; मंगळवारी मी येतोय. त्या दिवशी अकराशे रुपये घेऊन या. अर्ज मंजूर करण्याची व्यवस्था करून टाकू."

"पाणीपट्टी आदूगर भरावी लागती?"

"छ्या छ्या! ती मागनं भरली तरी चालंल."

"मग रुपय कसलं?"

"आता कसलं?... विचारा ह्या गावकरी मंडळींना कसलं ते."

गावकरी मंडळी हिंगेसाहेबांकडं बघून हसू लागली.

"पर सायब, मी गरीब माणूस. राष्ट्राच्या सेवेत माझी सगळी हयात गेली. आता मुलंबाळं ह्या गावात उपाशी मरत्यात. माझ्याच शेतात तेवढं पाणी येत न्हाई. आजुबाजूला मुबलक पाणी येतंय."

"ते खरं आहे मेजरसाहेब. तुमच्यामुळं देशाचं संरक्षण झालं. तुम्ही लढला म्हणून आम्ही इथं सुखानं चार घास खाल्लं. आता तुम्ही पेन्शनीत निघाला. तेव्हा आम्ही तुमचं जरूर संरक्षण करू. त्यासाठी तर आमची नेमणूक आहे. आता पाणी तर पाहिजे तुम्हाला. त्यासाठी थोडा जनरीत म्हणून दाम वेचावा लागणारच. वरचे अधिकारी आमचीही प्रत्येक शनिवारी वाट बघत असतात. शिवाय तुमच्याच गावात दोनशे रुपये जातात, ज्याचा त्याचा शेअर भागवावा लागतो. मी तरी काय करू? वहिवाट खूपच जुनी आहे. मला ती कशी मोडता येईल?"

हिंगेसाहेब आडपडदा न ठेवता नेहमीची गोष्ट बोलावी तसे उघड बोलत होते. त्यांनी रीत समजून दिली.

"पर मी एवढं कुठनं आणू?"

"आता तो तुमचा प्रश्न आहे. पाणी पाहिजे तर पैसा हा भरलाच पाहिजे."

गावकरी मंडळींनी होकारार्थी मान हलवली. पण हिंगेसाहेब सर्वांकडे बघत लक्षूला म्हणाले, "मोरेसाहेब, विकास हा सगळ्यांचाच झाला पाहिजे. तुमच्यासारखीच आम्हीही नोकरीवरची माणसं आहोत. सरकारी पगाराचं तुम्हाला ठाऊकच आहे. तुमच्या मुलाबाळांचं भागतं का त्या पेन्शनमध्ये? भागलं असतं तर असं धडपडत बसला असता का?"

लक्षूनं मान हलवली.

"मग कसं म्हणता तर! तेव्हा पूर्ण विचार करून मंगळवारी काय ते ठरवून या. आहेत अजून पाच-सहा दिवस."

सहजावारी हिंगेसाहेबांनी सांगितलं.

लक्षू खाली मान घालून निघून गेला.

मग दुसऱ्या विषयावर गप्पा सुरू झाल्या. घटकाभर त्याही रंगवून, ते घड्याळाकडं

बघत उठले. त्यांच्याबरोबर सगळेच भगत उठले.

गणू फाळक्याचं वरचं रान फाट्याखाली भिजत होतं. त्याची तिन्हीही तगडी पोरं शेतात राबत होती. गणूची आणि लक्षूच्या बाऽची वारग एकच. गणूची पोरं लक्षूच्या वारगीची. त्याच्या पोरांकडं जाऊन चौकशी केली तर नीट माहिती मिळेल म्हणून लक्षू सकाळी उठून फाळक्याच्या घराकडं गेला.

कच्च्या विटांच्या जुन्या घराच्या जागी आता फाळक्याचं छोटेखानी माडीचं घर झालं होतं. भिंतीच्या प्लास्टरमध्येच 'गणेश-निवास' असं मोठ्या अक्षरात कोरून, तांबड्या तेलरंगात रंगवलं होतं. अंगणात शहाबादी फरशी घातली होती. त्यावर सकाळी सकाळी फाळक्याच्या सुना घरातल्या मिरच्या आणून वाळवण्यासाठी पसरत होत्या. आतही शेणाची भुई जाऊन फरशीच घातलेली. जनावरांचा गोठा कुठं दिसत नव्हता. गोठ्याच्या जागी आता ट्रॅक्टर आलेला दिसत होता. क्रूडॉईलची दोन बॅरल्स त्याच्या बाजूला उभी केलेली.

"काशीनाथ हाय का?" लक्षूनं मिरच्या पसरणाऱ्या पार्वतीला विचारलं.

"नाहीतं जी. आत्ताच मळ्याकडं म्हसरांची धार आणाय गेल्यात."

"दुसरं कुणी?"

"मामाजी हाईत की!"

आता शेताचा मळा झाला होता. गोठा मळ्यातच हलवलेला दिसला. काशीनाथाचे दोघे भाऊही घरात दिसत नव्हते. तेही मळ्यातच वस्तीला असावेत असं लक्षूला वाटलं. सोप्यात गणू म्हातारा बसलेला. मिशा आणि डोक्याचे केस पांढरेशुभ्र कापसासारखे झालेले. अंगावर खळणं मांजरपाट कुडतं. कमरेला मात्र जुनं वळण जपून ठेवणारी घसघशीत लंगोटी. डोळे खोल, आत गेलेले. अंगावरचं मांस-चरबी पाऽर झडून गेलेलं... गावचं शहाणपण गोठून बसल्यासारखा लक्षूला तो दिसला.

"रामराम, गणूमा."

"रामराम. ये बस बाबा. कशी वाट चुकली?" खूप लांबून कुठून तरी आवाज यावा तसा म्हाताऱ्याचा आवाज फुटला.

"मुद्दाम आला. म्हटलं काशीनाथ भेटंल. राती हिंगेसायबाकडं बसला हुता."

"त्यो मळ्याकडं गेला. त्येच्याकडं काय काढलंय?"

लक्षूनं गणूला सगळी हकीकत सांगितली. सहजवारी बोलावं तसं म्हातारा म्हणाला,

"आता रीतच पडलीया, लक्षू. नवं राज आलंय. मोठी माणसं असत्यात ती, देऊन टाक जा. त्येंच्या म्हेरबानकीनंच रानात पीक येणार हाय न्हवं? न्हायतर अजूनपतोर पावसुळ्याबगार रानात काय येत हुतं का? त्येंनी आणलंय पाणी.

उन्हाळ्यात पिकं घ्यायची, तर पाण्याबिगार येणार न्हाईत. कसंबी झालं तर पाण्याचं ते मालक. तवा पाण्याची निम्मी वाटणीच गेली, असं समजून देऊन टाकायचं.''

''पण गणूमा, पाणी काय ह्येंच्या बापाचं न्हवं.''

''लेकरा, ते समदं खरं. आपूण सालभर राबतो, पिकं आणतो. देवाघरचा पाऊस पडतो नि पिर्तीमीच्या पोटात बी रुजतं. पिकं फळत्यात. तरीबी माळावरच्या म्हसूबाला जत्रंत कोंबडं द्यावंच लागतं न्हवं? तसंच काय तरी समज नि देऊन टाक जा तिकडं.''

''पटत न्हाई गणूमा. जमीन गावाच्या मालकीची. ही गावं दुस्काळी म्हणून सरकारनं हितनं केनाल काढलाय. ह्यो हिंगेसायेब ना हितला, ना तिथला. शेरगावास्नं नोकरीला आलेला कुत्ता. सगळ्या गावानं एक मूठ केली तर, ह्येला शिवंपार हकलायला किती उशीर लागणार हाय?''

''असं करून कसं भागंल? त्येंच्या हातात हाईत आमच्या येसणी. जरा वड लावली की, आमचा हगू पाताळ हुतोय. ह्येला हकलला नि दुसरा आला तरी त्योबी असाच. तरी हजार वाट्यांनी ह्यो सायेब बराच म्हणायचा. पैला एकराला सहाशे रुपयाच्या खाली दमडी घेत न्हवता. ह्यो साडेचारशावर तोडतोय. समद्यांस्नी थोडं थोडं पाणी देतोय; कुणाची आगळीक न्हाई, का कागाळी न्हाई, समद्या गावाचं सुरळीत चाललंय. तूच कशाला आता खोड काढायला बघतोयस? मुकाट्यानं मनाला दंड दिला म्हण नि देऊन टाक जा.''

''फुकावारी पैसं जात्यात गणूमा. काळजात जाळ हुतोय.''

''सवं झाली म्हंजे काय वाटायचं न्हाई.''

काशीनाथची बायको चहा घेऊन आली. लक्ष्मूची नजर कपबशीवरच खिळली. तो लष्करात होता, महिन्याच्या महिन्याला पगार पाठवत होता; तरी त्याच्या घरात एवढ्या देखण्या कपबशा नव्हत्या. घरही पूर्वी होतं तसंच अंधारं, खिडक्या नसलेलं, जुनाट वाश्यांचं नि पळकाट्यांचं पांजरण घातलेलं. हितं मात्र माडी आलेली... सगळी पाण्याची किमया.

चहा घेऊन, दीर्घ उसासा टाकून तो उठला. आपल्या घराच्या दिशेनं जाऊ लागला.

पांढऱ्याशुभ्र खादीच्या कपड्यातले, तुळतुळीत चेहऱ्याचे सरपंच तालुक्याला मोटारसायकलीवरून चालले होते. लक्ष्मूला बघून त्यांनी गाडी थांबवली.

''नमस्कार मोरेसाहेब.'' सरपंचांनी हास्य केलं.

''नमस्कार सायेब. आज रातचं तुमच्याकडं मी येणार हुतो.''

''कालचं काम झालं का न्हाई? मी हिंग्यांना सांगितलं हुतं.''

''पण सरपंच, ते लाच मागत्यात अकराशे रुपये.''

“लाच?”

“हां!”

ते हसले.

“लाच म्हणू नका ती. ती फी असती. त्याशिवाय कामं होत न्हाईत.” सरपंच सहजवारी बोलत होते.

“सगळ्या गावाकडनं पैसा खातोय त्यो.”

लक्ष्मू घुसमटल्या आवाजात बोलत होता. त्याचा चेहरा बघून सरपंचाला गंमत वाटली... हसत हसत ते म्हणाले,

“आता हे काय नवं हाये व्हय? खाल्ल्याशिवाय माणसाचं पोट भरतं का? माणूस जगणार कसा ह्या लोकशाहीत? आँ? त्येचं काय हाये, मिलटरीचा खाक्या वेगळा नि गावाचा वेगळा. मन थंड ठेवून वागलं पायजे. ही आपलीच माणसं हाईत. ते काय चिनी-पाकिस्तानी कुणी न्हवंत.– काय म्हणतोय ते देऊन टाका. पाणी पायजे न्हवं तुम्हांस्नी?”

“व्हय.”

“मग झालं तर! काय अडचण असंल तर भेटा. करू काय तरी येवस्था. चलतो मी.”

गाडी टार्र-र्र-र्र आवाज करत तालुक्याच्या वाटेला बाणासारखी लागली... लक्ष्मूला कल्पना नव्हती एवढं गाव बदललं होतं.

सरपंचांनी गावाच्या बऱ्याच सुधारणा केल्या होत्या. त्या त्याच्या डोळ्यांत घुसू लागल्या. गावात वीज आली होती. तिच्याशी नाडी जोडून घराघरातनं सकाळचे रेडिओ पुण्या-मुंबईची गाणी म्हणत होते. गाडीवाटेसारखे व्हंगाळ्या पडलेले चबढब रस्ते जाऊन, पक्क्या गाडीचे रस्ते झाले होते. त्यावरनं सरपंचाच्या आणि इतरांच्या मोटारसायकली सर्रर्र करून सरकायच्या. फाट्याचं पाणी आल्यानं हिरवी पिकं, हिरवी गवतं, हिरवी कडवाळं बारमाही पिकत होती. त्यांच्या जिवावर दुभती गायी-म्हसरं पोसली जात होती. गावचं दूध तालुक्याला नेऊन घालणारी सरपंचाच्या अध्यक्षतेखालची डेअरी आली होती. चौथीची शाळा सातवीपर्यंत झाली होती. दवाखाना आला होता... खूप खूप आलं होतं. गावच्या एका बाजूला रानातच सरपंचाचा रंगीत बंगला गावाच्या निशाणासारखा ठुमकत होता. तिथं मोठमोठी मंडळी खाणंपिणं करीत असत आणि गावाला दुवा देऊन जात असत.

लक्ष्मू घरात आला. जुनंपानं घर बघून त्याला वाटलं, आपलं घर लई मागासलंय. गावच्या मागं वीस वर्सं तरी हाय. लष्करात गेलो त्या दिशी जिथं हुतं, तिथंच हाय.

सुन्न मनानं सोप्यात बसून राहिला.

रात्री आंथरुणावर पडल्यावर घर खायला उठल्यागत झालं. ‘...ह्यो हिंगे नंबर

एकचा बदमाश दिसतोय. गावाची येसण म्हणं सोताच्या हातात ठेवलीया भडव्यानं. खुशाल चार लोकांच्या देखत माझ्याकडं लाच मागतोय. गावाला मेंढरांच्या खांडव्यागत वळण लावून मोकळा झालाय. सरपंचबी सामील. त्याबिगार गावात दोनशे रुपये जाणार कुठं?– वीस वर्स जीव धोक्यात घालून ड्यूटी केली– त्येचं हे फळ. सरकारनं मानचिन्ह दिलं तवा ह्याच सरपंचानं गावात सत्कार केला. "लक्ष्मण मोरे आमच्या गावाचं भूषण हाये. ते आज सीमेवर हाईत म्हणून आम्ही हितं रात्री सुखानं झोपा घेतोय." म्हणाला हुता. खरं वाटलं हुतं. खरंच हाय ते. रक्ताचं शिंपणं केलंय मी. त्येचं हे फळ. ह्या हिंग्याला हिसका दावला पाहिजे. रीतसर पाणीपट्टी घेऊन ह्या भडव्यानं मला पाणी द्यायला पाहिजे हुतं. ह्येच्या काय बापाचं पाणी हाय? राष्ट्राच्या पैशानं धरणं बांधली, केनाल काढलं. आभाळाघरचा पाऊस पडतो नि पाणी सांडतं. पाणी सगळ्या गावाचं हाय. गावाच्या पाणीपट्टीवर पोसलेलं ह्ये हिंगे लुत्ताडं बांडगूळ हाय. ह्येला गोळी घातली पाहिजे...'

रातभर लक्ष्मूला लढाईवरचीच स्वप्न पडली. आपल्या अनेक पराक्रमांची चित्रं त्याला पुन्हा दिसली. शत्रूच्या सैन्यावर गोळ्यांचा वर्षाव केल्याची दृश्य त्यानं पुन्हा पाहिली. बांगला देश स्वतंत्र करून तिरंगीध्वज डौलानं मिरवत दिल्लीकडं जाणाऱ्या लष्करी गाडीत तो होता... 'जयहिंद'चा घोष करत चाललेला लक्ष्मू.

सकाळी उठला तेव्हा त्याचा उत्साही वाढल्यागत झाला.

चहा पिऊन म्हातारीला म्हणाला, "आई, मी जरा जिल्ह्याला जाऊन येतो."

"बऽरं." या पलीकडं आई काही बोलली नाही. बोलण्यासारखं तिच्याजवळ काही नव्हतं. म्हातारा अजून आंथरुणात पडूनच होता. पत्नीचा निरोप घेऊन तो बाहेर पडला.

सगळा दिवस अँटीकरप्शन खात्यात गेला. हडसून खडसून त्याला अनेक गोष्टी विचारण्यात आल्या. ह्याला भेट, त्याला भेट, झालं. एका देखण्या साहेबानं कसून चौकशी केली.

"किती मागतोय?"

"अकराशे. सगळ्या गावाकडनं पैसा घेतोय, सायेब."

"पण गावचं तर आजवर कुणी आलं नाही."

"गाव भितंय, सायेब. त्येच्या मुठीत गावलंय. ज्येच्या त्येच्या पोटात ह्यो आपलं पाणी बंद करंल, असं भ्या हाय."

"आजवर कुणाचं बंद केलंय का?"

"न्हाई. पर मी लाच देत न्हाई. म्हणून मला आजवर पाण्याचा थेंबबी मिळाला न्हाई. अर्ज मंजुरीला गेलाय म्हणतोय."

"तुम्ही वाट पाहिली का?"

“गेली आठदहा वर्सं धडपड करतोय. तरी पाणी मिळत न्हाई. ह्या वर्सी अर्ज करून दोन म्हैनं झालं. पर अजून पाणी मिळालं न्हाई नि अर्जाचंबी काय कळालं न्हाई. पैसे दे, लगेच पाणी देतो म्हणतोय.”

“ठीक आहे. हिंगे कुठं राहतो?”

“तालुक्याला.”

“तालुक्याला आम्ही तेरा तारखेला येतो. तुम्ही तिकडं या.”

साहेबांनी मग कुठं भेटायचं ते सांगितलं. हिंगेलाही तोवर ‘मला काही पैसे मिळणार नाहीत. तालुक्याला मी येऊन देऊन जाईन. तेरा तारखेला एस. टी. स्टँडवर भेटू’ असा निरोप लक्षूला स्वत: जाऊन द्यायला सांगितला. आणि तो परत साहेबाला कळवायला सांगितला...

निरोप देऊन, पुढच्या कामाची माहिती देऊन लक्षू आज परत आला होता. ह्या कामाचा गावात कुणालाच पत्ता नव्हता.

माळाच्या टेकाडावरनं तो खाली उतरला नि गावाच्या वाटेला लागला. मनात अनेक विचार आग्यामोहळासारखे घोंगावत होते... कुणाला तरी हे सांगून इस्वासात घ्यायला पाहिजे हुतं, सभा घेऊन सगळ्या गावाची एकजूट करायला पाहिजे हुती.

पण एकजूट झाली असती का फाटाफूटच झाली असती... कुणाला ठावं? एखाद्या वक्ती कुणी ना कुणी जाऊन आपल्या इरुद्ध कागाळी करंल नि हिंगेसायेब सईसलामत सुटंल. कायम माझ्यावर डूख धरून बसंल. आताबी त्यो माझ्यावर डूख धरणार म्हणा. पर डूख धरला तरी पिंजऱ्यात जाऊन बसणार हाय. गावाला दुसरा सायेब येईल नि आपल्याला टरकून ऱ्हाईल. पर फाळक्याचा म्हातारा– ‘ह्यो हिंगेसायेब हजार वाट्यांनी बराच!’ म्हणत हुता.

...सगळ्या गावच्या वळखीचा हाय. कुणासंगं भांडाण न्हाई, का तंटा न्हाई. ग्वाड बोलून भडवा पैसे उकळतोय, दुसरं काय. म्हणूनच सगळ्यांस्नी बरा वाटतोय. तालुक्याला स्वत:चं घर बांधलंय म्हणं. किती गोळा करतोय कुणाला दखल?– गावकरी भेकरागत आपल्या माना ह्या लांडग्याच्या जबड्यात देत्यात. मांजराच्या गळ्यात घाट कुणी बांधायची म्हणत्यात. ह्यो पठ्ठ्या बांधणार हाय आता. एकदा बांधली की गावालाही कळंल; आपूण इनाकारण हिंग्याला पैसे देतोय ते. गावाची किमया ह्या फाटेकऱ्यांच्या कानावर एकदा का गेली, की बदलून येणारा कुणीबी गब्रू पैसे मागणार न्हाई. मुकाट्यानं ड्यूटी करंल नि कुत्र्यावाणी घराकडं जाईल– कुणीतरी एकदा धडा दिलाच पाहिजे. कोण समजतोय मला त्यो!– आपूणच धाडस केलं पाहिजे हे!...

तेरा तारीख उजाडली नि लक्षू सकाळी सकाळी तालुक्याला जाऊन पोचला. ठरल्या जागी अँटीकरप्शनचे साहेब भेटले. खुणेची पावडर लावलेले अकराशे रुपये त्याच्या ताब्यात दिले. त्याची सही घेतली. त्याच खोलीत दोन इरिगेशन खात्यातले साक्षीदार बोलावले होते. साहेबांनी दाढी मिशा लावून बुवाचा वेश केला नि भगवी कफनी घातली. उरलेल्या एकानं रंगीत पागोटं गुंडाळून अंगावर खूप भरताडाची कपडे घातली नि वर एक ढगळ कोट घातला. बाकीच्या दोघांनी मिशा लावून कमीजास्त वेशांतर केलं. त्यातल्या एकानं किरकोळ दाढी लावली. बुवा झालेले साहेब एस.टी. स्टँडवर भिक्षा मागत फिरणार होते. बाकीचे तिघे स्वतंत्रपणे हॉटेलात बसणार होते. हिंगेसाहेब आले की, लक्षू त्यांना घेऊन हॉटेलात जाणार होता. चहा घेता घेता पैसे देणार होता. पैसे घेऊन झाले; हिंग्यांनी ते खिशात घातले की लक्षू आपल्या रुमालानं आपलं तोंड पुसून रुमाल झटकणार होता. ती खूण हिंगेला पकडण्याची होती.

ठरल्याप्रमाणं, ठरल्या वेळी सगळे निरनिराळ्या वाटांनी स्टँडवर आले. अकरा वाजता हिंगेसाहेब पैसे घ्यायला येणार होते. त्यांची वाट बघत लक्षू स्टँडच्या फाटकाशी रेंगाळत होता. मनावर एक जबाबदारी येऊन पडलेली. कसं नाटक करायचं, काय काय बोलायचं हे तो मनाशी घोकून ठेवत होता.

साडेअकरा-पावणे बारा वाजायला आले तरी हिंगेसाहेबांचा पत्ता नव्हता. लक्षूच्या मनात हळूहळू संशयाचा गोळा उठू लागला... ह्यो येतोय का न्हाई? का ह्येला पत्त्या लागला? आला न्हाईतर माझीच पाचावर धारण बसायची. सगळं एवढं जमवून आणलेलं फुकट जायचं...

मनात पाल चुकचुकते तोवर स्टँडच्या फाटकातनं काळभैरवनाथाच्या शेंदरासारखा भडक रंगाचा सफारी घातलेले हिंगेसाहेब छोट्या वाहनावर बसून आत आले. लक्षू एकदम उत्तेजित झाला... काळभैरवनाथ पावला मला. हिंगेसाहेब गाडी लावण्यासाठी कंपाऊंडच्या बाजूकडं वळले. लक्षू तिकडं जाऊ लागला.

दरम्यान कुणीतरी लगालगा साहेबाकडं जात हाक मारली, "हिंगेसाहेब."

साहेबानं मागं वळून पाहिलं. इसमानं हात वर केला. हिंगे त्यांच्याकडे चालले तोवर लक्षूनं त्यांना गाठलं. लक्षूही त्यांच्याबरोबरच त्या इसमाकडं चालला.

"कायरे टापरे?"

"काय नाही. सकाळपासनं तुम्हांला हुडकत हुतो."

"मी कालच सिद्धापूरच्या फाट्यावर गेलो. पाणी सोडायचं होतं."

"ऑफिसवर लौकर या."

"हां."

"साहेब..." टापरे तिथंच घोटाळला नि त्यानं डोळे मोठे केले. हळूच ओठ चावला.

लक्षू साहेबांबरोबरच आहे; हे पाहून मग त्यानं सायकलवर टांग टाकली नि निघून गेला. त्याची चमत्कारिक हालचाल झाल्यासारखी हिंगेसाहेबांना वाटलं.

क्षणभर हिंगेसाहेब गोंधळल्यासारखे झाले. भोवताल एकदम आपल्यावर बिथरल्यासारखं त्यांना वाटलं.

"रामराम हिंगेसाहेब." लक्षूनं मागून रामराम केला.

"अं?... रामराम." हिंगे वळले. लक्षूला बघून सावरले.

"सकाळीच आलो मी गावासनं. आपलं काम झालंय."

"कोणतं काम? कोण तुम्ही?"

"मी लक्ष्मण मोरे. तटवणीसनं आलोय. मागच्या आठवड्यात तुम्हास्नी भेटलो न्हवतो का? अकराशे रुपये घेऊन आलोय. पैसे जमवायला लई तरास पडला, सायेब. चला हॉटेलात. च्या घेऊ."

"चहाचं बघू मागनं. मला सांगा, मागच्या आठवड्यात तुम्ही मला भेटला होता?"

"व्हय... असं काय करता? तटवणीत आलासा तवा कामाबद्दल अकराशे रुपयांचं बोलला न्हवतासा काय? ते घेऊन आलोय मी."

"अकराशे रुपये? कुठल्या कामाचं अकराशे रुपये? काय वेडबीड लागलंय का काय? तुम्हाला तर पहिल्यांदाच बघतोय." लक्षूच्या हालचालीनं ते पुरते सावध झाले होते.

"असं काय म्हणताय सायेब? तटवणीत तुम्हास्नी मी भेटलो हुतो. काशीनाथ फाळकेबिळके बसलं हुतं तिथं. लष्कराचा माणूस हाय म्हणून मी सांगिटलं. माझा पाण्याचा अर्ज तेवढा मंजूर करा म्हणून तुम्हांस्नी सांगिटलं..." लक्षू सगळी आठवण करून देऊ लागला. त्याचा चेहरा हळूहळू पडत चालला.

"काय राव, गांजाबिंजा वडलीय काय? लष्करात हुतो म्हणतासा. याडबीड लागलंय म्हणून सोडून दिलेलं दिसतंय! बायकोजवळ द्या जावा ते पैसे. उगंच बरोबर घेऊन हिंडू नका. कोण तरी सोद्या गाठंल नि उपाटा मारून जाईल. जावा गावाला मुकाट्यानं."

हिंगेसाहेब आपल्या लुनाकडं वळले. फकिरानं दरम्यान दोन वेळा जवळून सहज फेऱ्या मारल्या. हिंगे गाडीवर बसले आणि निघून गेले.

लक्षूच्या काळजाचं पाणी झालं. काहीच सुचेना. रुमालानं तोंडावरचा घाम पुसत तो हॉटेलात शिरला. तो फकीरही त्याच्याच समोरच्या बाकावर येऊन बसला.

"काय झालं?" दबक्या आवाजात त्यानं विचारलं.

"हिंगेसाहेबांनी पैसं घेतलं न्हाईत. वळखच दाखवाय तयार न्हाई." बळ गेल्यागत लक्षू बोलला.

पोऱ्यानं पाण्याचे दोन पेले बाकड्यावर आणून ठेवले. घटाघट लक्षूनं पाणी पोटात घातलं. "एऽ पाणी आणखी आण रे."

"चहा घेऊन चलतो मी खोलीवर. तुम्ही तिथं या."

साहेब चहा घेऊन उठले. लक्षूही भरपूर पाणी पिऊन वर चहा घेऊन उठला.

खोलीवर साहेब त्याची वाट बघत होते. लक्षूला बघून ते गुरगुरले.

"चार दिवस वाया गेले तुमच्या खेळात. सतरा तारखेला ऑफिसवर येऊन खोटी तक्रार दिल्याचा कबुली जबाब द्यावा लागेल..."

"आणि...?"

"आणि पुन्हा असले उद्योग करणार नाही; असं शपथेवर सांगावं लागेल."

"पण साहेब!"

"पणबिण चालणार नाही. कबुलीजबाब द्यावा लागेल. नाही आलात तर समन्स काढून हातात बेड्या ठोकू. लष्करातले स्वतःला म्हणवता. असं करायला लाज वाटली पाहिजे. सरकारी कामात अडथळे आणत बसता काय; दुसरे उद्योग नाहीत का?..."

साहेब बडबडू लागले. तापलेल्या तव्यात लोण्याचा गोळा झळळ करून वितळावा तसं लक्षूच्या काळजाचं पाणी झालं. साहेब नाकपुड्या फुगवून बोलत होते. त्यांचे वटारलेले डोळे माळावरच्या काळभैरवनाथसारखे लालबुंद, शेंदरी दिसत होते. लक्षूच्या मनात त्यांचा अंत लागणं अवघड होतं.

'पैंजण' दिवाळी १९८४

■

फळ्या आणि पारंब्या

बाबासाहेब सुतखंड्यांची पहिली पुण्यतिथी पंधरा दिवसांवर आली. ती कशी साजरी करावी, हे ठरविण्यासाठी कार्यकर्त्यांची सभा रात्री नऊ वाजता दादासाहेब देशमुखांच्या वाड्यावर होती. सहा-सात महिन्यांवर आलेल्या राज्याच्या निवडणुका लक्षात घेऊन, पुण्यतिथीची पावलं टाकायची होती. आता कोणताही कार्यक्रम निवडणुकीला उपकारक ठरेल अशाच बेतानं आखायला पाहिजे होता. दादासाहेब त्या धोरणानं पावलं उचलत होते. बाबासाहेबांची मोकळी झालेली जागा भरून काढण्याचं त्यांचं स्वप्न. बाबासाहेबांच्या बरोबरीनं राहिल्याचं आणि त्यांचं कार्य आपलं मानल्याचं ते फळ. बाबासाहेबांनी रामपूर परिसराला आपल्या विचारवंत आणि योजक कृतीची विस्तीर्ण सावली दिली होती. वैयक्तिक महत्त्वाकांक्षेपेक्षा सतत सामाजिक कार्य महत्त्वाचं मानलं होतं. गांधीजींची दृष्टी घेऊन, येतील ती कार्यकर्ती माणसं जवळ केली होती नि त्यांना कामाची क्षेत्रं वाटून दिली होती. आसपासच्या तीन-चार जिल्ह्यांत एका मुठीचं राजकारण करणारा आदर्श तालुका म्हणून त्यांच्या राजकारणाकडं पाहिलं जात होतं.

दादासाहेबांना हा वारसा मिळाला खरा, पण त्यांच्या मतदारसंघातून भा. ज. प. चा उमेदवार येत्या निवडणुकीला उभा करण्याची

५

तयारी जोरात चालली होती. विरोधी पक्ष त्यासाठी एकत्र येऊन जोरात प्रयत्न करणार होते आणि बाबासाहेबांच्या मृत्यूनंतर ह्या एकमुठीच्या बालेकिल्ल्याला मोठं खिंडार पाडण्याचा जोरदार प्रयत्न करणार होते. या बातमीनं अद्यापपर्यंत आमदारकीच्या निवडणुकीला एकदाही उभे न राहिलेले दादासाहेब थोडे काळजीत पडले होते.

बाबासाहेबांचे थोरले चिरंजीव बाबूराव काहीशा अस्वस्थ मनानं हॉलमध्ये फेऱ्या घालत होते. नुकतेच मळ्याकडनं आले होते. तालुक्याची कामं आटोपून ते परस्परच मळ्यावर गेले होते. मळ्यातला जीर्ण झालेला प्रचंड आम्रवृक्ष गेल्या वर्षीच्या वळिवाच्या दिवसांत उन्मळून पडला होता. त्याच्या फळ्या कापण्याचं काम चालू होतं. कधीचा जुना वृक्ष. उन्हाळ्यात त्याच्या गार सावलीत गुरं, माणसं आनंदानं विश्रांती घेत आणि उद्योगाला लागत. साखरकारखाना व्हायच्या अगोदर, हुरड्याच्या दिवसांत ह्या झाडाखाली झगरं पेटवून बाबासाहेब मोठी हुरडापार्टी करत असत. तालुक्याचे पन्नासएक कार्यकर्ते हुरडा खाताखाता ह्याच्या सावलीत राजकारणावर गप्पा मारत, नवे बेत आखत. सगळ्या मळ्याला ह्या वृक्षाची शोभा होती. गेल्या वादळात तो कोसळला. कोसळला तरी, जाता जाता बाबूरावांच्या कुटुंबियांना त्यानं पुष्कळ धन दिलं होतं. दोन गाड्या भरतील एवढ्या फळ्या निघणार होत्या. जळणाची लाकडं चार-पाच खंडी तरी सहज निघणार होती... त्या कामावर देखरेख करण्यासाठी बाबूरावांना संध्याकाळी चक्कर टाकावी लागे. नाहीतर कामावर आलेली माणसं घरी जाताना जळणाला लाकडं, नांगटं नेत असत.

खेप टाकून बाबूराव परत आले होते. येताना जीप मळ्यातच ठेवली होती. पाय मोकळे करत तास-रातीला बंगल्यावर येऊन पोचले होते.

ओसरीतल्या गड्याला त्यांनी सांगून ठेवलं की, ''कुणीही आलं तरी, अजून आले नाहीत, म्हणून सांग.'' हॉलमध्ये त्यांच्या फेऱ्या चालूच होत्या.

गेल्या वर्षापर्यंत हा हॉल कायम गजबजलेला असे. आता फक्त बाबासाहेबांचं मोठं छायाचित्र मध्यभागी लटकत होतं. भोवती प्रासंगिक फोटो. वेगवेगळ्या सभांतून घेतलेले. उद्घाटनाचा नारळ फोडतानाचे, वृक्षारोपण करतानाचे, साखरकारखान्यातल्या कार्यक्रमाचे... अनेक फोटो. त्यातच नेहरूंचा हात पाठीवर असतानाचा मोठा करून घेतलेला फोटो. उठून दिसणारा. हा हॉल म्हणजे गावाचं खास वैभव होतं. रामपूरचं राजकारण येथून बाहेर पडत होतं. गावाचा तो बालेकिल्ला होता. माणसांची सतत रायधार.

इंद्राचा ऐरावत दारात झुलत असल्याचं पांढरंशुभ्र, स्वर्गीय सुख वहिनीसाहेबांना मिळत होतं. वहिनीसाहेब म्हणजे बाबासाहेबांच्या थोरल्या सुनबाई. शिकलेल्या आणि

बुद्धिमान. हॉलमध्ये चालणारं राजकारण माजघरातून ऐकून, समजून घेत होत्या नि जेवता जेवता त्यावर अचूक बोलत होत्या. बाबासाहेबांना त्यांच्या बोलण्याचा, रस घेण्याचा अभिमान वाटे.

गावात बाबासाहेबांच्या मालकीचे पंचावन्न पॉवरमाग होते. गावापासून पाऊणएक मैलांवरच्या कदमवाडीला ती विहिरींची ती अठरा एकर काळीभोर शेती. तिच्यात ऊस आणि कापूस भरपूर पिके. शिवाय ज्वारी, भुईमूग, तूर, मिरची होई ती वेगळीच.

बाबासाहेबांच्या आणि दादासाहेबांच्या प्रयत्नामुळं साखरकारखाना झाला होता. रामपूर गावासह सगळ्या तालुक्याचा कायाकल्प होऊन गेला होता. ग्रामीण विकास योजनांतून अनेक कार्ये तालुकाभर पसरली होती. डेअरी, दवाखाने, प्राथमिक शाळा, एक कॉलेज, कितीतरी गोष्टी बाबासाहेबांच्या हातून तालुकाभर आकाराला आल्या होत्या. सगळ्याच गोष्टींचा जन्म ह्या हॉलमध्ये झालेला. बाबासाहेब आमदार झाल्यावर दादासाहेब देशमुख मागचं सगळं पाहत होते. ह्या हॉलवर 'देशमुख' अजून येत होते; बाबासाहेबांच्या आमदारकीचा मान राखत होते.

पण आता कशी सगळ्या बंगल्यालाच अवकळा आलेली. बाबासाहेबांच्या बरोबर सगळं वैभव निघून गेलेलं... त्यांच्या ताज्या आठवणींनी बाबूराव अस्वस्थ झाले.

त्यांनी गेल्या चारपाच वर्षांपासून राजकारणात प्रवेश केला होता. शिक्षण पूर्ण झाल्यावर आठ-दहा वर्षं वकिली करण्याचा प्रयत्न केला. पण फारसं यश आलं नाही. मग राजकारणात हिरीरीनं उतरले. पण बाबासाहेबांच्या बरोबरीच्या कार्यकर्त्यांच्या तुलनेनं त्यांचा प्रभाव कमी पडे. स्वतंत्र काही करावं म्हणून त्यांनी विणकर-संघ आणि युवक काँग्रेस यांच्यावर आपलं लक्ष केंद्रित केलं होतं. नव्या पिढीला हाताशी धरण्याचे, त्यांचे नेतृत्व करण्याचे त्यांचे प्रयत्न चालले होते.

वाटलं होतं, बाबासाहेबांच्या मागं त्यांचं नेतृत्व बाबूरावांकडं येईल; पण ते आपसूक दादासाहेबांकडं गेलं. कसं गेलं ते कळलंच नाही. आपोआपच वडीलधारी माणसं दादासाहेबांच्या सल्ल्यानं चालू लागली आणि तरुण मंडळी आज्ञाधारकपणे दादासाहेबांचा शब्द मानू लागली. खांदेपालट फारच हळुवार झाला होता. रामपूरचं राजकारण पूर्वीप्रमाणंच एका मुठीनं चाललं.

फिरता फिरता अधिक अस्वस्थ झालेले बाबूराव दिवे विझवून बैठकीवर बसले. लोड उशाला घेऊन हळूच आडवे झाले. मीटिंगला जाण्यापूर्वी त्यांना निवांतपणा पाहिजे होता. मनासमोर सगळा इतिहास उलगडत होता. त्याचे कोनेकोपरे ते न्याहाळून बघत होते. बुद्धिबळातल्या खेळासारखी मांडणी बदलून विचार करत होते.

हॉलमधला झीरोचा दिवा बघून वहिनीसाहेबांना वाटलं, बाबूराव तिथं नसावेत.

त्या हॉलमध्ये डोकावल्या. बैठकीच्या गादीवरची पांढऱ्या कपड्यातली बाबूरावांची मूर्ती त्यांना अंधुक दिसली. मिनिटभर त्या तशाच थांबल्या. काहीच हालचाल दिसेना. हॉलच्या पोटातील भगवट अंधार त्यांना गूढ वाढू लागला. त्या गूढतेत अजगरासारखा पसरलेला बाबूरावांचा लांबसडक देह... पोटात काय काय आहे कुणास ठाऊक!

त्यांनी दिवा लावला. ठणकत्या डोळ्यांनी बाबूराव त्यांच्याकडं पाहू लागले... आपण अंधारात रेखाटलेली चित्रं तर त्यांना दिसली नाहीत?

"स्वैपाक तयार झालाय. मला वाटलं, आपला डोळा लागला की काय.''

"कसा लागणार? आता मीटिंग आहे.''

दीर्घ सुस्कारा टाकून ते उठले.

जेवताना मुकाट होते. डोळे, ताटावरून तिसरीकडं, टपलेल्या श्वापदासारखे खिळलेले. शून्यातल्या भक्ष्यावर स्थिर झालेले.

जेवणाऱ्या बाबूरावांची मागच्या भिंतीवर एक वेडीवाकडी विचित्र सावली पडली होती. भय वाटेल अशा चमत्कारिकपणे तिच्या हालचाली होत होत्या. तरीही वहिनीसाहेब त्यांच्या ताटावर लक्ष ठेवून स्वत: जेवत होत्या. जेवणाकडं बाबूरावांचं लक्ष नसल्याचं त्यांच्या लक्षात आलं. मनाशी काही अंदाज बांधून म्हणाल्या,

"बरं वाटत नसेल तर कशाला जाता मीटिंगला? काय झालं ते उद्या कळेलच आपोआप. कुणीतरी येऊन सगळं सांगेल सकाळी.''

"मला गेलंच पाहिजे. कुणावर विसंबून उपयोगाचं नाही.''

त्या भाजी घालू लागल्या.

"अहं!''

"काहीच खाल्लं नाही तुम्ही. एकच चपाती ताटात होती.''

"नको. भात घाला थोडा. मीटिंगमध्ये सुस्ती येईल जेवण जास्त झालं तर.''

ते तुटक बोलले. भात खाऊन उठले नि डोक्यात काही तरी दीर्घसूत्री विचार घेऊन जायला निघाले.

सभेमध्ये दोन-पावणेदोन तास येत्या निवडणुकांवरच चर्चा झाली. निवडणूक-फंडाची रक्कम, ती गोळा करण्याचे मार्ग, फंड-देणगीदारांची यादी, त्यांच्या नावासमोरचे आकडे, नवे सभासद, नव्या कार्यकर्त्यांची टीम इत्यादींसंबंधीच चर्चा चालली होती.

दादासाहेब पुरेशा जबाबदारीनं सभा चालवत होते. सभा रामपुरात होती, तरी जिल्ह्याच्या ठिकाणाहून कार्यकर्त्यांच्या तीन जीप्स भरून आल्या होत्या. जिल्ह्याचे खासदार येणार होते; पण ऐन वेळी त्यांना येता आलं नाही. तसा त्यांचा निरोप होता. येत्या निवडणुकीत दादासाहेबांनाच निवडणुकीचं तिकीट मिळणार हे जणू सर्वांनी

मनोमन गृहीत धरलं होतं. त्या धोरणानं सगळे व्यवहार आणि बोलणी चालली होती. तेच तेच विषय पुन: पुन्हा घोळले जात होते.

बाबूराव अतिशय अस्वस्थ झाले. न राहवून बोलण्यासाठी ते उभे राहिले. सगळ्या म्होरक्यांची नावं घेऊन ते म्हणाले,

"...आणि माझ्या बंधूंनो, ज्या निमित्तानं ही सभा बोलावली आहे, त्याची मी पहिल्यांदा नम्रपणे आठवण करून देतो. माझे वडील कैलासवासी बाबासाहेब सुतखंडे यांची पहिलीच पुण्यतिथी दहा-पंधरा दिवसांवर आली आहे. त्या पुण्यतिथीचं स्वरूप ठरविण्यासाठी आपण इथं जमलो आहोत. त्याची कुणाला आठवण नाही, असं दिसतंय. वास्तविक त्यांचं कार्य..."

"आठवण नाही कशी? आम्हांला ते पूज्य आहेत. त्यांची पुण्यतिथी आम्ही साजरी करणारच."

मधेच कुठून तरी आवाज आला.

"होय, पण पहिली पुण्यतिथी आहे. ती कशा रीतीनं साजरी करायची? तिचं स्वरूप काय ठेवायचं? याचा विचार नको का व्हायला?"

मधेच एक ज्येष्ठ कार्यकर्ते उठले–

"दादासाहेब, पुण्यतिथीच्या निमित्ताने माझी एक सूचना नमूद करून घ्यावी. बाबासाहेबांनी या तालुक्यात जेवढ्या म्हणून संस्था स्थापन केल्या आणि ज्या ज्या संस्थांशी त्यांचा ह्या ना त्या कारणानं संबंध आला; तिथं तिथं त्यांचं एक एक मोठं छायाचित्र ह्या भागाचे शिल्पकार म्हणून बसवावं, असं आम्हा कार्यकर्त्यांना वाटतं."

टाळ्यांच्या गजरात सूचना मान्य झाली. त्या गडबडीत बाबूराव खाली बसले. त्यांच्या लक्षात आलं, की विषयाला तोंड फुटलंय.

"अध्यक्ष महाराजांना मला दुसरी एक सूचना करावीशी वाटते की, रामपूरला जी एक दुसऱ्या महाविद्यालयाची स्थापना करण्याची धडपड चालू आहे त्या महाविद्यालयाला 'बाबासाहेब सुतखंडे कला व वाणिज्य महाविद्यालय' असं नाव द्यावं."

दुसरा एक उत्साही कार्यकर्ता.

"अहो, ते इंजनीअरिंग कॉलेज हाय; कला आणि वाणिज्य महाविद्यालय नव्हं; ते अगोदरच स्थापन झालंय."

"तेच. जे काय असेल ते. पर त्याला बाबासाहेबांचं नाव द्या म्हंजे झालं. आपली माझी एक नम्र सूचना."

सूचनांवर सूचना येत राहिल्या. दादासाहेब देशमुखांजवळ बसलेले निगडेमास्तर त्या लिहून घेत होते. प्रत्येक सूचनेला दादासाहेब मान हलवत होते.

"ठीक आहे. विचार करू या. बॉडीच्या मीटिंगसमोर मांडतो." असं म्हणत

होते.

जिल्ह्यातून आलेले जिल्हा परिषदेचे अध्यक्ष उठून उभे राहिले. दादासाहेबांना त्यांनी नमस्कार केला.

"बारा वाजले आहेत. आम्हांला परत गेलं पाहिजे. तुमची सभा चालू द्या. मुख्य विषय चर्चिला गेलाच आहे; आम्हांला जायला परवानगी द्यावी.''

असं म्हणून सर्वांकडे वळून त्यांनी नमस्कार केला. सभेतून पावलं सावरत ते बाहेर पडले. मागोमाग आणखी काही मंडळी उठली.

मग सभा आवरती घेण्यासाठी दादासाहेब उठले.

"बंधूनो, बराच उशीर झाला आहे. सगळ्याच सूचना मी मांडून घेतल्या आहेत. बाबासाहेबांच्या पुण्यतिथीनिमित्त केलेल्या सूचनांचा विचार एक्झिक्यूटिव्ह बॉडीसमोर मी मांडतो आहेच. पूज्य बाबासाहेबांचे चिरंजीव त्या बॉडीत असल्यानं एका अर्थी पुण्यतिथीची चिंता नाही. त्यांच्या सूचनांचा योग्य तो आदर करूनच पुण्यतिथी साजरी केली जाणार आहे; हे कृपया सर्वांनी ध्यानात घ्यावं...''

सभा संपली.

चपलांची शोधाशोध करत असताना मुकुंदराव कुलकर्णी बाबूरावांना सहज हसत म्हणाले,

"बाबूराव, बाबासाहेबांची पहिलीच पुण्यतिथी आहे. काहीतरी महत्त्वाकांक्षी योजना आखा हं. बाबासाहेबांच्या नावारूपाला शोभेल असं काहीतरी केलं पाहिजे.''

"हं, बघूया आता.''

बाबूरावांना आपल्या चपला सापडल्या. पायात सरकवत, धोतराचा सोगा सावरत ते मुकुंदरावांच्या बरोबरच दादासाहेबांच्या वाड्याबाहेर पडले.

मुकुंदराव मूळचे रामपूरचे वतनदार कुळकरणी. त्यांच्या थोरल्या मुलानं जिल्ह्याच्या ठिकाणी वर्कशॉप टाकलं होतं. पैसा बरा मिळत होता. त्यामुळं मुकुंदरावांच्या खेपा जिल्ह्यात नेहमी होत. ते स्वतःला काँग्रेसचे कार्यकर्ते म्हणून घेत. त्यांचा मोठा मित्र-परिवार जिल्ह्याच्या ठिकाणी होता. अनेक मित्र भारतीय जनता पक्षाचे. 'जिल्ह्याच्या ठिकाणी उद्योगव्यवसाय करणाऱ्या माझ्या मुलाच्या उपयोगी पडणारी माणसं मीही जवळ केली आहेत. त्यांचा पक्षबिक्ष मी काही जाणत नाही. माणसं म्हणून आम्ही जवळ आलेलो आहोत.' विचारणाऱ्याला ते आपली भूमिका सांगत. साखर कारखान्याच्या मंडळींकडं त्यांची अधूनमधून उठबस असे. एक-शेवडी बारीक अंग, पण त्यात नाना कळा होत्या. पिढ्यान्‌पिढ्या चालत आलेलं बेरकीपण त्यात मुरलं होतं. अनेक किस्से, भानगडी सांगत. त्यामुळं त्यांची संगत प्रत्येकालाच हवी हवी अशी वाटे.

"काय चाललंय सध्या?'' बाहेर पडल्यावर बाबूरावांनी त्यांना विचारलं.

"काय चाललंय? धाकट्याला रांकेला लावायचं बघतो आहे. त्याला एक

'जनरल स्टोअर्स' थाटून द्यायच्या उद्योगात आहे– कुळकरण्याचा शेवटी वाणी करायचा विचार आहे. तुमचं काय चाललंय?''

''येईल त्याला तोंड देत बसलोय झालं. मळ्यातलं आंब्याचं थोरलं झाड पडलं आहे. त्याच्या फळ्या कापून जिल्ह्याला न्याव्या म्हणतोय.''

बाबूरावांनी मोटारसायकलला किक् मारली.

पुण्यतिथीचा दिवस उजाडला. दरम्यान बऱ्याच घटना घडून गेल्या. आठ दिवस अगोदर बाबूरावांनी पॉवरमाग विणकर-संघाची मीटिंग आपल्या बंगल्यावर बोलावली होती. रामपुरात जवळजवळ अर्धीअधिक वस्ती विणकरांची. महाराष्ट्रातला बराच मोठा विणकर-समाज तिथं गेली चाळीसभर वर्षं एकवटून गेला होता. पॉवरमागांचं एक शिक्षणकेंद्र तिथं चालवलं जात होतं. इतर जाती-जमातीचे लोक तर हा उद्योग करीत होतेच; पण विणकर-संघात कोष्टी समाजाचा फार मोठा भरणा होता. महादेव लाटणे– सारखी माणसं परदेशात जाऊन आली होती. गावातील बहुतेक पॉवरमाग या समाजाच्या ताब्यात होते. बाबासाहेब याच समाजातून वरती आलेले. मागाला उपकारक म्हणून त्यांनी स्वातंत्र्यपूर्व काळात स्वत: शेती कसून जातिवंत कापूस शेतात पिकवला होता. पुढं त्या कापसाच्या जातीचा फैलाव इतका, इतका झाला की, आसपासच्या परिसरात कापूसच विशेष पिकू लागला. पण स्वातंत्र्यानंतरच्या काळात साखरकारखाने महाराष्ट्रभर झाले. उसाची पैदास रामपूरच्या परिसरात वाढू लागली. बाबासाहेबांनाही कापसापेक्षा साखरकारखाना राजकीय आणि सामाजिक कार्यासाठी उपयोगी पडेल असं वाटू लागलं. त्यांनी त्याची स्थापना करून आसपासचा परिसर पुन्हा उसाच्या पिकानं बदलून टाकला.

बाबूरावांनी आपल्या वडिलांच्या कर्तृत्वाचा नकाशा पुन्हा एकदा विणकरसंघाच्या मीटिंगमध्ये मांडला. साखर कारखान्याच्या प्रमुख फाटकाच्या आतील भागात एक छोटंसं उद्यान करून त्यात बाबासाहेबांचा पूर्णाकृती पुतळा बसवण्याची आणि चिरस्मृती राहण्यासाठी त्या परिसराला 'सुतखंडे नगर' असं नाव देण्याची योजना मांडली. सर्वानुमते ती मान्य करून घेतली.

बाबूरावांच्या या योजनेला साखरकारखान्याच्या बोर्डाच्या मीटिंगमध्ये मान्यता मिळाली नाही. त्या योजनेत अनेक अडथळे निर्माण होतील असं सांगण्यात आलं. दादासाहेब देशमुखांनी ती योजना अवाजवी स्वरूपाची कशी आहे, हे सांगून पुतळ्याच्या योजनेस मात्र मान्यता दिली. तंग वातावरणातच ती बैठक संपली होती.

आज गावकऱ्यांची उत्सुकता शिगेला पोचली होती. बाबासाहेबांच्या स्मारक योजनेची घोषणा पुण्यतिथीच्या आजच्या सभेत काय होणार आहे, याविषयी प्रत्येकजण अंदाज व्यक्त करत होता. शाळेच्या पटांगणात आडव्या-उभ्या फुरफुऱ्या

लावण्यात आल्या होत्या. एका कोपऱ्यात कायम स्वरूपाच्या केलेल्या स्टेजवर टेबल-खुर्च्या मांडलेल्या, प्रखर प्रकाश टाकणारे दिवे लावलेले. त्यांच्या प्रकाशात हार घातलेलं बाबासाहेबांचं रंगीत छायाचित्र उठून दिसणारं. अध्यक्षाच्या खुर्चीवर दादासाहेब देशमुख होते. प्रमुख वक्ते म्हणून बाबूराव सुतखंडे दादासाहेबांपासून तिसऱ्या खुर्चीत बसले होते. कारखान्याचे उपाध्यक्ष श्रीपतराव टापरे दादासाहेबांपाशी काहीतरी बातचित करत होते. पहिल्याच पुण्यतिथीमुळं गर्दी चिक्कार झालेली. डायरेक्टर मंडळी खेळीमेळीत एकमेकांशी बोलत असली तरी, बाबूराव गंभीरपणे खुर्चीत बसलेले. मनातले विचार कसे मांडावेत याचा विचार त्यांच्या मनात अस्वस्थता निर्माण करीत होता.

दोन-तीन कार्यकर्त्यांची बाबासाहेबांच्या आठवणींविषयीची भाषणं झाली. प्रत्येकजण गहिवरल्यासारखा बोलत होता. 'दादासाहेब बाबासाहेबांचं योग्य ते स्मारक करतीलच. त्यांच्यावर आमचा पूर्ण विश्वास आहे. ते बाबासाहेबांचे दुसरे प्राण आहेत.' अशासारख्या वाक्यांनी प्रत्येकजण भाषण आटोपून खाली बसत होता. दादासाहेबांना आतून वश झालेल्या त्या वक्त्यांच्या पोचट भाषणांनी बाबूराव आतल्याआत धुमसत होते.

शेवटचे प्रमुख वक्ते म्हणून बाबूराव बोलायला उभे राहिले. श्रोत्यांमध्ये एकदम शांतता पसरली. गंभीर आवाजात बाबूरावांनी वडिलांचं कर्तृत्व थोडक्यात सांगितलं.

"...या रामपूरच्या आसपासचा चाळीसभर मैलांचा परिसर बाबासाहेबांच्या कर्तृत्वामुळं पालटून गेला आहे, हे ह्या मातीचा कण नि कण सांगू शकेल. कशाचीही इच्छा न करता ते चंदनासारखे झिजले. सगळ्यांना आपल्याबरोबर घेऊन त्यांनी कार्य केलं. त्यांच्या हाताखाली कार्यकर्त्यांची एक पिढीच्या पिढी तयार झाली. आपल्यासमोर बसलेली ही अधिकारी मंडळी म्हणजे बाबासाहेबांसारख्या वटवृक्षाच्या फांद्या नि पारंब्याच आहेत. या फांद्या-पारंब्यांनी मूळ वृक्षाची आठवण ठेवून बाबासाहेबांचं स्मारक करावं; अशी मी त्यांना विनंती करतो. आज फोटो-पुतळ्यांची स्थापना कुठंही होऊ शकते. कोणताही सामान्य कार्यकर्ता पैसे जमवून आपल्या पुतळ्याची व्यवस्था जिवंतपणीच करू शकतो. कार्यकर्त्याच्या मरणानंतर त्याचा मुलगा किंवा भाऊ पुतळा उभा करू शकतात. पुतळ्याचं आता अप्रूप राहिलं नाही. ते कुणाचेही उभारले जाऊ शकतात. त्याच मापानं बाबासाहेबांचं कार्य मोजणं म्हणजे लाकडं जोखायच्या तराजूनं सोनं मोजल्यासारखं होईल. त्यामुळं बाबासाहेबांच्या कार्याचं योग्य मूल्यमापन होणार नाही. मला वाटतं की, ज्या ह्या परिसरात बाबासाहेबांची सावली कायमची पडली आहे, ज्या मातीच्या कणाकणात बाबासाहेबांच्या कर्तृत्वाची पाळंमुळं शिरली आहेत; त्या मातीला, त्या या पंढरीला, या नव्या परिसराला बाबासाहेबांच्या नावानंच ओळखावं.

'बाबासाहेब सुतखंडे-नगर' असं याचं नाव ठेवून बाबासाहेबांचं योग्य असं स्मारक करावं. स्वातंत्र्योत्तर काळात अशी अनेक नवी नगरं महाराष्ट्रभर वसत आहेत. त्यांना त्या त्या परिसराच्या कार्यकर्त्यांची, शिल्पकारांची नावं दिली गेली आहेत. बाबासाहेब त्या शिल्पकारांपेक्षा कोणत्याही बाबतीत काकणभर चढच असतील पण कमी निघणार नाहीत. म्हणून त्यांचं नाव या परिसराला देण्याचा ठराव याच सभेत समस्त गावकऱ्यांच्या आवाजी मतदानानं पास व्हावा; अशी मी सर्वांनाच विनंती करतो. कारखान्याच्या बॉडीपेक्षा गावाचा कौल मला महत्त्वाचा वाटतो.''

टाळ्यांच्या कडकडाटात बाबूराव खाली बसले. पाठोपाठ बाबासाहेबांच्या नावानं चार-पाच वेळा प्रचंड जयघोष करून गावकऱ्यांनी उत्स्फूर्त प्रतिसाद दिला.

त्या प्रचंड प्रतिसादानं क्षणभर दादासाहेबही बुचकळ्यात पडले. बाबासाहेबांच्या कोणत्याही स्मारक-योजनेला लोक प्रतिसाद देणार याची त्यांना खात्री असली तरी, तो इतका जयघोषात दिला जाईल असं त्यांना वाटलं नव्हतं. बाबूरावांच्या बळाची त्यांना कल्पना आली. स्वत:ला सावरत ते अध्यक्षीय भाषणासाठी उठले. पुन्हा बाबासाहेबांच्या नावाचा जयघोष झाला. त्या जयघोषाला साजेसा बाबासाहेबांच्या विषयीचा आदर दादासाहेबांनी जाणीवपूर्वक व्यक्त केला. त्यांच्या कार्याचे गोडवे गाता गाता हळूहळू ते मुख्य विषयाकडे वळले.

''...बाबासाहेबांच्या कार्याला साजेल असं त्यांचं स्मारक जरूर झालंच पाहिजे. ते करण्यासाठी आम्ही सर्वस्व वेचून कष्ट करू. बाबासाहेबांचं स्मारक हे खरं त्यांच्या कार्यातच साठवलं आहे. त्या कार्याची नोंद इतिहासाला घ्यावीच लागणार आहे. बाबासाहेबांच्या कार्याला आणि त्यांच्या दृष्टीला वाट पुसतच आपण पुढचं कार्य करणार आहोत. त्यांच्यामध्ये गांधीवादी विचार रुजलेला होता. व्यक्तिपूजेला त्या विचारात थारा नव्हता. कार्याला तिथं महत्त्व होतं. तुम्ही-आम्ही त्यांचं नाव किती गावांना आणि किती संस्थांना देतो आहोत हे खरं तर महत्त्वाचं नाही. त्यांनी आरंभलेलं विकासाचं महान कार्य आपण किती एकोप्यानं चालवणार आहोत, त्याला कशी गती देणार आहोत; यामध्ये बाबासाहेबांचं खरं स्मारक होणार आहे. ह्या स्मारकाचा नीटपणे विचार करूनच निर्णय घेतला पाहिजे. बाबासाहेबांच्या कार्याचं मूल्यमापन अशा भव्य स्मारकयोजनांना गती देऊन करता येणार आहे. त्याचा सर्वांगीण विचार झाला पाहिजे. एवढ्या तडकाफडकी निर्णय घेऊन भागणार नाही. येणाऱ्या सर्व सूचनांचा मुळातूनच विचार करणं जरूर आहे. योग्य सूचनांचा आदर तर केला जाईलच...''

आणि मग बाबासाहेबांच्या घोषणा देतच सभा विसर्जित झाली. निर्णय मात्र काहीच झाला नाही. एक कमिटी नेमून तो लौकरच जाहीर करण्यात येईल, असं

सांगण्यात आलं.

दोन दिवस गेले.

दादासाहेब कारखान्याचं काम काढून जीप घेऊन जिल्ह्याला चालले होते. मुकुंदराव मुलाला भेटण्यासाठी जिल्ह्याला येणार होते. त्यांनी दादासाहेबांकडं निरोप पाठवला होता. दादासाहेबांची तयारी झाल्यावर जीप मुकुंदरावांना आणण्यासाठी गेली.

दादासाहेब त्यांच्यांशी गप्पा मारायला उत्सुक होते. त्यांच्या तल्लख बुद्धीतून दादासाहेबांना अनेक गोष्टींच्या किल्ल्या सहजासहजी मिळून जात. मुकुंदरावांच्या तोंडून बाहेर पडलेली गावातील 'हवा' त्यांच्या अंगावरून जाई. त्यांना अंदाज घेता येई. परवाच्या सभेत निर्माण झालेल्या तणावामुळं बाबूरावांच्या विषयी त्यांना काळजी वाटत होती. बाबासाहेबांचा मुलगा बाबूराव यांना जपणं अनेक कारणांनी दादासाहेबांना आवश्यक होतं. त्यांचं सळसळतं रक्त विणकर-संघाची आणि युवकांची शक्ती हातात घेऊन उभं होतं. कोणत्या क्षणी ते अग्नि-अस्त्र कुठं पडेल याची काळजी दादासाहेबांना लागून राहिली होती. पण त्याचा सुगावा ते कुणालाही लागू देत नव्हते.

एक तटस्थ माणूस म्हणून मुकुंदरावांचं परवाच्या सभेविषयीचं मत ऐकून घेण्याची त्यांना उत्सुकता होती. त्यांची वाट पहात ते दिवाणखान्यात पानाला चुना लावत होते.

मुकुंदरावांना घेऊन जीप दारात आली नि दादासाहेब उठले. गाडीत चढले नि जीप हमरस्त्याला लागण्यासाठी वळली.

इकडतिकडच्या गप्पा सुरू झाल्या. जीप हमरस्त्याला लागली होती. अर्धा तास असाच गप्पांत गेला नि दादासाहेबांनी सहज विषय काढला–

"मुकुंदराव, तुमचा आम्हाला एका बाबतीत सल्ला पाहिजे.''

"खरं म्हणता? कशाबद्दल?''

"बाबूरावांच्या स्मारकयोजनेबद्दल.''

"त्या दिवशी तुमची दोघांचीही भाषणं मला फार चांगली वाटली. त्यात सरसंवरसं करायला मला अजूनही जमलं नाही.''

मुकुंदरावांनी आपली सावध चाल शांतपणे चालू ठेवली.

"का बरं? तुम्ही स्मारक-योजनेचा काही स्वतंत्र विचार केलाच असेल की!''

"तसा मी काही केला नाही. आणि करूनही काही उपयोगाचं नाही. माझी किंमत मी ओळखून आहे. म्हणून तुमच्या आणि बाबूरावांच्या मनात काय ठरेल त्यालाच मान्यता द्यायची, असं मी ठरवलं होतं.''

"एकमतानं ठरेल असं वाटतं?"

"न वाटायला काय झालं? बाबूराव तर तुम्हांला मुलाच्या जागी आहेत. बाबासाहेबांचा दुसरा प्राण तुमच्या देहात आहे, असं आम्ही मानतो."

"सगळे मानतात, पण बाबूराव मानतात का?"

"सगळ्यांच्या पुढं बाबूराव जाऊ शकणार नाहीत." मुकुंदराव.

"तसं तुम्हाला वाटतं, पण त्यांना वाटलं पाहिजे ना. त्यांना बाबासाहेबांचा औरस वारसा मिळालाय. त्यामुळं बाबासाहेबांविषयी त्यांच्या भावना तीव्र आहेत. भावनाविवश होऊन ते विचार करतात. सामाजिक कार्य करताना असं होऊन कसं चालेल?"

"भावना तीव्र असल्या तरी बिघडत नाही. आमच्याही भावना तीव्रच आहेत. बाबूरावांनी सुचवलेल्या स्मारकाची योजना मान्य करायला काय अडचणी आहेत? आपलं चर्चा करण्यासाठी म्हणून विचारतोय हां."

"अहो, गावाचं नाव बदलता येणं कसं शक्य आहे? नामान्तराचा प्रश्न आहे हा. त्याची पाळंमुळं भूतकाळात खोलवर रुजलेली असतात. आता हे खरं की, अगदीच नवी वसाहत जर आपण वसवली, तर तिला बाबासाहेबांचं नाव देता येईल. पण कारखान्याचा सगळा परिसर हा रामपूरचाच आहे."

"दादासाहेब, आपलं जुनं रामपूर आता राहिलं आहे कुठं? त्या मूळ गावाच्या तिप्पट चौपट पसारा गावाच्या पूर्वेला मोटार रस्ता मधे धरून झाला आहे. ह्या वस्तीलाच 'बाबासाहेब सुतखंडे नगर' असं नाव द्यायला काय हरकत आहे? शिवाय रामपूरचं नाव काही कुठं जाणार नाही. ते राहणारच आहे."

"तुमची तशी कल्पना आहे. जुन्या रामपुरात नुसता मजूरवर्ग शिल्लक राहिला आहे. पैसेवाले सगळे नव्या वस्तीत राहायला आले आहेत. शाळा, सोसायट्या, बँका, नवी औद्योगिक वसाहत, पोस्ट, सुशिक्षितांची, व्यापाऱ्यांची वस्ती सगळी नव्या वसाहतीत आली आहे. सगळा व्यवहार जर ह्या नव्या वसाहतीत होत असेल, तर रामपूरचं नाव घेणार कोण? एखाद्या मोठ्या शहराच्या उपविभागासारखं हे होऊन जाईल."

"समजा; तसं झालं तरी काय बिघडलं?"

"मला एक सांगा; रामपूर गावाचाच हा विकास आहे ना? म्हणून रामपूरचं नाव राहू दिलं पाहिजे. 'रामपूर' हे नाव तुमच्या कानाला कसं काय वाटतं?"

"चांगलं वाटतं की! देवाचं नाव आहे ते. रामपुराच्या गावठाणात राममंदिर आहे."

"मुकुंदराव, या नावाला एक मोठा इतिहास आहे. शिवाजी महाराजांच्या जुन्या नातेवाईकांचं हे गाव आहे. महाराजांच्याही अगोदरच्या काळात ह्या भागाची देशमुखी

चंद्रोजीनं, आमच्या कुळाच्या मूळ पुरुषानं मिळवली होती. त्याची तीन पोरं लढाईत मारली गेली होती. शेवटी वयाच्या पंचावन्नाव्या वर्षी नव्या संबंधातून त्यांच्या पोटी रामाच्या कृपेनं चौथा पोरगा जन्माला आला. त्याचं नाव त्यांनी रामदेवच ठेवलं होतं. त्याच्या नावानं हे नवं वतनी गाव वसवलं आहे. पुढं ह्या रामदेवरावानं महाराजांना आपल्या जोरावर आसपासचा बराचसा मुलूख जिंकून दिला. सोन्याची, धनाची मदत केली. महाराजांच्या खांद्याला खांदा लावून लढाया केल्या आणि स्वराज्यस्थापनेस मदत केली. तेव्हापासनं ह्या गावाचं नाव इतिहासात आहे. प्रत्यक्ष महाराज या रामाच्या चरणी डोकं ठेवून गेल्याचा उल्लेख जुन्या कागदपत्रात आहे. हे गाव त्यावेळी वसलं म्हणून तुम्ही-आम्ही आज इथं आहोत.''

''असं?... मला हे माहीत नव्हतं.''

''खरं तर तुम्हाला हा इतिहास माहिती असायला पाहिजे. तुमचे पूर्वज हे ह्या गावचं कुळकरणीपण सांभाळत होते.''

''तेवढी माहिती आहे.''

दादासाहेब देशमुख किंचित हसत म्हणाले,

''कसले कुळकरणी तुम्ही? वास्तविक ही माहिती तुम्हीच आम्हाला नि ह्या गावाला पुरवली पाहिजे. नुसतीच वतनं कसली भोगत बसता?''

मुकुंदराव मिष्कील हसले.

''कुठं आहेत ती वतनं आता, दादासाहेब? वाडवडिलांनी कर्दे ठेवले होते. स्वातंत्र्य आल्यावर कायद्यानं त्यांना ती गेली. आम्ही आता फक्त नावाचेच कुळकर्णी राहिलो. पोटापुरतं मिळतंय त्यात समाधान मानतोय. रामाच्या कृपेनं तुमच्या जमिनी तुमच्या ताब्यात राहिल्या; बहुजन समाजाचं राज्य आलं म्हणून तुमचं हे वतन टिकलं.''

''नुसतं तेवढंच कारण नाही. ही सगळी शेती आम्ही घरातच कसत होतो. तुमचे बापजादे शिक्षण घ्यायला, नोकऱ्या करायला शहरगावात गेले. तिथं इंग्रज सरकारचे कायदेपंडित होऊन न्यायनिवाडा करत बसले. तुम्हीच तेवढे उरलेल्या वतनाचं घोंगडं जाईल म्हणून इथं परत आलात. आम्ही तसेच अंगठेबहाद्दर राहिलो नि शेतीची माती खात बसलो. त्याची फळं आज भोगतो आहोत. ते जाऊ द्या... माझं म्हणणं असं की, ह्या गावचा सगळा जुना इतिहास पुसून गावाचं नाव बदलायचं म्हणजे आपणच आपल्या बापजाद्यांचं नाव पुसून टाकण्यासारखं आहे. गावाला तुम्हीच हे सांगितलं पाहिजे. अगोदरच महाराष्ट्रातून ऐतिहासिक खुणा आहेत त्या जपण्याकडं महाराष्ट्रशासनाचं दुर्लक्ष होतं, असं जनता ओरडते. निदान ह्या गावच्या लोकांनी तरी आपल्या गावच्या ऐतिहासिक खुणा काळजीपूर्वक जपायला पाहिजेत. तुमच्यासारख्यांनी ही जबाबदारी घेऊन लोकांना माहिती दिली पाहिजे. त्यांच्या भावना

जाग्या केल्या पाहिजेत.''

"तुम्ही म्हणता तेही खरं आहे. विचार केला पाहिजे यावर.''

ड्रायव्हरनं जीप वर्कशॉपसमोर थांबवली तेव्हा मुकुंदरावांच्या लक्षात आलं, की आपण मोठा पल्ला गाठला आहे. तत्परतेनं ते उठले.

खाली उतरता उतरता दादासाहेबांना ते म्हणाले,

"तुमच्या मतावर गंभीरपणे विचार झाला पाहिजे. गावची एकमूठ केवळ किरकोळ मतभेदावर फुटता कामा नये. आपण सगळेच याबाबतीत प्रयत्न करू या. पुन्हा भेटतो मी आपल्याला.''

दादासाहेबांनी होकारार्थी मान हलवली आणि हात वर केला. जीप हलली.

जिल्हा काँग्रेस कचेरीच्या दिशेनं भन्नाट जाणाऱ्या जीपकडं क्षणभर पाहत मुकुंदराव तिथंच उभे राहिले. त्यांच्या चेहऱ्यावर किंचित मिश्किल हास्य उमटलं. डोळे मिचमिचे झाले आणि हातात काही तरी आल्यासारखं वाटलं. त्यांनी एकदम काही तरी पकडावं तशी मूठ आवळली. झटक्यासरशी टोपीचा कोन टोकदार करत ते वर्कशॉपच्या ऑफिसकडं वळले.

अगदी अपघातानं बाबूराव आणि युवककाँग्रेस जिल्ह्याचे एक कार्यकर्ते समोरच्या हॉटेलमध्ये नुकतेच चहा प्यायला टेकले होते. बाबूरावांची नजर सहज काचेपलीकडं रस्त्यावर गेली नि त्यांना हे दृश दिसलं. आधल्या दिवशीच युवककाँग्रेसच्या कार्यकर्त्यांशी काही चर्चा करण्यासाठी म्हणून ते इथं आले होते. कार्यकर्ता आणि ते काही खास बोलण्यासाठी म्हणून हॉटेलात शिरले, तोवर हे दृश्य दिसलं. ते तसंच टिपून काही झालंच नाही, असा चेहरा करून ते चहा पिऊ लागले.

चार-पाच दिवस गेले.

संध्याकाळच्या सुमारास बाबूराव आपल्या बंगल्याच्या हॉलमध्ये मळ्यातून येणाऱ्या ट्रॅक्टरची वाट बघत बसलेले. ट्रॉली भरून फळ्या येणार होत्या आणि दुसरे दिवशी संध्याकाळी जिल्ह्याला 'हुपरीकर टिंबर मार्ट'वर त्या पाठवल्या जाणार होत्या.

फोनची घंटी वाजली म्हणून त्यांनी तो उचलला. मुकुंदराव कुलकर्णींचा फोन होता.

"नमस्कार मुकुंदरावजी, काय म्हणताय?'' बाबूरावांनी नमस्कार ठोकला.

"तुमच्या मळ्यात आंब्याच्या फळ्या कापण्याचं काम चाललं होतं ना?''

"होय.''

"पूर्ण झालं का ते?''

"आताच ट्रॅक्टर फळ्यांची ट्रॉली घेऊन गावात येणार आहे. काही गडबड आहे का?''

"छे छे! अहो, आमच्या निशिकांतसाठी एक दुकान टाकून देण्याची धडपड करतो आहे. जागा बांधून पुरी झाली आहे. तिन्ही भिंतींच्या बाजूंनी खोकी करायला थोड्या फळ्या लागतील. तूर्त आंब्याच्याच फळ्या वापरायचा विचार आहे. तुमच्या मळ्यावर काम चाललंय असं तुम्ही म्हणाला होता. म्हटलं विचारून पाहावं."

"मग फोनवरून काय बोलताय. बंगल्यावर या ना. गाडी पाठवून देऊ काय?"

"नको नको. मी येतो ना. तुम्ही आहात की नाही याची चौकशी प्रथम करावी नि मग जावं असा विचार केला होता."

"फळ्यांचं काम काही अवघड नाही. तुम्ही या तर खरे."

बाबूरावांनी फोन खाली ठेवला नि गोपूला हाक मारली.

"गोपूऽ."

"जी."

गोपू आला.

"हे बघ, मुकुंदराव कुलकर्णी येणार आहेत. थोडा शिरा कर आणि ते आल्यावर घेऊन ये. मग आलं टाकून चहा कर. जा."

मुकुंदराव कानठळ्या बसवणारा आवाज करीत मोटारसायकलवरून आले.

"या या. अरे, फटफटी घेऊन आलात की विमान?"

"चिरंजीवांचं काम. सायलन्सर वर्कशॉपमध्ये ठेवूनच गाडी घेऊन आलेत. का? तर मला तिची गरज होती. म्हटलं, आता असंच जाऊन येऊ. करता काय? एवढंच वाहन आहे."

"मुलं घेतील का आता जीप."

"ते पुढचं पुढं."

मुकुंदराव हॉलमधे विराजमान झाले.

"एकटेच दिसताय?" बसता बसता त्यांनी विचारलं.

"तूर्त एकटाच."

दोघेही एकमेकाकडं बघून मोठ्यानं हसले.

बोलता बोलता फळ्यांचा सौदा ठरला. जिल्ह्याच्या ठिकाणापेक्षा फळीपाठीमागं 'एक रुपाया' कमी द्या; म्हणून बाबूरावांनी तो संपवून टाकला. मुकुंदरावांनाही तो मान्य झाला.

मनात हेतू ठेवून आलेल्या मुकुंदरावांनी विषयाला सहज हात घातला.

"तुमची स्मारकाची योजना आम्हांला एकदम पटली हं."

बाबूराव त्यांच्याकडं रोखून बघता बघता हसत म्हणाले,

"कशी काय एकदम पटली? काय राजकारण खेळताय!"

मुकुंदराव एकदम हासले.

"छे छे! यात काय राजकारण खेळण्यासारखं आहे? आणि आता जोशी-कुळकर्ण्यांचे राजकारणाचे दिवस आहेत कुठं? आँ?'

"मग योजना एकदम कशी काय पसंत पडली?"

"अहो, बिनपैशाची योजना. तरी कायमचं स्मारक होतंय. ज्या परिसराला एखाद्याच्या कार्यानं वैभव प्राप्त झालं असेल, तर त्याला त्या व्यक्तीचं नाव द्यावं, याच्या सारखी सगळ्यात साधी आणि सगळ्यांत उत्तम योजना नाही. आपल्या स्मारक योजना ह्या हजारो रुपये खर्चाच्या असतात. त्यांच्यांतनं पुतळे आणि चबुतरे उभे राहण्यापलीकडं काही निर्माण होत नाही. त्यापेक्षा ही योजना दिसायला साधी आणि असायला उत्तम आहे. व्यक्तिपूजेची भानगड नाही. एकदम गांधीवादी तत्त्वज्ञानाला धरून आहे."

"कारखान्याच्या परिसरात बाबासाहेबांचा पुतळा उभा करायचा आहेच. दादासाहेब तो करणार म्हणतात."

"तो तुम्ही कराच. त्याबद्दल आमचं काही म्हणणं नाही. पण या परिसराला बाबासाहेबांचं नाव देण्याची कल्पनाच त्यांचं उत्तम स्मारक ठरू शकेल असं मला वाटतं."

"पण दादासाहेबांना ही योजना पटत नाही."

"त्यांना कशी पटवून द्यायची हे तुम्ही पाहा. मला वाटतं, त्यांना तुम्ही चर्चा करून नीट पटवून देऊ शकाल."

"बोर्डाच्या मिटिंगमध्ये खूप चर्चा झाली."

"मग?"

मुकुंदराव साळसूदपणे विचारतात हे बाबूरावांच्या लक्षात आलं होतं. पण त्यांनी मनात काही हेतू ठेवून त्यांचं ते नाटक तसंच चालू ठेवू दिलं.

"नाव देण्यात अडचणी येतील म्हणतात."

"अडचणी कसल्या? सरकारला कळवावं लागेल गॅझेटमध्ये प्रसिद्धी करण्यासाठी, एवढंच. गावकऱ्यांचं म्हणणं तर गावाला नवं नाव द्यायचं असेल तर सरकार काही त्यांच्या तोंडाला हात लावू शकत नाही. हाऽऽ! आता दादासाहेबांच्या मनातच नसेल तर मात्र खरी अडचण आहे."

"तुम्हाला काही बोलले का?"

"नाही बुवा! सभेतच नाही का बोलले अडचणी आहेत म्हणून. त्यांच्या मनात काय आहे कुणास ठाऊक!"

"त्यांच्या मनात दुसरं काय असणार? ते ह्या गावचे देशमुख. देशमुखी वतनाच्या गावचं नाव ते कसं बदलू देतील? ते लक्षात घेऊनच मी नव्या परिसराला बाबासाहेबाचं नाव देण्याची योजना मांडली होती."

"पण त्यांना सगळ्या गावाचंच नाव बदललं जाईल अशी भीती वाटतीय. माहिती म्हणून सांगतो. मीही वारशानं इथला कुलकर्णी..."

आणि मग मुकुंदरावांनी दादासाहेबांनी रामपूरची ऐतिहासिक माहिती जी दिली होती तीच आपल्या नावे सांगितली.

"असं? मला एवढी माहिती नव्हती. बरं झालं तुम्ही माहिती सांगितली ते... त्यांच्या अडचणींची मला आता नीट कल्पना येईल. त्यांना ते खूपच अडचणीचं होणार, असं दिसतंय."

"स्वाभाविक आहे. आता वाडवडिलांचं नाव पुसून दुसऱ्या कुणा तरी परक्याचं नाव द्यायला कुणाला बरं वाटणार? नाही म्हणजे, मी आपली वस्तुस्थिती सांगतो. कुणाही माणसाच्या भावनांचा तिथं प्रश्न येतो."

"म्हणजे? कधी काळी होऊन गेलेला पूर्वज जवळचा, की काल होऊन गेलेला तुमचा बाप जवळचा?"

"तेच म्हणतो मी. बाबासाहेब काय परके पुरुष आहेत? अहो, ते झाले म्हणून तर हे सगळं आहे. तुम्ही-आम्ही आज ह्या स्थितीला आहोत. दादासाहेबसुद्धा बाबासाहेबांच्या पुण्याईनंच आजच्या पदाला पोचलेत... मी स्पष्ट बोलतो माफ करा."

"ते जगाला दिसतंच आहे. त्यांच्या सारखाच मी वाडवडिलांचा विचार केला असता, तर बाबासाहेबांच्या पदाधिकाराचा हक्क मीच सांगायला पाहिजे होता."

मुकुंदराव नुसतेच खूष होऊन हासले. बाबूरावांनी त्यातील होकार समजून घ्यावा अशी त्याची इच्छा. मात्र होकारार्थी मान काही त्यांनी हलवली नाही... ती गुंतेल अशी काळजी त्यांना वाटली असावी.

स्वत:च्या बोलण्यातला सूर पुन्हा सावरून घेतला पाहिजे म्हणून बाबूरावांनी शब्दांची मांडणी बदलली. "अर्थात मी हा हक्क कधीच सांगितला नाही; सांगणार नाही. पण बाबासाहेबांच्या कार्यावर मी कोणत्याही प्रकारचा अन्यायही होऊ देणार नाही. अर्थात मी होऊ देणार नाही म्हणजे त्या गावची जनता होऊ देणार नाही. जनमत मी बोलून दाखवतोय. तुम्हीही गावातील नागरिकांचा कानोसा घेतला तर त्यांच्या बाजूनंच उभे राहाल. खरं तर राहिलाच आहात. कारण तुम्हालाही ती योजना एकदम पटली आहे."

"होय. ह्या गावचा मीही एक नागरिक आहे. तुम्हाला माहिती म्हणून आणखी एक गोष्ट सांगतो. चाळीस-पन्नास वर्षांपूर्वी ह्या गावची परिस्थिती वेगळी होती. देशमुख-साहेबांचं वतनी गाव हे. ब्रिटिश काळात कसं शांत होतं. गावचा मुख्य उद्योग म्हणजे शेती. ती बहुतेक सगळी देशमुखांच्या ताब्यात. उगीच चार-चार एकरांचे तुकडे हे बाकीच्यांच्या ताब्यात. वसती सगळी कुळवाड्यांची नि बलुतेदारांची. त्यात सगळे साळी, कोष्टी, सुतार, लोहार, महार, मांग, चांभार आलेच. पुढं काय

झालं; तुमच्या कोष्टी समाजातले बाबासाहेब बेचाळीसच्या चळवळीत पुढं आले. त्यांनी इथं हातमागाचा उद्योग वाढवला. तेव्हापासनं जिल्ह्यातला कोष्टीसमाज सगळा इथंच गोळा होत गेला. त्यामुळं गंमत अशी झाली की, हळूहळू कोष्टीसमाजच ह्या गावचा मुख्य समाज झाला नि बहुजनसमाजाची पिछेहाट झाली.'' मुकुंदराव थांबले. क्षणभरानं बाबूरावांच्याकडं बघत हासत हासत म्हणाले, ''आता बाबासाहेबांच्यामुळं हा जो गावाचा कायापालट झाला; त्यामुळं देशमुखसाहेबांची एका अर्थी पंचाईतच झाली. वाडवडिलार्जित शेकडो वर्षं चालत आलेली गावाची सूत्रंच आपल्या हातून कोष्ट्या-कुणब्यांकडं जातात का काय याची काळजी त्यांना फार वाटत होती. आताशा कुठं बाबासाहेब गेल्यावर त्यांना निर्धास्त वाटू लागलंय. आपली माहिती म्हणून तुम्हाला सांगतो.''

बाबूरावांना मुकुंदरावांच्या बोलण्याचा किंचित वेगळा वास आला. ''मला नाही तसं वाटत. तसं असतं तर बाबासाहेबांच्या जिवाला जीव देत, त्यांच्याच कार्याला हातभार लावत त्यांनी हयात काढली नसती.'' त्यांनी एक खडा टाकला.

''तेही खरंच आहे. बाबासाहेबांचा दुसरा प्राण त्यांच्यात आहे, असंच लोकही म्हणतात. पण कदाचित असंही असेल की 'अर्धं त्यजति पंडित:' या न्यायानं बाबासाहेबांचं मोठेपण आणि कर्तृत्व ओळखून त्यांनी गावची सगळीच सूत्रं बाबासाहेबांच्या ताब्यात जातात, हे जाणून निम्मी आपल्या ताब्यात ठेवण्यासाठी बरोबरीनं राहायचंही ठरवलं नसेल कशावरून? बाबासाहेबांचं वय लक्षात घेऊन, त्यांच्या मागं ती आपल्याच ताब्यात यावीत ह्या हिशेबानंही त्यांनी तशी वागणूक ठेवली नसेलच, असं सांगता येत नाही. तुम्ही जो बाबासाहेबांच्या मैत्रीचा अर्थ लावता, त्याच मैत्रीचा असाही अर्थ लावता येणं शक्य आहे; एवढंच मला म्हणायचंय. परवाच्या सभेत त्यांनी तुम्ही मांडलेल्या स्मारकयोजनेत अडचणी आहेत, असं जे म्हटलं; त्यावरूनही असा अर्थ लावता येणं शक्य आहे. आणि हाच अर्थ तुम्हालाही मनोमन पटलेला आहे, असंही मला वाटतं. फक्त तो तुमच्या सुप्त मनातला मी बोलून दाखवतोय एवढंच.''

शिरा कधीच संपला होता. खमंग चहाचे घुटके घेत मुकुंदराव बाबूरावांच्या चेहऱ्यावरील रेषांकडं बघत बोलत होते.

विणकरसमाजाची पाच-सहा मंडळी एकदम हॉलमध्ये आली आणि मुकुंदरावांच्या बोलण्याला खीळ बसली. दाराआडून बोलणं ऐकणाऱ्या वहिनीसाहेबांना हायसं वाटलं.

मग फक्त वर्तमानपत्रातील राजकीय बातम्यांवर चर्चा सुरू झाली. चर्चेत मुकुंदराव देशाचं राजकारण आणि राजकीय सत्ता जुन्या वतनदारवर्गाकडंच कशी टिकून राहिली आहे, बहुजनसमाजाच्या साळी, कोष्टी, दलित, पददलित आदि

खालच्या स्तरांत ती जाणं कसं जरूर आहे, त्याशिवाय खरी समता आणि लोकशाही कशी येऊ शकणार नाही, याविषयी बोलत राहिले.

विणकरसमाजाची साधी सरळ मंडळी त्याला मनोभावे माना हलवीत होती. मनोमन आपल्या समाजाच्या खालच्या स्तरात ढकलत होती. खालची जात म्हणजे खालचा स्तर एवढंच गणित त्यांच्या मनाशी होतं... बूबरावही एक दूरचं स्वप्न पाहात होते.

एखाद्या समंधासारखं ट्रॅक्टरचं धूड घुरघुर करीत बंगल्यसमोर येऊन उभं राहिलं. आंब्याच्या फळ्यांनी ट्रॉली भरली होती.

''फळ्या आल्या वाटतं.'' बाबूराव उठले.

त्यांच्याबरोबर सगळे उठले. मुकुंदरावही उठले.

''मंडळी तुम्ही बसा. मी आणि मुकुंदरावजी फळ्या बघून येतो.''

ते बाहेर गेले.

नव्या कोऱ्या ताज्या फळ्या बघून मुकुंदराव खुष झाले. नमस्कार करून, सुखावून परतले... ह्या फळ्यांच्या आधारानं आपल्या मुला-नातवंडांच्या पिढ्यांचं दुकान थाटता येईल, पोटापाण्याचा उद्योग उभा करता येईल असं त्यांना वाटत होतं. फटफटीचा कडकडाट करत ते अंधारात नाहीसे झाले.

कडकडाट इतका झाला की, हादरणाऱ्या बंगल्यात वहिनीसाहेबांना वाटलं, भूकंपच झाला. आता तो जिल्ह्याजिल्ह्यातून राज्यात जाईल; मग राज्याराज्यांतून देशभर पसरेल, सगळ्यांनाच हादरवून टाकील... भेगा, फळ्या, चिरफळ्या करणारी ही नरकाची करवत कुठं कुठं फिरते कुणास ठाऊक?... वहिनीसाहेब स्वत:शीच अस्पष्ट पुटपुटत होत्या.

'सुगंध' दिवाळी १९८४

■

आंघोळीचा दिवस

शांताचं शेजारचं अंथरुण मोकळंच दिसत होतं. तिनं थंडीसाठी म्हणून घेतलेल्या दोन्हीही चादरींची घडी घालून उशीवर ठेवली होती. गादीवर कुणी रात्री झोपलं नसावं इतका गादीवरचा पलंगपोस नीटनेटका करून ठेवलेला. मला माहिती न होता ती निघून गेली होती. माझी झोप जराही मोडू नये ही तिची इच्छा. जाताना तिनं पायसुद्धा वाजवले नसावेत.

उठून गडबड करण्याची आज मला काहीच गरज नव्हती. आंघोळ करून, कशीबशी न्याहारी करून वर्कशॉपवर जायचं नव्हतं. कामगारांना ज्याच्या त्याच्या कामावर जुंपायचं नव्हतं. रविवारला धरून दिवाळीची तीन दिवसांची सुटी देऊन गावाकडं आलो होतो. किंचित आळसलो होतो. जाग येऊनही पहाटेच्या गुंगीत, बाहेरच्या थंडीमुळं पांघरुणाची ऊब घेत पडून होतो. गादीवर पालथा पडून राहिलो. खाली बायकांची लगीनघरासारखी आंघोळीची गडबड चाललेली. बहिणी आपल्या मुलाबाळांना घेऊन माहेरला आल्या होत्या. तिघीही थोरल्या वहिनी उठल्या होत्या. वास्तविक शांताला आणि शिवाजीच्या बायकोला दिवाळीला पाठवून द्यायचं ठरलं होतं. दोघांच्याही लग्नाला दोनच वर्ष झालेली. तरी पण पाठवून द्यायचा बेत नंतर रहित झाला. अण्णांचा पन्नासावा वाढदिवस नेमका परवा येणार होता.

आम्हा पाचीही भावांच्या बायकांच्या घरी पत्रं पाठवून निमंत्रणं दिली होती. बायकांची यंदाची दिवाळी इकडंच होणार असल्याचं कळवलं होतं. हिराक्का व ताराक्का तर चाळिशीच्या पुढच्या. तीन एक वर्षं त्या माहेराला आल्या नव्हत्या. त्यामुळं त्यांना पोरांसह बोलावलेलं. मुलंही हायस्कूलला शिकत असलेली. त्यांनाही आजोळला येऊन ट्रॅक्टर चालवायला शिकायचं होतं. रखमा आणि राधा आपल्या छोट्या मुलांना घेऊन आलेल्या. मोजून काढलं तर ह्या घडीला घरात पस्तीस-चाळीस बारीकमोठं माणूस निघालं असतं. सगळं गोकुळ जमा झालेलं... आईला आणि बाबांना आज उदंड वाटत असणार. आईचं वय आज सत्तरीच्या आसपास गेलंय. बऱ्याच दिवसांची तिची इच्छा होती. सगळे ल्याक, लेकी, सुना, नातवंडं एका जागी यावीत, सगळी मामेभावंडं आतेभावंडांना भेटावीत, आपले आतेभाऊ कोण, मामेभाऊ कोण, आतेबहिणी कोण, मामेबहिणी कोण याचा एकमेकांना पत्ता लागावा, सगळी एका पंक्तीत जेवावीत, एका जागी खेळावीत, त्यांनी घराचं सगळं कोनं, सगळं खण भरावंत, असं तिला वाटत होतं. मोऱ्यांचं मोर-कुल तिला डोळे भरून बघायचं होतं.

माझ्या आणि शिवाजीच्या लग्नाला हे थोडंसं झालं होतं. पण आईला त्यात समाधान वाटलं नाही. आण्णांच्या इष्टमैतरांची सोय व्हावी म्हणून लग्नं कोल्हापूरला झाली. त्या लगीनघरात घरची तशी बाहेरची बरीच जमली होती. लांबचे जवळचे खूप पाहुणे घरच्यांच्यामधे मिसळले होते. जवळची स्नेही मंडळीही बरीच मिसळली होती. त्यामुळं आईला नुसता गोतावळा नीटपणे मिळालाच नाही. लगीन झालं नि सगळे भराभर निघून गेले.

तशात कोल्हापूरचं घर छोटं. त्यात जेमतेम दहाबारा माणसं सामावतील एवढीच त्या घराची कुवत. बारीक मोठ्या नुसत्या पाचसहा खोल्या. त्यात संतआप्पा पूर्वीपासनं राहतेला. कोल्हापूरला एक घर असावं, जिल्ह्याचं ठिकाण आहे, पोरांच्या शिक्षणाची व्यवस्था व्हावी, म्हणून ते खरेदी केलेलं. गेल्या वर्षी मी शिक्षण सोडून कोल्हापूरलाच वर्कशॉप घातलं. आता मी आणि शांताही त्याच घरी राहतो... आईला हे घर आपलं कधी वाटलंच नाही. तिची मुळं या येळगावच्या मातीत गच्च रुजलेली आहेत. हे घरच तिला तिचं वाटतंय. वास्तविक, जुनं घर पाडून हे नवं घर आठनऊ वर्षांपूर्वी बांधलंय. चौघांचे चार जाप्ते तयार केलेले आहेत. प्रत्येकाच्या वाट्याला चार खोल्या याव्यात, पाचवा कुणीही कोल्हापुरात राहील असा आण्णांचा हिशोब. या घराच्या मागंपुढं बाजूला भरपूर जागा ठेवलेली. वाटलंच तर प्रत्येकाला घर वाढवता येईल अशी परिस्थिती ठेवलेली. त्याच वेळी कोल्हापूरचं घर घेतलेलं. पण आईला हेच घर आपलं वाटतं. बाबान्लाही सगळा गोतावळा एकत्र जमावा असं कुठंतरी वाटत होतं. पण ते बोलून दाखवत नव्हते. त्यांचं मन या सगळ्यातनं आता बाहेर निघू लागलेलं. पण आईला गोतावळ्याची अनावर ओढ. ती एखाद्या वडाच्या

बुंध्यासारखी माती घट्ट धरून बसलेली. अंगावर असंख्य पानं फडफडतेली. रत्नासारखी फळं लगडलेली. पारंब्या जागोजाग रुजून मूळ खोडाला आधार देतादेताच स्वतंत्रपणे वाढणाऱ्या.

दोन वर्षं आण्णा आणि आप्पा हे जमवून कसं आणायचं याचा विचार करत होते. या वर्षी ती संधी अनायासे साधून आली. आण्णांचा वाढदिवस नि दिवाळी-भाऊबीज ही दोन्ही एकदम आली.

पहाटेपासूनचा सगळा बेत आईनं रात्रीच आखलेला. आज नरकचतुर्दशी. आजपासनं तीनचार दिवस न्हाणीपाणी जोरकस होणार. रोज चाळीस जणांच्या आंघोळी. तरी बरं; परड्यातच आड आहे. नाही तर दोन चाव्या किती जणांना पुरणार? त्यांचं पाणी आता स्वैपाकाला आणि प्यायलाच लागेल. बायकांची न्हाणी आईनं अगोदर करून घ्यायला सांगितलीत. मग पुरुषमंडळींच्या आणि पोरांच्या आंघोळी.

...पडल्या पडल्या मला सगळं खालचं ऐकायला येतंय. आईचा आंघोळीचा मान सुनांनी प्रथम ठेवलेला दिसतोय. खोबरेल तेलाचं भांडं शांताकडं तापवायला दिलंय. यंदा जरा थंडी लौकरच सुरू झालीय. शिवाजीची बायको परड्यातल्या दगडी चुलीवरच्या हंड्यांना जाळ घालत असावी. मघाशीच तिला थोरल्या वहिनीनं 'तिकडं जाळ बघा जरा.' म्हणून सांगितल्याचं कानावर आलंय. थोरली वहिनी नि दादाची बायको वच्चू वहिनी आईला तेल लावण्यासाठी तयारी करत असाव्यात. उटण्याची चौकशी दादाची बायको थोरल्या वहिनीकडं करते आहे... पाची सुना आईच्या सेवेत. सत्तरीच्या आसपास येऊनही आईचा आवाज अजून कडकच. अजून ती सुनांना ताब्यातच ठेवू बघते आहे. नीरा वहिनी सोडली तर चारीही सुनांना आईच्या अंकीत राहण्यात आनंद वाटतो आहे. थोरल्या वहिनींनी आईला समजून घेतलं आहे. त्या तशा गंभीर आणि समजूतदार. प्रेम आणि कर्तव्य एकवटून त्या आईशी वागतात. त्यांना माहीत झालंय की आईनं नऊ मुलांना जन्म देऊन खूप खस्ता खाल्ल्या आहेत. मुलांना घडवलं आहे, म्हणून हे दिवस आले आहेत. आप्पाच्या बायकोला हे काही कळू शकत नाही. वच्चू वहिनी गरीबच. कुणाच्याच शब्दाबाहेर जात नाही. तिचं मन काय आहे मला तरी अजून कळलेलं नाही. शिवाजीची बायको अजून अल्लड. तिच्या म्हाताऱ्या सासूचं तिला सारखं हसूच येतं. आई बोलली की तिला ती गंमतच वाटते. शांतानं कॉलेजची दोन वर्षं पुरी केलेली असल्यामुळं आणि लग्न झाल्यावर आम्ही लौकरच कोल्हापूरला गेल्यामुळं आई शांताकडं कौतुकानंच बघते.

आज सगळ्याजणीच आईच्या सेवेला लागल्या आहेत. तेल-उटणं लावून आईचं अंग रगडताहेत. आईला ते रगडणं मनातून नको आहे. तरी सुनांचा आग्रह आहे. त्यात कौतुकाचा भाग आहे. आईला त्या काही आपल्या मुलींसारख्या वाटत

नाहीत. म्हणून ती मुलींना अंग रगडण्याविषयी आग्रह करते आहे. पण आज गंमतीगंमतीनं कामांची वाटणी झाली आहे. सुनांनी अंग रगडायचं नि लेकींनी आंघोळ घालायची. आईचा नाइलाज झाला आहे. सगळाच प्रकार एखाद्या सोहळ्यासारखा चालला आहे.

बायकांच्या आंघोळी संपल्याची चाहूल लागली नि मी जिना उतरून खाली गेलो. आण्णांना प्रथम आंघोळ करून घ्यायची होती. एकदाची माणसं यायला नि बैठकीच्या खोलीत जमायला सुरुवात झाली की मग तिच्यातनं उठून येणं आण्णांना अशक्य व्हायचं. म्हणून वहिनी न्हाणीघरात पातळ गुडघ्यांच्या वर घेऊन कासोटा गच्च घालून त्यांना आंघोळीपूर्वी तेल-उटणं चोळत होत्या. आण्णांचा किंचितसा स्थूल देह त्यांनी पूर्ण ताब्यात घेतला होता. एरवी अण्णा वर्षभर कशीबशी एकट्यानंच आंघोळ करून कामासाठी ग्रामपंचायतीच्या ऑफिसात, कोल्हापूरला आणि ते नसेल तर बैठकीच्या सोप्यात पसार व्हायचे. आंघोळीला गेले न गेले 'तोवर हाईत का आण्णा?' म्हणून कुणी तरी हाक मारत बाहेरून हमखास येतं. पण आज ते काही चालू द्यायचं नाही असं वहिनींनी ठरवलेलं असावं. त्या एखाद्या वासराला ताब्यात घ्यावं नि त्याचं सगळं करावं तसं करत होत्या. रगडून रगडून त्यांची सेवा चालली होती. आण्णा काहीसे संकोचून खाली मान घालून मुकाटपणे बसले होते. वहिनींच्या चेहऱ्यावर असा भाव होता की वर्षवर्षभर या देहाची किती आबाळ करायची ती. चार तांबे अंगावर ओतायचे, घसाघसा साबण लावायचा की पुन्हा चार तांबे अंगावर ओतायचे. झाली आंघोळ. अंग पुसेल तिथं पुसेल, नाही तिथं नाही; असं करत कपडे घालायचे नि तसंच पळायचं. त्या अंगाला ना कधी रगड की ना कधी ऊन पाण्याचा नीट शेक... आज अंगाला न्याय दिलाच पाहिजे. वासाच्या तेलाचा भोग त्याला मिळाला पाहिजे.– त्यांचा एक हात आण्णांच्या मानगुटावर होता नि दुसऱ्या हातानं त्या पाठीवर तेल घसाघसा मुरवत होत्या.

''दोन बारड्या जरा कडकच पाणी काढा हो दिवाणसाब.'' म्हणून त्यांनी वच्चू वहिनीला न्हाणीघरातनंच हाक मारून सांगितलं. आण्णा मानगूट हातात देऊन 'काय व्हायचं ते होऊ दे' म्हणून तोंडानं शब्द काढत नव्हते... आज आंघोळ करू पाहणाऱ्या त्यांच्या शरीरावर बायकोचा रूढीसिद्ध हक्क आहे, याची जाणीव झाली असावी.

चहा पिता पिता मला ही गंमत दिसत होती.

समोरून न्हालेली शांता वावरत होती. चहा द्यायला जवळ आली तेव्हा केवड्याचं टवटवीत रान जवळून घमघमत गेल्यागत वाटलं. एरवी कोल्हापूरला न्हाली म्हणजे खाली गुडघ्यापर्यंत जाणारे विलक्षण मोह घालणारे केस पाठीवर मोकळे सोडते. खांद्यावर आतून पदर घेतलेला असतो. इतके लांब केस आईला दैवी

वाटत होते. आईनं तिला ते माऊलीच्या ममतेनं उदवून दिले होते– आणि पुरुषमंडळींच्या आंघोळी होईपर्यंत फडक्यात गुंडाळून ठेवायला सांगितले होते. आज डोक्यावरनं पदर घेतल्यानं ती आणखी घरंदाज वाटत होती. मी क्षणभर विचलित झालो. वर्षभर या रूपावर कामाच्या रगाड्यानं कळकट, मळकट पुटं चढत होती. पण आज ते रूप उजळण्याचा दिवस होता.

चहा पिऊन मी तिथंच आईशी गप्पा मारत बसलो. शांता निरांजनं घेऊन साफ करू लागली. कापसाच्या वाती करू लागली. पेटीतली चांदीची दोन ताटं आणून ओवाळण्याची तयारी करू लागली.

आईचा चेहरा तेलानं तुकतुकीत झाला होता. पातळ झालेले डोक्यावरचे पांढरे केस तेलात चपचपीत भिजले होते. आंघोळीनंतर तिला काही काम नसल्यामुळं ती आण्णांनी आणलेलं डफळं नऊवारी लुगडं नेसून बसली होती. हातातल्या सोन्याच्या मोठ्या पाटल्या नुकत्याच सोनाराकडनं पाणी देऊन आणल्या होत्या. छाती भरून असलेल्या पुतळ्या, टिक्का नि चिताक सगळंच उजळ दिसत होतं. दागिन्यांनं तिचा गळा आणि मोठ्या वाटोळ्या ठळक कुंकवानं भाग्यवान वृद्ध कपाळ भरलं होतं. अंगाला सुवासिक तेल-उटण्याचा वास येत होता पण तो उपरा वाटत होता. तिच्याशी तो जुळणारा नव्हता. ती हाडाची शेतकरीण. रानातल्या मातीत तिचा उभा जन्म गेलेला. तिची आंघोळ ही धरतीला पावसानं घातलेल्या बाळबोध आंघोळीसारखीच असायला पाहिजे होती; पण सुनांचा सुखवस्तू आग्रह पडला. ते तेल नि उटणं अनिच्छेनंच तिच्या अंगावर रेंगाळत होतं.

आण्णा वहिनींच्या हातून न्हाऊन एकदाचे सुटले. वहिनी मग मुलांच्या आंघोळीकडं वळल्या.

दादाला वच्चू वहिनी कपडे काढायला सांगत होती. दोघांचा अवतार बघून नीरा वहिनी नि शिवाजीची बायको बाहेर फुटणारं हसू तोंडात दाबून धरत होत्या. शांताला त्यांच्या या अवखळपणाची कल्पना होती. त्या का हसतात हेही माहीत होतं. आईचं त्यांच्याकडं लक्षच नव्हतं. सगळ्या घरात दादाचं नशीब फार खडतर. आण्णांच्या नंतर हिराक्का जन्मली नि तिच्या नंतर दादाचा जन्म. त्यामुळं आण्णांचं शिक्षण सुरू झाल्यावर दादाला बाबांनी शेतातलं काम बघण्यासाठी घातलं. दादा अडाणीच राहिला. म्हणून तर आण्णांचं, आप्पांचं, माझं, शिवाजीचं शिक्षण झालं. धरणाचं पाणी हे त्या वेळी नव्हतं. पण ते पाणी आलं नि दादा एखाद्या हत्तीसारखा शंकरला घेऊन शेतावर राबला. लक्ष्मीनं बरखत दिली. पाच एकराच्या मळ्यावर अठरा एकराचं रान घेता आलं. आण्णांची मदत झाली; नाही असं नाही. पण हे सगळं आजचं वैभव म्हणजे या हत्तीच्या पाठीवरची अंबारीच आहे. याचा पत्ता या परघरच्या बायकांना नाही. त्या अंबारीत बसायला नुसत्या आल्या. खाली कुणाच्या पाठीचे

मणके सोलताहेत याचा कुठं पत्ता आहे त्यांना.

...दादालाही त्याचा पत्ता नाही. तो आपला नुसता राबतो. एका मळ्यात तो आणि दुसऱ्या मळ्यात शंकर. आण्णा सांगतील ती कामं दोघंही करतात. शिवाजी नुसता फौजदारी करत हिंडतो. अजून त्याला समजच नाही.

वच्चू वहिनीही बिचारी दादाला गरीब नि कष्टाळू मिळाली. वसुबारसेच्या दिवशी, दादानं नि वच्चू वहिनीनं मळ्यातली दोन बैलं नि चार म्हसरं धबाधबा धुऊन काढली. दादानं जनावरांची अंगं हातणीनं खसाखसा घासायची नि वहिनीनं पाटाच्या हौदातलं पाणी बादलीनं आणून टंबरेलानं ते फडाफड जनावरांच्या अंगावर मारायचं. दादाची आत्ताची आंघोळ तशीच झाली. दादानं बैलांना जसं घासलं तसंच वच्चू वहिनीनं दादाला घासलं. भडाभडा पाण्याचे तांबे त्यांच्या अंगावर ओतले. थंड गरम काहीच विचारलं नाही. दादाही जन्मभर थंड पाण्याच्या विहिरीत आंघोळ करी. आज त्याला गरम पाणी घातलं जात होतं. मग थोडं थंड काय नि थोडं ऊन काय; फारसा फरक त्याच्या दृष्टीनं नव्हता. ओवाळणीच्या अगोदर पाण्यात अंग बुचकळलं म्हणजे बरं असतं या भावनेनंच वहिनी त्याला आंघोळ घालत होती; दादाही त्याच भावनेनं करत होता. म्हणून त्या दोघांना बाकीच्या गरती हासत होत्या.

आप्पानं तिकडच्या न्हाणीवर आपली आंघोळ आटपून घेतलेली दिसली. शिवाजी नि त्याची बायको त्याच न्हाणीघरात गेली नि दोघंही पोरकटपणा करू लागली. शिवाजीला खोड्या करायची काय हुक्की उठली होती कुणास ठाऊक! त्यानं इमलीच्या डोक्यावर दोन तांबे ओतले होते. नेहमीच धोतऱ्याच्या बिया खाल्लेली इमली खो खो करत बाहेर आली.

"काय हो दाजीबा?" थोरल्या वहिनींनी विचारलं.

"आयला! बायकू का सोंग ही. खुळ्यागत हासतंयच नुसतं. आंघूळ कशी घालायची ठाऊक तरी हाय का तिला? कुठंबी पाणी वततंय; म्हणून आंघूळ कशी घालायची ते दावलं."

शेवटी वहिनींनीच इमलीला बरोबर घेऊन शिवाजीला आंघोळ घातली. वहिनींना तो मुलासारखाच होता.

त्याच न्हाणीवर मग सगळ्या बहिणी आपल्या पोरांच्या आंघोळी आटपून घेऊ लागल्या. आरडाओरडा करत आंघोळी चालल्या. सुगंधी तेल-उटणं असूनही ते तेलकट प्रकरण आपल्या अंगाला नको असं त्या प्रांजळ पोरांना वाटत होतं. त्यांच्या आया त्यांच्या डोक्यांवर एवढं बदाबदा पाणी ओतत होत्या की पोरं त्या पाण्याच्या धबधब्याखाली गुदमरत होती. कडक ऊन पाण्यामुळं ओरडत होती. पाहुण्या मुलांच्या समोर चड्ड्या काढायला लाजत होती. तरीही त्यांच्या आया त्यांचे दंड धरून त्या काढत होत्या. बाकीची पोरं खिकखिक करून तर पोरी फिदीफिदी हासत

होत्या... सगळी गंमतीची वेळ.

आई मला म्हणाली, ''न्हाणी मोकळी झालीय; आंघोळ करून घे जा. शांतू, जा गं त्येला आंघूळ घालून घे जा. उशीर होत चाललाय; चटक्यानं मोकळ्या व्हा नि तयारी करा.''

मी शांताकडं हळूच बघितलं. शांता माझ्याकडंच डोळे तिरके करून बघत होती.

मी न्हाणीघरात गेलो. न्हाणीघर म्हणजे घडीव फरशीची एक मोठी खोली. स्वैपाकघराच्या अगदी समोर. तिच्या समोरनं पोरं माणसं जात येत. मी कपडे काढले नि ओठांत हसू ठेवून शांतासमोर पाटावर बसलो. ती थोडी गोंधळलेली दिसली.

''लाव की तेल.''

''न्हाणीचं दार झाकू या? सगळेजण समोरनंच जातायेताहेत.''

मी हसलो. ''आगं, हे येळगाव आहे; कोल्हापूर नव्हे बंद बाथरूममध्ये आंघोळ करायला. पुरुषांनी न्हाणीचं दार न लावताच आंघोळ करायची इथं रीत आहे. तू दार लावलंस तर दादाला कसे सगळे हसत होते तसे तुला हसतील– लाव तेल.''

गोंधळलेल्या मनानंच तिनं खोबरेल, वासेल नि उटणं एकत्र केलं. मला एखादा लेप लावावा तसं अंगठा तळहातावर मुडपून चारी बोटांनीच हळूवार तेल लावू लागली.

मला खो खो हसू आलं.

''काय झालं?''

''तू मला तेल लावतेस का लेप?''

''म्हणजे?''

''म्हणजे काय; चांगलं रगड ना अंग. तेल नेट लावून अंगावर घास; म्हणजे मुरेल.''

ती अधिकच गोंधळून तेल लावू लागली. एखादी साबणवडी अंगावरनं आडवीतिडवी फिरावी तसा तिचा हात पाठीवरनं फिरत होता. छातीवर तेल लावताना, पायांच्या पोटऱ्यांवरून गुडघ्याकडं येताना, तेथून मांडीकडं जाताना तिच्या काळजाची धडधड मला ऐकू यावी इतकी जोरकस चाललेली. डोळ्यांत बावरलेपणा आलेला... समोरून लोक जात-येत आहेत नि आपण नवऱ्याच्या उघड्या अंगावरनं तेल लावण्याच्या निमित्तानं हात फिरवतो आहे; या कल्पनेनं ती अर्धमेली झालेली. शहरी राहणीत वाढल्याचा हा परिणाम.

आंघोळ करताना तिला गोंधळवण्यात मला अधिकच आनंद वाटत होता. तोंडाला साबण लावायला सांगितल्यावर; मी खरं बोलतोय का गंमतीनं बोलतोय याचा तिला अंदाज येईना. ती आपली दोन्ही हातात साबणाचा फेस करून लहान

मुलाच्या तोंडाला लावावा तसा लावू लागली.

शेवटी नाइलाज झाल्यावर दार अर्धवट पुढं करायला सांगितलं. तिनं ते तत्परतेनं बरंचसं पुढं केलं. मग मात्र तिच्या अंगात एक बळ आलं. मनानं मोकळी झाली. संकोच न करता साबण लावू लागली. अंगप्रत्यंगावर तिचा हात आता फिरू लागला. मी तो सगळा वेळ आनंद लुटत पार्वतीपूजा चाललेल्या शंकरासारखा मुकाट बसून होतो... धुंद सुगंधित होत बाहेर पडलो.

हिराक्का-ताराक्कांनी सगळी पोरं मोजून काढली. त्यांच्या संख्येएवढ्या फराळाच्या ताटल्या तयार केल्या. निरांजनांत तेल लावून दोघीजणी ती लावत होत्या. आण्णांनी बरेच बंदे रुपये आणले होते. अधेल्या आणल्या होत्या. पोरांना ते त्या वाटत होते. गडबड सुरूच होती.

बाबा हळूहळू न्हाणीघराकडं चालले होते. त्यांच्या नशिबी जास्त कष्ट आलेले; पण म्हातारपण सुखात चाललं होतं. तरी त्यांची गात्रं आता खूपच थकली होती. आईपेक्षा दहा पंधरा वर्षांनी मोठे वाटावेत इतके हातटेकीला आले होते.

खाली बघत ते न्हाणीघरात शिरले. मागोमाग त्यांचं धोतर नि टॉवेल घेऊन आई आत गेली. बाबांनी तेल-उटणं काहीच अंगाला लावून घेतलं नाही. आईनं खूप आग्रह केला.

"मला नगं ते."

"अहो, निदान रीत म्हणून तरी पाच बोटं लावती मी. वर्साचा सण हाय. नंग म्हणू ने."

"किती सांगायचं तुला नगं म्हणून!"

"नुसती पाच म्हंजे पाचच बोटं."

"लाव तर. तुझं तरी समाधान होऊ दे."

आईनं पाचच बोटांनी पाठीवर उटणं जरासं चोळलं. हाताला सगळी हाडं लागत होती. बाबा आंघोळीला बसले. तिथंही आईनं पाच तांबे उपचार म्हणून घातले. मग बाबाच आपल्या कलानं एक एक तांब्या घेऊन हाताचा पंजर फिरवू लागले. सगळीकडंच त्वचेखाली नुसती हाडं शिल्लक राहिली होती. पिंजरा डगडग हलत होता. बाबांचा जीव त्या पिंजऱ्यात अजूनही चेतना धरून होता. मांस झडलेल्या शरीराला आंघोळीतलं काय अनुभवाला येणार? संवेदनेपलीकडं गेलेला देह आता फक्त उपचारापुरता शिल्लक राहिलेला. ती औपचारिक आंघोळही आपलं आंघोळपण हरवून बसलेली. नुसतं अंगावर पाणी पडून खाली जात होतं. पंढरीच्या विठोबाला अभ्यंगस्नान घालताना कसं वाटत असेल; तसंच बाबांना ह्या आंघोळीचं वाटत असावं. नुसता एक विधी. बाबा त्या विधीच्या पलीकडं गेलेले. आम्ही सगळे भोगासक्त भक्तासारखे अलीकडं, देहाच्या मिजाशीत अडकलेले...

ओवाळ्या झाल्या, फराळ झाले. मुलं सगळी दारासमोरच्या मोकळ्या जागेत आण्णांनी वाटलेले फटाके-फुलबाजे घेऊन पळाली. बायका स्वैपाकघरात काहीबाही उद्योगाला लागल्या. आण्णा सोप्यात वाट बघत बसलेल्या माणसात जाऊन बसले. दादा नव्या मळ्याकडं गेला. जुन्या मळ्याकडं शिवाजी गेला. आप्पा कुठं तरी मोटारसायकल घेऊन गेला... मी एकटाच घरात राहिलो.

वाटलं, मळ्याकडनं फिरून यावं. जुन्या मळ्यात माझं मन अजूनही रमतं. मळा तसा गावापासनं लांब नाही. बऱ्याच दिवसांत गेलो नाही; जाऊन यावं म्हणून उठलो.

आण्णा सोप्यात बसलेल्या लोकांना फराळासाठी आग्रह करत होते. या माणसांनीही आण्णांना तशी खूपच मदत केलेली. त्यांच्या मदतीनं आण्णांनी गावात पुष्कळच सुधारणा केल्या होत्या. रस्त्यावर दिवे आणले होते. योजनेचा फायदा घेऊन गावातनं नळाचं पाणी फिरवलं होतं. धरणाचं पाणी आणलं होतं. रोज काहीना काही तरी व्याप चाललेलाच असे. ही बागायतदार मंडळी नेहमीच भोवतीनं गोळा होत होती.

जाता जाता मी म्हणालो, "आण्णा, मी जुन्या मळ्याकडं जाऊन येतो."

"का?"

"सहज."

"ये जा.– आणि हे बघ. जाताना पसारे वस्तीवरनं जा. शंकऱ्या रातचं घराकडं आलाय. आंघूळ करून गेला का न्हाई बघ मळ्याकडं. नसला तर फुडं घालून घेऊन जा. झराझरा उसाला पाणी फिरवून घे म्हणावं."

दारात पोरांनी गर्दी केलेली. फटाक्यांचा धूमधडाका लावलेला. फुलबाजे लावत होती, नाचत होती, ओरडत होती. पहाटे उठून कुणीतरी सगळं अंगण स्वच्छ केलं होतं; तिथं आता चिंधड्या झालेल्या रंगीत कागदांचा ढीग झालेला. पोरांना लावलेल्या उटण्यामुळं, सुवासिक तेल-साबणामुळं दारासमोरची फरशी गंधाचा सडा टाकल्यागत दरवळत होती.

मुलांना तसाच ओलांडून पसारे वस्तीच्या दिशेनं चाललो. आसपासच्या वस्तीवरची काळीबेंदरी, रोडकी-वाळकी पोरं आमच्या पोरांची दिवाळी बघत माकडासारखी रस्त्यावर उभी होती. साखळीनं बांधल्यागत जागच्या जागी मनातल्या मनात हरकत होती.

मी बाहेर पडलो. रोजच्यासारखं गाव पारोसंच दिसत होतं. अधल्या दिवशी माळासनं चरून आलेल्या म्हशींनी रस्त्यावर टाकलेल्या शेणाच्या पोवांवर माशा घोंगावत होत्या. दारासमोर चार धाटं छपरावर टाकून सावली केलेल्या उघड्या मांडवात म्हसरं-बैलं बसलेली. कुणाची उठून पुढ्यात टाकलेल्या गवताच्या पेंढ्या

खातेली. वल्ल्या वैरणीनं गोठ्यात शेणामुताची हुदल झालेली. त्या घाणीतच बायका धारा काढत होत्या. कुणी शेणं भरून समोरच्याच उकिरड्यावर टाकत होतं. पाटी टाकली की उकिरड्यावरची माशांची फौजच्या फौज घोंगावत उठे. नागडी उघडी पोरं शेंबूड ओढत, हातांनी पुसत तोच हात ढुंगणाच्या फाटक्या चड्ड्यांना पुसत खेळत होती. खेळ बघता बघता रस्त्याच्या कडेला कुणी परसाकडंला बसली होती. मागच्या पायांत मुंडी घालून त्या घाणीगर्दीतच रात्रभर गारठ्यानं फोडलेली कुत्री आपलीच ऊब आपल्याला घेऊ बघत होती... आंघोळीचा दिवस याचा कुणालाच पत्ता नव्हता...

वाटलं, पाटाचं सगळं पाणी आणून गावाच्या वरच्या बाजूला सोडावं नि सगळ्या गावाला धुऊन काढावं. घणणारे गोठे, शेणाचे उकिरडे, बैलं-म्हसरं, माणसं पाऽर धुऊन काढावीत... पण उकिरडं, गोठं धुऊन काढता येणार नाहीत. आण्णा वर्षाला पंचवीसतीस गाड्या नुसतं शेणखत ओढतात. सुमतीलाल शेठजी आपल्या तिन्ही मळ्यांत त्याहून अधिक ओढतो. मल्लूआण्णा चौगुले ओढतो. बाकीचेही बरेच बागायतदार ओढतात. त्या खतावर तर ऊसपिकं पोसतात. पैसा होतो. मग हे सगळं कसं धुऊन काढायचं?– माझ्या लक्षात आलं की प्रचंड उकिरडा करून सगळा गावच खतासाठी कुजवायला घातला आहे.

पसारे वस्तीवर आलो. शंकरचं घर त्यात पुन्हा परभारीच. तीन तीन वाव लांबीच्या चार भिंतीवर छप्पर घालून केलेलं. तेवढीच त्याची या धरतीवर वडिलार्जित इस्टेट होती.

दारात त्याची बायको आंघोळ करत बसलेली. वळचणीचे चार अनघड धोंडे आणून वटकणं लावून एकाजागी टाकलेले. त्यांच्यावर बसून आंघोळ चाललेली. अर्धीअधिक नागडी उघडी. कमरेला विरलेला आणि काळामिचकूट झालेला एक धडपा. त्याला रुपाया रुपाया एवढी पाचसहा भोकं. घामट मळकट वासामुळं उंदरांनी कुरतडला असावा. त्या भोकांतून कमरेखालचा मांसल भाग, जांघेजवळची मांडीची घडी डोकावणारी. मुळातलं गोरपट अंग दिसणारं. शेवटच्या बरगडीपासनं कमरेपर्यंत अंगाचा पट्टा काळा जळकट झालेला. अर्ध्या दंडापासनं खालचे हात नि गळ्यापासनं वरचं अंग तसंच काळुंदरं दिसणारं.

मला तिनं बघितलं नि अंगाबरोबर असलेल्या गुडघ्यांनी स्तनाच्या पिशव्या झाकून घेतल्या. पुन्हा टंबरेलानं एकदा ह्या खांद्यावर, एकदा त्या खांद्यावर पाणी ओतून घेऊ लागली. पूर्वी ॲल्युमिनिअमचा चेपका तांब्या होता. पण तोही आता महाग झालेला. पत्र्याचं डबडंच तांब्यासारखं वापरत होती. पाणीही फारसं गरम नसावं; अंगावर घेतल्यावर या थंडीत जराही वाफ निघत नव्हती. पाणी घेऊन ती हातानंच अंग घासत होती. ना साबण, ना तेल, ना...! नरकचतुर्दशीचा दिवस.

दारातच ती आंघोळ करत असल्यामुळं मला संकोचल्यासारखं झालं. मी तिथंच खाली बघत उभा राहिलो. खरं तर मला बघून एरवी ती अशी मुरली नसती... कुणाला कुणी लाजायचं? सगळं गावच असं रोजगाऱ्यांचं. पण गेली पाचसहा वर्षं मी शिकण्यासाठी कोल्हापूरला गेलेलो. अंगावर शहरी कपडे आलेले, त्यामुळं तिला नकळत मी उपरा झालेलो. गावातल्या एखाद्या रोजगाऱ्यागत कापडं घालून आलो असतो तर आंघोळ करता करताच तिनं, "मालक आत हाईत बघा. जावा आत." म्हणून अंग तिथंच कलवून मला आत जायाला जागा दिली असती.

तिनं आत शंकरला हाक घातली. "ऐकू आलं काय ईऽ, मालकांचं लक्षीमण आल्यात."

उघड्या काळ्या लाकडासारख्या झालेल्या अंगानं शंकरनं डोकावून बघितलं. "या की आत."

अवघडून आत गेलो.

आत अंधार. गावात आलेल्या विजेचा घरात पत्ताच नव्हता. चूल पेटलेली होती. तिचा जो उजेड दिसेल तोच. तिच्या पुढं बसून एक आठ-नऊ वर्षांची पोरगी तोंडावरच्या झिपऱ्या मागं सारत जळणाची नांगटं चुलीत कोंबत होती. पत्र्याचा एक डबा चुलीवर ठेवलेला. पाणी तापत असावं. मातीचे दोनतीन डेरे भिंतीकडेला लावून ठेवलेले. चुलीशेजारी गाडग्यांच्या तीन उतरंड्या. तडा गेलेली, भोकं पडलेली भदं झालेली गाडगी रचलेली. किडूक-मिडूक, डाळ-तांदूळ, ज्वारी त्यात डब्यासारखा वापर करून ठेवलेली... मातीचे फुटके डबे. आंथरुणाची पसरलेली बोतरं अजून गोळा केली नव्हती. बारीक नजर केल्यावर लक्षात आलं की शंकरच्या तीन पोरांची शिळी पडवळं अजून त्या आंथरुणात बेशुद्ध होऊन पडल्यासारखी पडली आहेत. झोपेतही त्यांची पोटं पाठीच्या कण्याला भिडलेली.

"काय झाली का न्हाई आंघूळ?" मी.

"आता हुईल की. फाळक्याच्या चावीला पाणी आल्यावर मग आम्हाला हातापाया पडून मिळतंय. उगंच आपलं बायकू तिथं कवाबवा कामाला जाती म्हणून तेबी मिळतंय. न्हाईतर देवळाम्होरं जाऊनच आणावं लागलं असतं. तिथं माणसं गिधाडासारखी पाण्यावर पडत्यात." क्षणभर थांबून म्हणाला, "आण्णांनी लावून दिलं काय?"... त्याला उशीर झाल्यानं काळजी वाटत होती.

"व्हय. उशीर झालाय तर मग आजचा खाडा का करत न्हाईस?"

"खाडा करून पोटाला खायाचं काय मालक? आम्हाला काय पगारी सुटी मिळती व्हय? आणि आंघूळ काय बघू बघूस्तवर हुईल आता. थंड पाण्यातच करतोय. हिची झाली की मग माझीच."

"न्हाई; सण हाय, आंघुळीचा दीस हाय म्हणून म्हटलं."

“आंघुळीचा दीस म्हणून तर आज घरात आंघूळ करायची, न्हाई तर हाय काय घरात? आंघूळ झाली की मी जातोच मळ्याकडं. तवर तुम्ही व्हा फुडं. आण्णांस्नी मी मळ्याला गेलोच म्हणून सांगा... आटप गंऽऽ एऽऽ” तो गडबड करू लागला.

“न्हाई, मी मळ्याकडंच जाणार हाय. चलतो फुडं. आंघूळ हाय, अजून ववाळायचं असंल. च्याऽपाणी, फराळ करून ये. काय गडबड न्हाई.” मी बोलता बोलता बोलून गेलो. शब्दांच्या संगतीनं शब्द एकामागोमाग एक आले.

शंकर किंचित हसला नि म्हणाला, “मग मळ्याकडंच जाणार असशीला तर बसा की, जाऊ या संगं संगं च्या पिऊन.”

“नको. माझं सगळं झालंय. मी चलतो. मला पुन्हा तासाभरानं परत जायचंय.”

ओल्या अंगावरचं कोरडं विरविरीत जुनेर घेऊन त्याची बायको आत आली. पायांवरनं अजूनही पाणी ओरंगळत होतं. भेगा पडलेल्या पावलांची माती त्या आंघोळीनंतरही गेली नव्हती. आत येता येता मला म्हणाली; “जाशीला म्हणं. किती दिसांनी आलाईसा वाट चुकून. थोडा च्या घेऊन जावा.”

मला तो शब्द मोडवेना. मी बसलो.

शंकरनं झटक्यासरशी कडी नसलेल्या बादलीत एक डेरा ओतला नि ती पातेल्यासारखी दोन्ही हातांनी उचलून तो दारात गेला. एका गाडग्यातले पैसे काढून पोरीजवळ मोजून देता देता ती म्हणाली, “ह्येची च्याऽची पूड नि ह्येचा येईल तेवढा साखऱ्या आण.” पोरीकडनं तिनं तसंच पुन्हा एकदा वदवून घेतलं. पोरीचा आवाज शेळीगत बारीक वाटतेला.

तिनं चहा साखऱ्या आणायला सांगितलं नि माझा जीव वळवळला. माझे हात उगीचच खिशाकडं गेले. मळ्याकडं जायचं म्हणताना मी पाकिटही खिशात घातलं नव्हतं.

“खरं म्हंजे च्याऽची गरज न्हवती आता. आत्ताच घेऊन मी आलोय.”

“असू दे. तुमच्या संगतीनं आम्हास्नी तरी साखऱ्याचा च्या मिळंल. सणाचा दीस. पाव्हणंच हाईसा न्हवं आमचं!”

मी हसलो. शंकरचं नि आमचं आडनाव एकच; एकच कुळी. मोरे आडनावाला ती चिकटली. शंकरही असाच चिकटला होता. त्याच्या नवरा मेलेल्या आईला शंकरच्या लग्नासाठी आण्णांनी पैसे दिले होते. शंकरनं ते वर्षभर राबून फेडले. मग तो आमच्याकडंच मळ्यात सालगड्यासारखा राहू लागला. आठवड्याच्या आठवड्याला पैसे द्यायचे. रात्रंदिवस मळ्यात. घरच्या माणसासारखा झाला होता. उसाला पाणी, म्हशीची धार, पिकाची कोळपणी-खुरपणी, जनावरांची देखभाल करत होता... त्याच्या जिवावर मळा हिरवागार राहिलेला. सालअखेरीला सुगी घरात येत होती. नि

ऊस फॅक्टरीला जात होता. काही काळजी नव्हती. त्याला आपल्या आडनावामुळं वाटायचं; आपूण ह्याच घरातलं माणूस हाय... खुळा विचार!

"हीऽ बघा झाली आंघूळ. तिला किती उशीर लागतोय!" बघता बघता तो आंघोळ करून आत आला. माझ्या समोरच हातावरचं, पाठीवरचं, पोटावरचं पाणी हाताच्या बेचकीनं निरपून काढलं. मग खोपड्यात काढून टाकलेल्या कुडत्यानंच अंग पुसलं. दुसरं नुकतंच आण्णांनी दिलेलं जुनं खादीचं कुडतं घातलं. जरासं खळणं दिसत होतं. दोन्ही कोपरांवर गेलेलं. खूपच ढगळ झालेलं, मला किंचित् हसू आलं. त्या काँग्रेसी सदऱ्यानं त्याचं एक बुजगावणं तयार केलं होतं.

बायकोनं तळहाताएवढ्या ॲल्युमिनियमच्या ताटलीत एक कळक चढून हिरवट झालेलं निरांजन ठेवलं. कापसाची वात करून गोड्या तेलात ती अर्धवट भिजवली नि लावली. देवाला तिनं कोरडंच ओवाळलं. त्याच्यावर मोजून दोन तांदळाचे दाणे टाकले.

"बसा असं–" नवऱ्याला ती म्हणाली.

देवाच्या साक्षीनं शंकरचं ते बुजगावणं शेजारीच खूष होऊन बसलं. तिनं त्याला ओवाळलं. "इडापिडा जाऊ दे, बळीचं राज येऊ दे! दसरा सण दिवाळी, माणिक मोती ववाळी!"

त्या गडबडीतही त्यानं चंचीतनं त्या पिचक्या उजेडात आपल्या जळक्या हातानं दहा दहा पैशांची दोन नाणी माणिकमोत्यासारखी काढली नि ताटलीत टाकली... दोघांचीही आंघोळ सार्थकी लागली.

पोरगी पळतच परत आली. तिच्या आईनं साखऱ्याचा चहा केला. इतका वेळ खोपड्यात थंडीनं गारठून बसलेल्या शेळीला उठवलं. घरातल्या अंधारालाच आकार आल्यागत ती काळीभोर शेळी म्यां करून मुकाट उभी राहिली. या थंडीत तिची धार देण्याची इच्छा नव्हती. शंकरच्या बायकोनं तिची आचळं हवा गेलेला रबरी फुगा ओढावा तशी ओढली. शिंपीभर दूध निघालं. तसंच चहात टाकलं नि सगळ्या घरादाराचा चहा रंगवला.

तडा गेलेल्या बशीतनं ते तांबूस पाणी पिता पिता मी म्हणालो, "शेळी दूध जास्त देत न्हाई वाटतं?"

"कुठलं? आटत आलंय आता. परवादिशी तिला जरा धुतली तर गारठून माकाड झालंय तिचं. खोंगाभर देत हुतं ते आता टाकभर सुदीक देईना."

"नगं नगं म्हटलं तर तूच आंघूळ घाटलीस की तिला." पोरगी खोट्या रागानं साखऱ्याचा चहा हरखून भुरकत म्हणाली, "शेरडीच्या जातीला आंघूळ कशाला लागती? व्हय का न्हाई बाबा?"

"असू दे. तुला काय कळतंय? घरची लक्षुमी हाय ती. वर्सातनं एकदाबी तिला सणावारी आंघूळ नगं?" शेळीसारखी गरीब झालेली लक्षुमी तिनं वसुबारसेला आपल्या घरात जनरीत म्हणून पुजली होती.

"चला." शंकरनं चहा घशाखाली घातला नि तो अज्ञात दोरीनं ओढल्यासारखा उठलाही.

सात जन्म आंघोळ न मिळालेल्या पसारे वस्तीतनं पोरांची घाण चुकवत मी चालू लागलो.

'स्त्री' दिवाळी १९८४

■

चावीचं पाणी

रजा काढून आज गावाकडं जायला निघालोय. गाव बघून दीड
वरीस झालंय. गावाला गाडी कधी पोचंल असं होऊन गेलंय.
नोकरीनं थोडं मन सुखावल्यागत झालंय.

डिग्री मिळवून तीन वर्सं झाली तरी नोकरी मिळत न्हवती. खूप
धडपडत हुतो. काय करावं कळत न्हवतं. डिग्री पदरात पडलेली,
तरी रोजगाराला जावं लागायचं. गावात दुसरं काय कामच
मिळत न्हवतं. डिग्री मिळाली तवा आमच्या म्हात्मा गांधीला
म्हंजे आईला कारळाच्या येलाला आढीचं भोपळं लागल्यागत
वाटलं. हालात ख्याल करून तिनं पेडं वाटलं. आपला नि
पारूचा चार दिसाचा रोजगार त्यात घातला. नगं नगं म्हटलं
तरी ऐकली न्हाई. ''समद्या गावाला कळलं पाहिजे.'' म्हणाली.
आतनं बरं वाटलं; पर पेड्यांत लई पैसा जाईत हुता म्हणून मन
कचवचत हुतं. गाव काय नुसतं पेडं खाऊस्तवर 'बरं झालं, बरं
झालं' म्हणतंय. तिला हे ठावं असूनबी तिनं वाटाय सांगिटलं.
गांधी म्हाराजाचा अवतार; फुडं काय बोलाय येत न्हवतं.

सगळी गल्ली तिला 'गांधी म्हाराज' म्हणायची. गांधी म्हाराजागत
तिचं किडमिडं अंग, बारकुळी मान नि भरपूर उंची. तिच्या ह्या
अवताराबद्दल कुणीतरी बोलायचं; ''काय आकण्याक्का, काय
खातीस का न्हाईस? का नुसतं वारं पिऊनच असतीस? काय

ही तुझी तब्बीत!''

"असू दे बाबा. गांधी म्हाराजबी असंच हुतं. रांडमुंड बाई मी. पोटाला पाच पोरं पाठीमागं ठेवून म्हेनत्या फुडं गेला. पोरास्नी खायला घालू का मी खाऊ?''

गांधी म्हाराजावर तिचा जीव. पैल्या निवडणुकीपासनं गांधीबाबाची टोपी घालून येणाऱ्याला मत देत आली. त्योच गोरगरिबाचं भलं करंल असं तिला तरुणपणापासनं वाटतेलं.

पेडं वाटलं नि समद्या गावाला कळलं मी बीकाम झालो ते.

"काय, नोकरी लागली की न्हाई अजून?''

"न्हाई.''

"आता एवढा सायेब झालास नि नोकरी न्हाई?'' गाव असं बोलू लागलं. बिननोकरीचं कुणाला तोंड दावणं अवघड होऊन गेलं.

वरीसभर नोकरीसाठी अर्ज खरडत हुतो. तालुक्याला जाऊन, कधी जिल्ह्याला जाऊन वाचनालयातनं पंधरा पंधरा दिसांची वर्तमानपतरं धुंडाळत हुतो. मिळतील त्या नोकरीच्या जाहिरातींची टिपणं काढत हुतो. तिथंच दोस्ताकडं बसून अर्ज खरडत हुतो. कुणी वळखीचा निघाला, जाहिरात जवळपासची वाटली तर वळख झालेल्या प्राध्यापकांच्या चिठ्ठ्या घेऊन जाईत हुतो, गाठी घेत हुतो. तरी काय उपयोग हुईत न्हवता. हेलपाटीत नोकरीसाठी नाव नोंदवलं तरी काय उपयोग झाला न्हाई.

आईच्या नि बारक्या भणीच्या जिवावर घरात बसून किती दिस खायाचं? तोंडात घास जाईना झाला. जिभंभोवतीनं घुगूर घुगूर होऊन फिरू लागला. लाळ आटल्यागत झाली. पाण्याचं घुटकं घेऊन आत ढकलावं लागलं...

गाव खडकावर वसलेलं. गावाला पाणीच न्हवतं. सखल भागात इनामदाराची एक हीर हुती. ती गावानं पाण्यासाठी इकत घेतलेली. खोल खोल. इनामदारानं नदीकडंच्या बाजूला नवी काढलेली. गावाला तेवढंच पाणी. भवतीभोर तिला ऱ्हाट. बामणगल्लीत पाणी टाकायचं काम गोरगरिबाला मिळायचं. तेबी आता बंद झालेलं. असतं तर दीसभर ते तरी करत बसलो असतो. खेड्यापाड्याच्या जनतेचं कल्याण करायला म्हणून आलेली योजना गावच्या सरपंचानं राबवली नि गावात चाव्या आल्या. दोन मैलावरच्या डोंगरात वड्याला धराण घाटलं नि पाणी अडीवलं. तिथंच तळं केलं नि गावात आणून सोडलं.

लांबच्या गणगोतातलाच सरपंच. त्येचं पाय धरलं. गावात पाणी आल्यावर पाणी सोडायला एक माणूस पायजे हुता. पंचायतीच्या हापिसात त्येनं कारकून म्हणून कामबी करायचं नि पाणीबी सोडायचं. पाणीपट्टी वसूल करायची, असं काम. पाव्हण्याला म्हटलं, "एफवायमधी शिकतोय. बाऽ न्हाई; तुम्हांस्नी ठावं हाय. मला

तेवढं तिथं लावून घ्या की.''

टंगळमंगळ कराय लागला. काय तरी निमतं सांगाय लागला. शेवटाला म्हणाला,

''त्या जागंसाठी लई भाव पडलाय. गणगोतातलाच पडतोयस; तर तुला थोडी सूट देतो. तू तेराशे दे.''

''नोकरी लागल्यावर पगारातनं वळतं करून घ्या.''

''ते जमणार न्हाई.''

''का?''

''पाच म्हैन्यांवर निवडणुका आल्यात. फुडचं कुणी सांगावं? आज रोजी हजार हातात घेऊन चारजण बसल्यात.''

मी गप्पा झालो. दारावर माराय घरात पैसा न्हवता. आई म्हणाली, ''कुठलं आणायचं?'' नाद सोडून दिला. गळ्यात गुडघं घेऊन घरात बसलो. उरलेली दोन वर्सं कशीबी करून रेटायची नि बीकाम व्हायचं ठरवलं.

आता बीकाम झाल्यावरबी वरीसभर धडपड केली नि कुणा-कुणाच्यात चाललो रोजगाराला. वाटत हुतं दांडगी कामं अंगावर घ्यावीत; न्हाईतर चार पैसं जास्त मिळणारा रोजगार करावा. हिरीचा गाळ उपसाय, घाण्या-गुऱ्हाळात आडंसोडी म्हणून, चरकात ऊस घालाय, चिपाडं टाकाय, बांध घालाय, सारणी काढाय जाऊ लागलो. पैल्या पैल्यांदा अंग दुखू लागलं. सवं न्हवती. माणसंबी नावं ठेवत हुती. ''शिकलेल्या किसनू, ही अशी कामं करायची न्हाईत; अश्शी करायची बघ.'' म्हणून करून दाखवत. भेदिक गाणं म्हणणाऱ्या मांगाच्या जानूनं माझ्यावर गाणं करून टिंगलीला कायमचंच तोंड फोडून ठेवलेलं. ''आरं किरीसना, तुला सांगतो रयताचा ताळा सोडू नकोऽऽ। इंगरजी शाळा शिकून घोटाळा, सायबाचा बोळा होऊ नकोऽऽ।।'' असं त्यो काम करताना म्हणायचा.

हळूहळू सगळेजण मला मास्तर म्हणू लागलं... कंत्राटानं घेतलेल्या कामाचं हिशोब, आठवड्याचा बटवडा माझ्याकडनंच करू लागलं... बँकेत कुठंतरी कॅशिअर, एजंट, लेजरकीपर हुयाचं मनात हुतं; ते हे नशिबात आलं.

जन्माचं भ्याऽ वाटू लागलं. आता आपला जलम ज्या गाळातनं आपूण वडून वर काढत हुतो, त्या गाळातच जास्त जास्त रुतत जाणार असं दिसू लागलं.

माझ्यापेक्षा आईचं जास्त वंगाळ वाटलं. तिच्या मनाची खडतर लाकडं माझ्या शिक्षणासाठी जळून जळून कोळसं झाली हुती. आता कोळशाचीबी राख हुईत चालली. तिला वाटलं हुतं पोरगा कुठंतरी सायेब हुईल. बसून खायाला मिळंल. म्हातारपणी न्हवऱ्यामागं चार सुखाचं दीस बघाय मिळतील... पर तिचा रोजगार

सुटत न्हवता. एवढं शिकून शेवटाला मीबी एक रोजगाऱ्याच झालो हुतो. गावातल्या मजुरांस्नी नि मला मिळणाऱ्या मजुरीत कायबी फरक पडत न्हवता. उलट ''मास्तराला ते जमायचं न्हाई,'' म्हणून कसाच्या कामाला गडी सांगताना मळेकरी मला वगळायचं. अगदी माणसं मिळेनाशी झाली की मग माझ्याकडं यायचं... जीव उदास हुईत जायचा.

गेल्या वरसी शेजारच्या भाऊबंदांनी घर बांधाय काढलं. तिघंजण भाऊ. आजाच्या चुलत चुलत्याचं ल्याक. पर नशिबानं हात दिलेला. त्येचा बाऽ इंग्रज सरकारच्या राज्यात कुठं कुठं दरोडं घालायला जाईत हुता म्हणं. त्यातनं धन गोळा झालं असावं. आता काँग्रेसचं राज आलं. त्यामुळं कायमची पोळी पिकलेली. माझ्या बाऽऽ संगं जाग्यावरनं भांडणं झालेली. मारामाऱ्या झालेल्या. कोर्टकचेऱ्या झालेल्या म्हणून बोलत न्हवती... मलां नोकरी न्हवती म्हणून अधनंमधनं घेगलत हुती. बिननाव घेता टोचण्या देत हुती... तरीबी मी पोटात घालत हुतो. कुठंतरी नोकरी आली, जागा भरायच्या असल्या तर कवा तरी उपयोगाला पडलं अशी खुळी कल्पना... म्हणून जाता येता 'काय तात्या' म्हणून बलवत हुतो.

तीन भावांस्नी चार-चार सोप्यांचं तीन जाप्तं ठेवून वाड्यासारखं प्रचंड घर बांधायला काढलं. घर कसलं! एकाला एक लागून तीन बंगलंच हुतं ते. बांधकामाला पाणी पायजे म्हणून दोन चाव्या जास्त घेतल्या हुत्या. आदुगरची एक हुतीच... तीन चाव्यांस्नी तीन-तीन तास धोऽधोऽपाणी व्हायला लागायचं... परड्यातनं नुसतं पाणीच आमच्या हद्दीत व्हावून यायचं. उकिरड्याच्या खड्डा भरून जायाचा. उन्हाळ्यात पावसाळ्यागत पाणी.

कामं जोरात चालली हुती. बांधकाम करून घ्यायला जिल्ह्याचा कुणी कंत्राटदार हुता. खाकी सायबी टोपी घालून फटफटीवरनं यायचा नि कामं बघून कोणची कोणची करायची ते सांगून जायचा. अधनंमधनं तिकडनं टरक भरून लोखंड यायचं, सिमीटची पोती यायची, धाबारा माणसं तिकडनंच हितं कायमची कामाला आलेली... एखादा कारखाना चालावा तसं काम चाललेलं. लोखंडाच्या सळ्या वाकवणं, त्या बांधणं, हुब्या करणं, आडव्या करणं, सिलॅब टाकताना लोखंडी सांगाडं... सगळ्या गावाला आचीट वाटत हुतं. सिमीट वाळू-खडी मिसळणारं मशीन आणलेलं. ते आणतानाच गावात कायतरी आकरीत आलंय; असं समजून जे ते त्येला बघून गेलेलं.

लांबच्या लांब लोखंडी सळ्यांचं जाळं पसरून, त्येला खालनं पाचशेभर वाशांचं खांब देऊन एक दिवशी सिलॅब टाकायचं काम सुरू झालं. वासं नि फळकुटं घेऊन चारपाच दिवस आदूगर टरक आला हुता. गावाला वाटलं नाथा कणिरे घराचं गावजेवाणच घालणार हाय. मांडव घालाय ढीगभर वासं आणल्यात. पर कुठलं

काय वावा-वावाला वासं ठोकून मांडव थाटला त्यो सिलॅब टाकायला... गोरगरिबांनी ताटं-वाट्या पुसून ठेवल्या हुत्या.

चारपाच दिसांनी खडीचं टरक आलं. सिमीटचा आणखी एक टरक आला. आणि एक दिवशी टरक भरून नुसती माणसंच आली. बरोबर इंजनेर सायबाची फटफट. काळी-बेंदरी माणसं. सिमीट-खडी मिसळायचं मशीन सुरू झालं. हिरीचा गाळ काढताना माणसांची माळ करत्यात तशी माळ झाली नि कामाची रणघाई उडाली. इजंच्या मशिनानं सिलॅब सवणायचं काम सुरू झालं... घुर्रर्रर्ऽऽ घुईऽऽ असा कान किनऽऽ करणारा आवाज घुमू लागला. त्यात माणसांचा आरडाओरडा.

गावात खळबळ उडाली. बघता बघता पाचशेभर माणूस त्या कामाभवतीनं जमलं. बायका-पोरं काखंत पोरं मारून तासभर हुब्या ऱ्हाऊन 'काय बाई आचीट हे!' म्हणून तोंडात बोटं घालू लागल्या. परत जाऊन शेजारणीला सांगू लागल्या. शेजारणी भाकऱ्या तिथंच ठेवून येऊन बघून जाऊ लागल्या. गावात एक जत्राच भरली... पोरंबाळं आरडाओरड करू लागली.

समदं गावच माळावर वसलेलं. ह्या माळावर काळ्या मेंढरांचं बगं बसावंत अशी काळीभोर दगडं पसरलेली. जिल्ह्याच्या तालमीला ह्याच गावच्या रानातली तांबडमाती टरका-टरकानं अधनंमधनं भरून जातेली. रोजगार न्हाई म्हणून माणसं उपाशी कुत्र्यागत हिंडणारी... एवढी दगडं, चिक्कण माती, माणसं सोडून नाथातात्या गावात घर बांधायला पंचीस मैलांवरनं टरकानं वाळू, खडी, इटा, सिमीट, लोखंड, माणसं आणत हुता. भर उन्हाळ्यात ह्या खडकी गावात पावसानं वापरावं तसं पाणी वापरत हुता.

गावात एवढ्या चाव्या आल्या तरी गरिबाच्या घरात खडाडच. चूळ भरायलाही कुणी पाणी देत न्हवतं. "म्हैन्याला छत्तीस रुपये भरावं लागल्यात. फुकट येत न्हाई. जावा की इनामदाराच्या हिरीवर नि आणा जावा. न्हाई तर चाव्या घ्या." मागाय गेलं की असं म्हणत हुतं. नाथातात्याची पाण्याची नासधूस बघून माझा जीव तळमळत हुता.

उन्हाळ्याचं दीस. नोकरीच्या काळजीनं रातभर नीज आली नव्हती. आईचं अंग दुखत हुतं. ती नि पारू कल सडाला जाऊन तीन-तीन चार-चार तिरडी सड घेऊन आल्या हुत्या. मढं पडल्यागत निपचित पडल्या हुत्या. आईचं वय झालेलं. डोळं झाकून ती कण्हत म्हणाली, "किसना, ऊठ रं बाबा. पाऽट झाली. चार खेपा पाणी आणून टाक म्हंजे काळजी मिटली. तो केसरकर काल गाठ पडला. गाळ काढायचं काम खंडून घेतलंन त्येनं. तुला सांगायला रात्री येतो म्हणाला हुता पर आलाच न्हाई. जाऊन बघून तरी ये. मिळालं तर भाकरी बांधून गाळाला जा."

उठलो. परसाकडंला जाऊन आलो. राखुंडी लावताना मनात इचार आला. गाळाला सांगिटलं तर जायाला पायजे. त्याच्या आदूगर त्येला जाऊन इचारलं पायजे. माणसांची भरती झाली तर काय मिळणार न्हाई. लवकर जाऊन त्येला सांगिटलं पायजे. पाण्याच्या चार खेपा आणण्यात दोन तास जातील. उशीर हुईल... काय करावं?

सा वाजता नाथातात्याच्या चावीला पाणी आलं. काल दिसभर मोकळं झालेलं हौद भरू लागलं. चार हातावर पाणी व्हातेलं... उठून धोतार गुडघ्याच्या वर धरून तात्या परसाकडंला चालला हुता. "काय किसन?" करत त्यो निघून गेला. काल सांजंलाच दारात हुबा ऱ्हाऊन कायबाय बोललो हुतो. सिमीट मिळवायला तरास किती पडला, बँकंतनं शेवटाला पैसा कसा काढावा लागला नि सिमीट कसं आणावं लागलं, हे सांगत हुता... सिलॅब पडली हुती. आतनं बाहीरनं गिलावा करायचं काम चाललेलं... खाली घालायची डिझाइनची गुळगुळीत टाइल फरशी टरकातनं येऊन पडलेली हुती. मी तिचं तोंड भरून कौतुक केलं हुतं. तात्या खूश झाला हुता. ते आठवून वाटलं; भरावं हितलंच पाणी. इनामदाराची हीर गावाच्या बाहीर. पाणी पाताळात गेलंय. कवा आणायचं ते आता!

दोन्ही चाव्या हौदात धो धो व्हातेल्या. गडबडीनं तोंड पुसलं नि बारडी नि घागरी घेऊन गेलो. परड्यात कुणीच न्हवतं. भरलं तर कुणी नंग म्हणणार न्हाई म्हणून बारडी लावली. ती भरल्यावर घागर लावली नि दोन्ही एकदम घेऊन आलो.

दुसरी खेप न्ह्यायला आलो; तर तात्याची सातआठ वर्सांची संगीता मला बघून वरडत घरात पळाली. "आई, आई... शेजारचा किसन्‌दा पाणी चोरून न्ह्याय लागलाय."

ऐकून जिवाला चार्रदिशी चटका बसला. आता परत फिरलो तर खरोखरच 'पाणी चोरायला' आलो हुतो असं वाटलं; म्हणून चावीला तशीच दडपून बारडी लावली.

गोदीकाकू सटक्यानं बाहीर आली. "एऽ पाणी न्हेणार, काय वाटतंय का जिवाला?"

"चार खेपा घेतोय काकू. मुबलक पाणी मातरं हुतंय! त्येच्यापेक्षा घेटलेलं काय वंगाळ?"

"व्हय व्हय; ते सगळं तुझ्यासाठीच हाय. काढ ती बारडी आदूगर... घराचं काम चाललंय दिसत न्हाई? जावा की तिकडं. माऽऽप इनामदाराची हीर भरलीया..." वटावटा बोलू लागली.

तिचं तोंड ऐकून राजा तनतनत बाहीर आला. "लाज वाटत न्हाई व्हय रेऽऽएऽ भडव्या किसन्या, पाणी चोरून न्हेतोस?"

राजानं बरोबर दावा साधला. त्यो माझ्या वारगीचा. तीनदा एस. एस. सी. ला

बसला नि तीनदा नापास झाला हुता. जवळ एवढा पैसा पर कायबी करता आलं न्हवतं. मी सरासरा शिकत गेलो. कोल्हापूरला जाऊन ऱ्हायलो. ह्येचा त्येच्या मनात राग. त्यो हितं काढला. शिव्या द्यायला लागला. डोसकं संतापलं नि मीबी तोंडाला तोंड दिलं.

तात्या परसाकडनं आला. माझं तोंड ऐकून आईबी आतनं आली.

"सिमीटचा गिलावा चाललाय. तीनतीनदा पाणी मारावं लागतंय, दिसत न्हाई का तुला? शाणा हाईस; जा घरात." म्हणून तात्यानं दंडाला धरून मला परतवलं.

"मागचं इसरून फुडं पसरायला कशाला गेलास तिकडं? ठावं न्हाई जलमभर काय काय झालंय ते? न्हवतंच पाणी आणायचं तर न्हाई म्हणून सांगायचा हुतास?... मी आणलं असतं. मला काय धाड भरली नसती."

आईनं स्वत:च संताप करून घेतला. कावडीची पेंडकी घागरीच्या गळ्याला आवळली नि इनामदाराच्या हिरीकडं चाललो.

घरात हुती न्हवती तेवढी भांडी भरून टाकली. पाण्याला जाता-येता डोस्कं भणभणत हुतं. काय करावं कळत न्हवतं. त्या भरात केसरकरला इचाराय जायाचं ऱ्हायलंच. आता गाळाला जायाचा वकोत झाला हुता.

कोल्हापूरला वसंताच्या वडलाकडं जाऊन यावंसं वाटलं. त्येनी नोकरी मिळवून देतो म्हणून सांगिटलं हुतं. ईजबोर्डात मिटर-रीडरच्या जागा भरायच्या हुत्या. सांगण्यावरनं अर्ज केला हुता. इंटरव्ह्यूला कॉल काढायचा दर पाचशे रुपय निघाला हुता. निवड करायसाठी पाचशे रुपये नि वेटिंग-लिस्टातनं नाव वर घेऊन नोकरीचा कॉल काढायसाठी सातशे रुपय. असं मिळून सतराशे रुपय भरलं तर नोकरी हमखास मिळणार हुती. सरकारी नोकरी मिळाली तर जल्माचं कल्याण हुणार हुतं. पैसे न्हाई भरलं तर नोकरी मिळणार न्हवती. असा आजवरचा अनुभव. ह्या खाबूगिरीनं आतल्या आत माझी आग आग व्हायची. पर उपयोग काय? डोसकं फुटून घरात बसावं लागलं असतं.

वसंताच्या वडलाला घरची सगळी परिस्थिती सांगिटली हुती. त्येनं "बाराशे रुपय कायबी करून आधी भर; नोकरी लागल्यावर पैल्या दोन म्हैन्यांत पाचशे रुपय भर. ती येवस्था मी करतो." म्हणून सांगिटलं हुतं. इचार करून मनाच्या चिंध्या झाल्या हुत्या... हळूहळू सरकारी नोकऱ्याच सपतील; एवढी तरुण पोरं शिकून तयार व्हायला लागल्यात. घरंदारं इकून माणसं नोकऱ्यासाठी पैसं भराय लागल्यात... मी असाच बसलो तर जल्मात प्यूनचीबी नोकरी मिळायची न्हाई. मन मनाला पोखरत चाललं हुतं.

न्ह्यारी करता करता आईजवळ गोष्ट काढली. "कायबी झालं तरी पैसे भरले पायजेत. एकदा नोकरी लागली की वरीसभरात पडलेला खड्डा भरून निघंल. पुन्ना

सगळं रांकला लागंल.'' सगळं समजून सांगिटलं नि एकुलती एक दुभती म्हस इकायचं ठरवलं.

धाडस केलं नि बाराशे रुपय घालून बसलो. घरादाराला म्हशीचा दांडगा आधार हुता... दिसामागनं दीस जातील तसं पैसं पाण्यात गेलं असंच वाटू लागलं.

देव पावला नि सातव्या म्हैन्यात नोकरी मिळाली. मालवणला रुजू व्हायची ऑर्डर आली. आईचं काळीज सुपाएवढं झालं.

चौथ्या म्हैन्यात साठलेला पैसा घेऊन ऐतवाराला धरून तीन दिसांची रजा टाकून परत आलो. आई ताईबाईला बोलली हुती ते करून टाकलं. कोंबडं कापलं नि दोस्तांस्नी बलीवलं. कोल्हापुरास्नं वसंत नि त्येचा बाऽ आले. त्यांस्नी जेवायला घाटलं नि पाचशे रुपये देऊन परतवलं. जाताना आईनं वसंताच्या वडलाचं पाय धरलं. ''देवागत भेटलासा. माझ्या लेकावरचं उपकार जलमभर इसरणार न्हाईत.'' भरून आल्यागत झालं.

सांगूनबी भाऊबंद कुणीच जेवायला आलं न्हाईत... न्हाईतर न्हाई. खटपट करून पंचायतीतनं लगीच चावीला परवानगी मिळीवली. पंचायतीला ते पायजेच हुतं. तरीबी च्या-पाण्याला पंचीस रुपय मागिटलं; ते दिलं.

आईला ह्यो सगळाच उद्योग पसंत पडला न्हाई.

... तिला चावी नगं हुती. एवढा पैसा घालून रोजच्या चार खेपासाठी चावी घ्यायची गरज न्हाई, वर्साला बाहात्तर रुपये काय म्हणून घालवायचं, इनामदाराच्या हिरीला रग्गड पाणी हाय. पैसं साठवून एखादी म्हस घेऊ या. जागच्या जाग्याला ती आली पायजे. पारीचं लगीन हाय. न्हाई म्हटलं तर त्येला ह्या दिसात हजार दोन हजार खर्चा येईल. पायपा आणण्यात साडेचारशे रुपये हकनाक घालवू नगं; म्हणून जीव तोडून सांगत हुती.

पर तिचं म्हणणं कानामागं टाकलं नि तालुक्याला जाऊन पायपा खरेदी केल्या... एक माणूस घेऊन पार मेन लाईनीपासनं ते घरातनं पार परड्यापर्यंत चर मारली, नि दोन दिसांत पाणी परड्यात आणून सोडलं. दमच खाल्ला न्हाई.

...दुसऱ्या दिशी चावीचं पाणी प्यालो. त्या पाण्यात परड्यात आंघूळ केली तवा थंड वाटलं. नाथातात्याच्या घरची माणसं जाता-येता बघू लागली. आतल्या आत चरफडू लागली. एका समाधानानं परत मालवणला आलो.

दीड वर्सानं आज परत चाललोय. आईनं येऊन दिलं न्हाई. जाताना म्हणाली, ''एस. टी. दर वाढल्यात. पैसा भारूभार जातोय. सारखं सारखं येऊ नगं. आमचं आम्ही सगळं बघतो. आमची कायबी काळजी करू नगं. सारखं येण्यानंबी नोकरीत खाडा पडतो. वरच्या सायबाला वंगाळ वाटंल. त्येची मर्जी राख. पैसा साठीव.

जाण्यायेण्यात खर्च करू नगं. म्हस घेटली पायजे. पोरीला उजवली पायजे. दोन्ही लेकी संसाराला लागल्यात तसा हिचाबी संसार हुबा ऱ्हायला पायजे.''

तिनं मनाचा दगड केला हुता. तसा त्यो जलमभर करावा लागत हुता. दोन भणींची लग्नं तिलाच करावी लागली हुती. माझं शिक्षण तिला रेटावं लागलं हुतं. आमच्या पोटापाण्यासाठी जीव कुपावर घालावा लागला हुता. मनाचा दगूड करून कामं उपसायची नि पैसा पैसा जमवून गळ्यावर आलेली कर्जं बाजूला हटवायची, म्हणून रांडमुंडपण निभावलं. तिच्या मनाचा तळ मला गवसत न्हवता.

जिवाला चैन पडंना म्हणून पैल्या तीनचार म्हैन्यांत मी दोनतीनदा गावाकडं गेलो हुतो. त्या तीन-चार म्हैन्यांतला सगळा पगार हिकडं-तिकडंच उडालेला. हाताला कायबी लागलं न्हवतं. म्हणून तिनं मनावर दगूड ठेवला. मला नोकरीच्या दाव्याला बांधून घ्यायला सांगिटलं... दिवाळी येऊन गेली. एकटं एकटं वाटलं; तरी गेलो न्हाई. जीव कळवळत हुता. तरी वाटत हुतं पारूचं लगीन येळच्या येळंला झालं पायजे; न्हाईतर ते हुयाचंबी न्हाई. आईची आईला म्हस घेऊन दिली पायजे. जलमभर आईची सोबत म्हसच करत आलीय. ती सोबत तिची तिला असली पायजे... मन घट्ट करून पैसा वाचवला पायजे.

...आता सुदीक पत्तर आलंय म्हणून जायाला निघालोय. पारूचं लगीन ठरलं असं दिसतंय. हजार दीडहजार जरी खर्च आला तरी ते जमवायचंच. आता कशीबी नोकरी लागलीय. आईच्या गळ्याचं कडासनं जाईल. कोल्हापूरच्या बाजारात जाऊन एखादी गाभणी म्हस काय असंल ती किंमत देऊन आईच्या पसंतीनं आणायची हाय... ते जमतंय का न्हाई कुणाला ठावं? पैसा किती उरतोय त्यावर ते ठरणार. भणीचं लगीन पैलं. थोडासाच उरला तर मग घरात इलक्ट्रीसिटी घ्यायची. गावात ईज येऊन धाबारा वर्सं झाली तरी अजून घरात चिमणीच जळतीय. आईच्या चुलीवर आता तरी इजंचा उजेड पडू दे. भाऊबंदांस्नी कळलं पायजे; तुम्ही पांढरी टोपी घालून घरात पाच पक्वान्नं खाल्ली तरी आम्ही भाजीभाकरी दोन्ही वक्ताला पोटभर खाऊ. तुमचा राजबंगला असला तरी माझ्याबी खोपटात चावी हाय, ईज हाय...

गाव आलं. वळण संपलं नि गल्लीत आलो. घर दिसू लागलं. तात्याचा रंगीत बंगला दिसू लागला. सांज झाली हुती. माणसं शेताकडनं गावात येत हुती. गल्लीच्या त्या टोकाच्या वळणावरनं आई नि पारू आमच्या गल्लीला येताना दिसली. फर्लांगावरनं मी दोघींस्नी बरोबर वळीखलं. दोघींच्याबी डोईवर पाण्याच्या घागरी. आईच्या काखंत दोर नि पारूच्या उजव्या हातात पाण्याची बारडी. काय कळंचना. चटाचटा पाय उचलू लागलो... मला बघून आईची नि पारूची तोंडं हासली.

दोघीबी ठकल्यागत दिसत हुत्या. पारू जास्तच काळी पडल्यागत झाली हुती.

आई आदूगरपासनं वाळलेल्या लाकडागत. आता ती हाडाच्या सापळ्याला लुगडं नेसवल्यागत दिसत हुती. पाण्याची खेप आणून तिला दम लागला हुता. घागरी उतरून चुंबळी खुंटीला अडकून ठेवूस्तवर मी मागोमाग आत गेलो.

"कवासं निघाला हुतास?" आईचा आवाज आत गेलेला.

"सकाळी पैल्या गाडीनं."

"पारू, पाणी दे गं त्येला चूळ भराय."

पारूनं पाणी आणून दिलं. मुकाट होऊन तिथंच भित्तीला टेकून घटकाभर बसलो. कसं बोलावं कळंना.

"च्या करती. हातपाय धुवून चूळ भरून घे."

...तिची खंगलेली काया बघून गप्प बसलो. आलेला राग आत दडपून ठेवला. तांब्या घेऊन परड्यातल्या दगडावर चूळ भरायला गेलो. तिथली चावी न्हाईशी झाली हुती. माझी खात्रीच झाली.

परत आलो. थंडपणानं च्या प्यालो. आल्या आल्या तिला दुखवाय नगं वाटत हुतं.

च्या पिऊन कापडं काढली. तिला नि पारूला आणलेली दोन्ही लुगडी दावली. दोघींस्नीबी बरं वाटलं.

सगळ्यांच्याच मनातला तुंब निघाला. मग सहजावारी आईला इचारलं, "परड्यातली चावी काय झाली?"

"पट्टी दिली न्हाई म्हणून पंचायतीनं बंद केली. मीबी बंद करा म्हणून सांगिटलं."

"का? खर्चाला म्हणून मी म्हैना सत्तर रुपयांची मनिआर्डर करत हुता न्हवं?"

"करत हुतास की."

"मग?"

"ठेवल्यात समदं साठवून."

"का?"

"किसना, आम्हा रोजगाऱ्या माणसाला काय करायचं असलं नखरं? हिशोब केला तर माझ्या एकटीचा म्हैनाभराचा रोजगार त्या पाण्यात जाईत हुता. मला काय इनामदाराच्या हिरीचं म्हैनाभर पाणी वडाय लागत न्हाई. मायलेकीनी मिळून दोन खेपा केल्या की पाणी रग्गड हुतंय. रोजगाराला जायाच्या वक्तापतोर दोघींचं मिळून किती पाणी वडून हुईल? न्ह्यारीच्या वक्तापतोर काय काम असतंय आम्हांस्नी? घरात बसून पाणी पिऊन करू काय? धा वर्सं ती चावी वापरली तर हे घर इकून पैसं भरावं लागतील. परवडलं तरी पायजे."

मला कायच बोलाय येईना.

"पायपा कुठं गेल्या?"

“खोताला इकल्या. त्येला चावी घ्यायची हुती. बाजारदरापेक्षा चौथाई कमी करून घेतल्या त्येनं. काय वंगाळ झालं न्हाई. त्या मातीत इनाकारण तांबिरून गेल्या असत्या.”

आईवर जीव तोडून रागवलो. तोंडाला येईल ते बोललो. हातपाय आपटलं, तरी गुमान बसली. “आता ही लुगडीबी जाळून टाक;” म्हणून चुलीकडं फेकून दिली. रात्री वचावचा भाकरी खाऊन आंथरुणावर आडवा झालो. डोसकं फुटायची पाळी आली हुती.

सकाळी उशीरा जाग आली.

पारू चुलीफुडचं करत हुती. आई दिसली न्हाई.

“आई कुठं गेली?”

“पाण्याला.”

“आणि तू गेली न्हाईस?”

“येती” म्हटलं तर म्हणाली, “किस्ना उठंल; त्येला च्या करून दे. देऊ करून?”

“राखुंडी लावतो, तोंड धुतो, मग...”

मन हळवं झालं. शेवटाला आईनं माझ्यासाठी पारूला घरात ठेवलं नि आपून एकटीच पाण्याला गेली. तिचं म्हणणं तसं खरं हुतं. गावात रोजगार काय रोज मिळत न्हवता. सलग तीस दीस रोजगार मिळाला असता तर आईचा एक म्हैन्याचा रोजगार पाण्यासाठी जाईत हुता. कुठला पगारदार आपल्या एक म्हैन्याचा पगार नुसत्या पाण्यासाठी घालवील?... आईनं बरोबरच केलं. तिच्या नशिबात चावीचं पाणी न्हवतं... गावातल्या कोणत्याच रोजगाऱ्याच्या नशिबात ते न्हाई.

पारूनं लाकडाच्या फुकणीनं पाटावर खेंड लाटला नि शेणकुटाची ताजी राखुंडी करून दिली. गल्लीच्या दारात जाऊन बाजूला बसून हिकडं तिकडं बघत राखुंडी लावू लागलो.

तात्याच्या तीन-बंगल्यासमोर मोठी मोकळी जागा. मधल्या दाराजवळ काळीभोर चकचकीत फटफटी कलती करून ठेवलेली. दोन्ही हातांत दोन जर्मलच्या बारड्या घेऊन आतनं राजा आला नि पाठीमागच्या दोन्ही बाजूला बांधून त्येनं गाडी सुरू केली. समोरनंच मळ्याकडं दूध आणाय निघून गेला. दीड वर्सात मी पैल्यांदा आलो हुतो, तरी ढुक्कूनबी बघितलं न्हाई. माझ्या तोंडावर धूर थुकत फटफट निघून गेली.

तीन-बंगल्यात गावभर ऐकू जावा इतका मोठा रेडीव लावलेला. भारी जातीचा रेडीव. सगळ्या गावाला म्हाजूर व्हावं म्हणून लाऊडस्पीकर लावल्यागत वाटतेलं. तिकटीवरचा इजंचा खांब बंगल्याकडं हात वळवून हुबा ऱ्हायल्यागत दिसतेला. त्येच्यावरनं दोन वायरी जाऊन अलगद तात्याच्या बंगल्यात उतरलेल्या. तात्यासाठी

हजार मैलांवरनं धावत आलेल्या.

वळणावरनं आई घागरी घेऊन येताना दिसली. हळूहळू कुलपत हुती. तिची ताकद सपलेली. दांडगी पत्र्याची घागर तिच्या किडमिड्या मानंवर डोंगरागत रुतलेली. आता हुबा जलम ती डुईवर तशीच रुतणार. सर्गातनं गांधीबाबा नि पंतप्रधान पंडित नेहरू जरी आला तरी त्येला उतरून घेता येणार न्हाई...

राखुंडी तोंडात घेऊन मी तसाच बळ गेल्यागत बसून ऱ्हायलो.

'सुगंध' दिवाळी १९८१

■

सत्काराचा नारळ

सकाळी बाळासाहेब घराकडं येऊन गेल्याचं आईनं सांगितलं. का येऊन गेला काही कळलं नाही.

आईला विचारलं तर आई म्हणाली, ''काय काम हाय ते सांगायला तयार न्हवता. रेवणलाच सांगायचं हाय, म्हणाला.'' कसलं काम आहे कुणाला ठाऊक? आईला भलताच संशय आलाय. तो येऊन गेल्याचं तिनं आल्या आल्या सांगितलं नि म्हणाली, ''त्येच्याकडं ठार जाऊ नगंस.''

''का गं?''

''गावातल्या उचापती करणारी ती माणसं-कोरटात खटलं सुरू हाय त्येचं. त्यात कुठं तरी तुलाबी गुतवून ठेवायचा. त्येच्या संगतीत तू हिंडतोस हे गावाला दिसलं तर गावातली वाईटावरची माणसं तुझं नाव वर कळवायला मागंफुडं बघायची न्हाईत.''

आईच्या स्वभावाचं मला हसू आलं. कॉलेजमधल्या एका पोरीचा जबरीनं भोग घेऊन खून केल्याचा त्याच्यावर आरोप होता. खालच्या कोर्टात जन्मठेप शिक्षा झाली होती; पण हायकोर्टात निर्दोष सुटला होता. वर्तमानपत्रातनं हे सगळं आलं होतं... पण त्यानं खून केला असेल त्याच्यावर माझा विश्वास नव्हता. त्यावेळी त्यानंही गळ्यावर हात ठेवून मला सांगितलं होतं. वडलांच्या राजकारणातला तो एक डाव त्याला कारण

नसताना भोवला होता. 'बाबा'साहेबांचं राजकारण 'बाळा'साहेबाला जेलमध्ये टाकताच बदनाम होणार होतं. ते खरं असणार. त्याचा स्वभाव खरं तर सरळ आणि लाघवी आहे. कॉलेजमध्ये मला त्याचा अनुभव आला आहे. बड्यांचा मुलगा असला तरी वागण्यात मगरुरी, घमेंड, गुंडगिरी मुळीच नाही. मोठ्यांची सगळीच मुलं काही तशी नसतात...

आईचं न ऐकता त्याच्याकडं सकाळी उठून जायचं ठरवलं... काय काम आहे बघू तरी.

सकाळी त्याच्या वाड्यावर गेलो. बैठक भरलेलीच होती. 'या या' म्हणून त्यानं स्वागत केलं. मुकाट जाऊन बसलो. चर्चा ऐकली नि मला आश्चर्याचा धक्का बसला. बैठकीत त्यानं माझी किंमत बरोबर केली. दोस्तीला जागला. साडे पाचशे रुपयांची ऑर्डर म्हणजे थोडी नाही. दिडेकशे रुपयांचा माल लागेल. माझे पंधरावीस दिवस तरी त्यात जातील. पंधरा दिवसांत चारशे रुपये म्हणजे काही कमी नाही. आज रोजगाऱ्यांना पाचपाच रुपये मजुरी मिळती. मला त्याच्या पाचपट पडेल. कला असली म्हणून काय झालं? कोण विचारतोय ह्या गावात माझ्या कलेला नि माझ्या पदवीला तरी? मी रोजगारीच. पंधरा दिसांसाठी रोज पंचवीस रुपये रोजगार काय कमी झाला. प्रत्येक वर्षी अशी ऑर्डर मिळाली तर भावंडांना चार दीस सुखाचे येतील. बाळासाहेब म्हणतोय तशी कला दाखवायलाही संधी मिळेल. हळूहळू लोकांना कळेल की कोल्हापूरच्या मूर्तीकारांच्या तोडीचा मूर्तीकार ह्या गावातही आहे. एक दिवस नशीब उजाडेल. कदाचित नोकरी न मिळण्यात, माझ्याच धंद्यात मला गुंतविण्याचं परमेश्वरी काही भाकीतही असेल. बाळासाहेबाच्या रूपानं त्यानं ही संधीही दिली असेल.

तो म्हणतोय तर त्याच्याबरोबर गावात वर्गणीसाठी हिंडायला माझं काय बिघडणार आहे? आपण काही कुणाकडं वर्गणी मागणार नाही आणि मागितली तरी कुणी मला देणार नाही. बाळासाहेब पुढं होऊन मागणार आहे. त्याच्याबरोबर माने आणि घाटगे आहेतच. पावत्या फाडायला मुजुमदार आहेच. बाकीची पाचसहा जणांनी गँग बरोबर आहेच. आपण एक कलावंत म्हणून त्यांच्याबरोबर हिंडणार आहोत. तो सगळ्यांना माझी ओळख करून देणार आहे म्हणून आपण बरोबर जाणार. त्या ओळखीनं एखाद्या वेळेस मला स्वतंत्र ऑर्डरीही मिळाल्या तर मिळतील. तो म्हणतोय ते काही खोटं नाही. लोकांच्या प्रत्यक्ष ओळखी व्हायला पाहिजेत.

आजच्या बैठकीत दीडशे रुपये ॲडव्हान्स मिळाला. लाला घाटगेनं खळखळ केली. त्यानं नि बाळू मानेचं म्हणणं मी अगोदर मूर्ती तयार करावी. गणेश मंडळाला आवडली तर मग ते घेणार. एवढं कुणी सांगितलंय? मूर्ती का चार आण्याच्या

कागदावर आठ आण्याचे रंग खर्चून काढायची आहे? रंग, शाडू जाऊन आणायला, घरचं खाऊन पंधरावीस दिवस राबायलाच दीडदोनशे रुपये खर्च होणार आहेत. एवढे कुठले आणू मी? माझा का धंदा आहे का मी नोकरी करतो आहे? का माझी ह्यांच्यासारखी शेतीची उत्पन्नं आहेत?... नोकरीसाठी इंटरव्ह्यूला कॉल आला तरी तिथवर जायला जवळ पैसा नाही. मग हे सांगितलंय कुणी?

खरं तर माझ्या मूर्तिकलेबद्दल ह्या सगळ्यांना माहिती आहे. आतापर्यंत त्यांनी दहा बारा मूर्ती बघितल्या आहेत. हायस्कूलला, प्राथमिक शाळेत, हेडमास्तरांच्या घरी माझ्याच मूर्ती प्रत्येक वर्षी जातात. बाळासाहेबानं त्यातल्या काही पाहिलेल्याही आहेत. म्हणून तर त्यानं आपणाला सगळ्यांची समजूत घालून दीडशे रुपये दिले.

मंडळाकडं वर्गणीही काय थोडी जमली नाही; चांगले सव्वा सहा हजार रुपये जमले आहेत. सगळ्या गावाचा पैसा आहे. लाला घाटगेच्या किंवा बाबू मानेच्याही घरचा नव्हे. "गावातल्या कलावन्ताला वाव द्यायचा आहे. आपल्या गावात एक झाकले माणिक आहे. येत्या पाच वर्षांत सबंध तालुक्यात नाव मिळवेल अशी रेवण कुंभाराकडं मूर्तिकला आहे. गावाच्या कुंभाराचा धंदा प्लॅस्टिकवाल्यांनी खाऊन टाकलाय. अशा वेळी रेवणच्या कलेला प्रोत्साहन देऊन सावरलं पाहिजे. त्यासाठी जास्तीत जास्त वर्गणी द्या. आपल्याच गावात आपलाच पैसा जातो आहे..." बाळासाहेब असं सगळ्यांना सांगत फिरत होता. त्यानं म्हणूनच ॲडव्हान्स दिला.

...त्याचं बोलणं लोकांवर प्रभाव पाडतं. माझ्याविषयी प्रत्येक व्यापाऱ्याजवळ वेगवेगळी वाक्यं बोलत होता. बाबासाहेबांचा मुलगा म्हणून व्यापारीटापारी त्याचा मान ठेवत असले नि त्याला वर्गणी देत असले तरी त्याच्या बोलण्याचा प्रभाव काही वेगळाच पडतो. एखाद्यानं पाच-दहाच देण्याचा प्रयत्न केला तरी चिडत नव्हता. बाकीचे मात्र चिडायच्या घाईला येत होते. त्यांचे शब्द वस्तऱ्यागत होत जायचे. पण तोच त्यांना गप्प करायचा. समजुतीनं घेत होता.

त्याच्या या स्वभावामुळं लोकही "बाळासाहेब, तुम्हाला म्हणून हे देतोय हं. हे आले असते तर एक पैसाही दिला नसता." असे बोलत होते.

"अहो, मला म्हणजे तुम्हालाच. मंडळ आपलं सर्वांचं आहे. ते का माझं एकट्याचं किंवा ह्यांचंही नाही. गावाचंच आहे." बाळासाहेब हसून समजूत काढत होता.

लोकांशी कसं वागावं ते त्याला कळतं. लहानपणापासनंच त्याच्या घरी हे शिक्षण मिळालंय. लोक किती जातात येतात. आमदार-खासदारापर्यंत पाहुणे. मळ्यात नि घरात मिळून नऊ-दहा गडी कामं करतात. रोज त्यांच्याशी संबंध येतो. सगळ्यांना सांभाळून घेऊन वागायची सवय झालीय.

तसं ह्या माने कंपनीत घरात काय आहे? खताची एजन्सी मिळाली म्हणून

माजलेत. बाळासाहेब म्होरक्या आहे म्हणून यांचं चालतं; नाही तर कोण विचारतोय?

कोल्हापूरला जाऊन चांगल्यापैकी शाडू बघून आणली पाहिजे. छापाच्या गणपतीची शाडू वापरून उपयोगाची नाही. मधेमधे कुठंतरी तडे जायला लागायचे. परदेशी रंग आणले पाहिजेत. महाग असले तरी त्यांच्यामुळं मूर्तीला उठाव मिळेल. रंगवताना मूर्तीवर मिसळले तरी फुटत नाहीत. देशी रंग एकदम मंत्र्यासारखे खोटे. नुसते वरवर दिसायला चांगले दिसतात. एकमेकात जरा घुसले की फुटतात. आणले तर सगळ्या मूर्तींचं वाटोळं होईल. बाकीची कामं बाजूला ठेवली पाहिजेत. मंडळाच्या मूर्तीसाठी वेळ काढला पाहिजे. त्याचं पहिलंच वर्ष आहे. पहिल्या वर्षी माझी मूर्ती. मुहूर्त तरी चांगला होतोय. पुढं सूर लागला तर गणराया पावला म्हणायचा.

दुप्पट किंमत देऊन शाडू आणावी लागली. ह्या दिवसांत साली ती महाग होते. मूर्ती घडविण्याचे दिवस आहेत. अगोदरच घेऊन ठेवली असती तर बरं झालं असतं. मला तरी कुठं माहीत होतं? रंगही महागच लागले. तीसपस्तीस रुपये वाचले असते ते गेले.

बाळासाहेबानं चार दिवसांपूर्वीच गाडी काढली असती तर फायदा झाला असता. गाडीनं परत येताना सामान तरी आलं असतं. आजचा सगळा दिवस तसा फुकटच गेला. गाडीत बसून नुसतं कोल्हापुरातनं फिरायला मिळालं. बरं वाटत होतं. मात्र आपण कार्यक्रम ठरविण्यात भाग घेतला नाही. सगळा बाळासाहेबाचा पुढाकार. माने-घाटगे नुसते इकडचा शब्द तिकडं फिरवून बोलत होते. मला हे सगळं नवीनच. नुसती बघ्याची कामगिरी. सटासटा सहा कार्यक्रम ठरविले. गावच्या लोकांना आता कोल्हापूरचा मेळा, गुलाबबाईची गाणी, शाहीर भोकरेंचे पवाडे आणि लावण्या पहिल्यांदाच ऐकायला मिळणार. कार्यक्रम मिळाला नाही तरी; दादा कोंडके प्रत्यक्षात बघायला मिळणार. बाळासाहेब गाडीसकट स्टुडिओत घुसला. कोण काय याची चौकशी न करता गाडीसाठी चौकीदारानं फाटक उघडून दिलं. पहिली चौकशी निळू फुलेची. लोकांना वाटलं कुणी नाटकवाली माणसं आहेत, मग दादांची गाठ... नकार. एका विनोदी नटाबरोबर बोलायला तरी मिळालं... आपण बाळासाहेबावर बेहद्द खूष झालो. कार्यक्रमासाठी ठरलेले दोन्ही प्राध्यापक मात्र बिचारे गरीब निघाले. जाण्यायेण्याच्या खर्चात नि पाचपन्नास रुपयांच्या बिदागीत ही विद्वान मंडळी बाळासाहेबानं सांगितल्याबरोबर व्याख्यान द्यायला तयार. पूर्वीचा आपला विद्यार्थी आपलं व्याख्यान ठरवतोय यातच त्यांना आनंद. थोडंसं वाईट वाटलं. विचारवंतांची एवढीच किंमत. कलावंताच्या कलेची मात्र भरपूर.

...आपल्या कलेला वाव मिळाला तर आपण कोल्हापूरलाच धंदा सुरू करू. बाळासाहेबाला सोडता कामा नये. धडाडी मोठी आहे. कुठंही घुसतो आणि आपलं म्हणणं लोकांना पटवून देतो. माणसं त्याला कबूल होतात. त्यांच्याशी आदरानं

आपुलकीनं वागतो, तरी आत्मविश्वासानं बोलतो. आपलं म्हणणं सोडत नाही. सगळं बघायला मिळालं. आपल्या आयुष्यात आपल्याजवळ एवढा चांगला दोस्त होता याची कल्पना फार उशीरा आली. त्याच्या ओळखीनं एखादी नोकरीसुद्धा कुठंतरी लागेल. निदान तो बाबासाहेबांना माझ्याबद्दल सांगेल तरी. त्यांच्या शब्दाला जिल्हापरिषदेत, सरकारी खात्यात खूप मान आहे.

परतीच्या प्रवासाच्या अगोदर पोटभर जेवण मिळालं... पहिल्यांदाच बाररूमध्ये बीअर घेतली. काही वाईट नव्हती. तरतरी आली. सफरचंद, केळी, चिवडा, केक्स गाडीत बसून हाणले.

''रेवण, हे सगळं तुझ्यासाठी हं.''

पहिल्यांदा त्यांचं म्हणणं कळलंच नाही. मला वाटलं कार्यक्रम ठरवायला आपण गेलोय; म्हणूनच हा बेत आहे.

''हे का बोलणं झालं. मी एकटा खाणार आहे, होय? माने, घाटगे, मुजुमदार, शेवाळे बरोबर आहेतच की, तेबी खातातच.''

''त्यांना कुठलं असलं मिळायला? त्यांना नुसत्या राईस प्लेटवर मी भागवलं असतं... आज तुझ्यासारखा मूर्तिकार आमच्याबरोबर आहे.''

''मारा जोडे!''

''खोटं नाही. मला तुझ्या जीवनातली पुढची दहा वर्षं दिसताहेत. त्यावेळी सगळ्या महाराष्ट्राचा तू मूर्तिकार झालेला असशील.''

''काय बाळासाहेब! आपला रेवण भोळाभाबडा माणूस म्हणून त्याचा गूळ काढतोस काय?''

''शपथ! माने तुला कल्पना येणार नाही. तुला माहिती आहे; ज्या दादा कोंडकेला आपण भेटलो तो पूर्वी कोण होता?''

''कोण?''

''साध्या तमाशात कामं करत होता. त्यानंतरच हे निळू फुले, दादा कोंडके पुढं आले आहेत. राजा गोसावी तर थिएटरात बुकिंग क्लार्क होता. सांगायचं काय, पुढं मोठी झालेली माणसं पहिल्यांदा अशी रेवणसारख्याच्या अवस्थेत असतात. हळूहळू वाट काढत चिकाटीनं पुढं जातात. ठोकर खात एकदा का पुढं गेली की मग गेलीच. उद्या रेवणचं तसं झालं नाही तर नाव बदलून ठेव माझं. त्याच्यात खूपच सुप्त गुण आहेत. अजून ते कुणाला दिसले नाहीत. उद्या तुम्हा-आम्हालाच त्याचं श्रेय मिळणार आहे हे विसरू नको.''

आम्ही सगळे मुकाट होऊन त्याचं बोलणं ऐकत होतो. क्षणभर माझं मन हरपलं होतं.

''देव करो नि रेवण्णाचा महान मूर्तिकार होवो!'' घाटगेनं बीअर घेता घेता मला

आशीर्वाद दिला होता.

''म्हणूनच ही पार्टी आहे रेवण, पुढं तू मोठा झाल्यावर कधीतरी ही पार्टी नि पार्टीत झालेलं हे बोलणं आठवशीलच.''

''पुढं काय होणार कुणास ठाऊक? पण ही पार्टी मात्र विसरू शकणार नाही.'' मी आत आत सुखावून गेलो.

आठदहा दिवसांत मूर्ती तयार झाली. पुण्याच्या 'सकाळ'च्या अंकातली गणपतीची कात्रणं चारपाच वर्षं काढून ठेवली होती. त्यांतली आवाक्यातली एक पोझ निवडली. वेळ कसा गेला कळलं नाही. मनात एक आकार ठळक झाला होता. तोच हळूहळू शाडूला घडवून बाहेर काढला.

तीनचार दिवस मूर्ती हाडपू दिली नि रंगाला सुरुवात केली. नशिबानं रंग चांगले बसले. गुलाबी रंगच महत्त्वाचा होता. त्यानं मूर्तीला काहीतरी रूप आल्यासारखं वाटू लागलं. चतुर्थी दोन दिवस पुढं आहे म्हणताना सगळं काम पूर्ण झालं. बाळासाहेब आणि सगळी कंपनी खूष झाली. ''क्या बात है!'' भरवसा नसलेल्या माने-घाटगेला बाळासाहेबानं टोमणा मारला.

छापाचे गणपती विकायला मोकळा झालो. मागच्या वर्षी उरलेल्या मूर्तींना झटकून, जरूर तिथं ताज्या रंगाचे ब्रश फिरवून पुढं ठेवलं होतं नि विक्रीला बसलो होतो.

चतुर्थीच्या अधला दिवस आणि सगळी रात्र धुंदीत गेली. सुभाष-चौकात गणपतीचा मांडव घातला. कदमाच्या घडीव काळ्या फरशीचा उपयोग करून घेतला. दिवसभर मूर्तीच्या डेकोरेशनची मांडामांड केली. तिकडं विक्रीला मी न बसता भावंडांना बसवल्यामुळं बराच गोंधळ झाला होता. तरी त्या मूर्तीचं डेकोरेशन महत्त्वाचं होतं. ते मलाच करावं लागणार होतं. पोरं हाताखाली असली तरी माहितगार एकटा मीच होतो. कागद कापणं, झालरी तयार करणं, डोंगर तयार करून त्यावर स्प्रे मारणं, मागच्या ताडपत्रीवर आकाश रंगवणं सगळं मलाच करावं लागलं. सकाळी आठ वाजता सुरू केलेलं काम रात्री बारा वाजता कसंबसं संपवलं. कल्पनेनं त्या जागेत गणपती बसवला नि बाळासाहेबाला सगळी कल्पना दिली.

''ए वन!'' तो बोलला. ''झालं असेल तर चला आता माझ्या खोलीवर.''

''नको; मी आता घराकडं जातो. म्हातारी वाट बघत असेल माझी.''

''अरे, आता कोण बाराच्यापुढं वाट बघणार? आणि एवढं तू केलंस ते काय फुकट? थोडा श्रमपरिहार झाला पाहिजे.''... बाळासाहेबाची सगळी भाषा जोशी मास्तरांच्या वळणाची. शब्द मास्तरांचे; पण रग त्याची. त्यामुळं भाषेला कसा रुबाब आला आहे. पाचसहा वर्षं त्यानं कोल्हापुरात काढल्याचाही हा फायदा असेल.

आम्ही खोलीवर गेलो. पिशवी भरून आणलेली भेळ, शेवचिवडा मिक्स

केला. कोथिंबीर-कांदा चिरूनच आणला होता. तो सगळ्यांसाठी ताटलीत ठेवला... भेळीवर सगळे तुटून पडले. पाचजण होतो. बाळासाहेबानं हळूच पाच पेले नि व्हिस्कीच्या दोन बाटल्या काढल्या... माझ्या अंगावर काटा आला. दारूच्या नादाला आपण लागत चाललोय की काय असं वाटू लागलं... हे काय खरं नव्हे. आपल्याजवळ ना पैसा, ना अडका. त्यात असलं व्यसन लागलं तर जन्माची बरबादी होईल.

"बाळासाहेब, असलं काय नको हं."

"का रे?"

"नको बाबा. नाद लागला तर परवडणारा नाही."

"घ्याऽऽ! म्हणजे काय आम्ही व्यसन करतो असं तुला वाटतं काय? अरे गणपतीचे हे चारआठ दिवस मजा. आज जसं झालं तसं चारपाच दिवस आपल्याला जागरण होणाराय, ताण पडणाराय; म्हणून ही तजवीज... कोणत्याच चांगल्या माणसाला हे व्यसन परवडणारं नसतं. पण खोटा सोवळेपणाही टाकून दिला पाहिजे. जरा मेंदूला आलेला शीण जातो. तल्लखपणा येतो म्हणून सोमरसासारखी घुटकाभर घ्यायची. खायचं नि गडद झोपायचं."

बाकीच्या चौघांनी हळू हळू हातात पेले घेतले. मीच मागं पडल्यासारखा झालो, "...ही शेवटचीच हां." ...खरंच, सोमरस म्हणजे दारूच की!

"चालेल. चला; चीअर्स. ऋषिमुनींचं स्मरण करून घ्या रे." खो खो खो हशा.

पेला हातात घेतला नि चार थेंब होतील एवढा घुटका जिभेवर ठेवला. कडवट, गरम, तुरट... तल्लखपणा आल्यागत झालं.

गप्पा झाल्या.

तिथंच झोपलो. रात्रीचे अडीच वाजून गेले होते नि दारूच्या नशेचा कुत्रा होऊन साखळती अडकलो होतो... साला आज ना उद्या ह्याच बाळासाहेबाचा बाबासाहेब होईल. बाबासाहेबाचा मंत्री होईल. ही सोन्याची कोंबडी बाळगली पाहिजे. आज ना उद्या दोस्तीखातर तरी मला नोकरी देईल. निदान कलावंत म्हणून कुठंतरी नेमणूक करील... बाळासाहेब की जय!

कार्यक्रमाचा काल शेवटचा दिवस. सगळं गाव गणपती आणि सजावट बघून गेलं. माझ्या मूर्तीपुढं श्रद्धेनं मस्तक लववून बायका-पुरुष सरकत होते. लांबून बघत होतो.

बाबासाहेबांच्या हस्ते माझ्या सत्काराचा कार्यक्रम ठेवला होता. अधल्या दिवशी हातापाया पडून सांगितलं होतं की, माझा सत्कार नको म्हणून. पण माझ्यासाठी एक नारळ आणून ठेवलाच.

"सगळ्या गावाला तू ह्या मूर्तीचा कलावंत आहेस हे कळलं पाहिजे. पुढच्या

वर्षी तुझ्याकडं ऑर्डरींची रांग लागली पाहिजे. सत्कार करायचाच.'' बाळासाहेब निक्षून सांगून गेला.

गणपती बसलेल्या दिवसांत त्याची माझी धडपणे भेटच होत नव्हती. सतत कोल्हापूरहून पाहुणे आणण्यासाठी गाडी घेऊन गेलेला असायचा. पाहुणे आल्यावर पाहुण्यांची सरबराई करण्यात मग्न. मग सकाळी पुन्हा त्यांना कोल्हापूरला पोचवायला गाडी; ते नव्या पाहुण्यांना घेऊनच परत... वाटत होतं; मिळाले तर पैसे मागून बघावं. घरात एकदोन गोष्टी आणायच्या होत्या. संधीच मिळाली नाही.

काल शाहीर भोकरेच्या कार्यक्रमात मधेच थोडा वेळ पवाडा थांबवून माझा सत्कार झाला. 'उद्याचा महाराष्ट्राचा महान मूर्तिकार' म्हणून ओळख करून दिली. खडतर परिस्थितीत कलासाधना करतो आहे, याची कल्पना दिली. मूर्ती घडविण्याचा माझ्या कसबाविषयी बोलला.– अशा कलावंताचा सत्कार करणे कसे राजर्षी शाहू महाराजांच्या परंपरेत बसणारे आहे, हे सांगून बाबासाहेबांना माझा हार-श्रीफळ देऊन सत्कार करण्याविषयी विनंती केली. गळ्यात मोठा हार, हातात पुष्पगुच्छ नि नारळ देऊन माझ्यावर टाळ्यांचा पाऊस पाडला.

तो पाऊस घेत नवरदेवासारखा सजून हातात श्रीफळ घेऊन खुर्चीवर बसलो. बाळासाहेब माईकजवळ उभाच. सगळी सभा पुन्हा शांत. गंभीर आवाजात तो म्हणाला, ''अशा या महान त्यागी कलावंतानं गणेशमित्रमंडळाची आर्थिक परिस्थिती लक्षात घेऊन मूर्तीची किंमत व सजावटीचा खर्च न स्वीकारता मंडळाला साडेपाचशे रुपये देणगीदाखल दिले आहेत. त्याबद्दल मंडळाचे आम्ही सर्वजण त्याचे अत्यंत ऋणी आणि कृतज्ञ आहोत...''

अचानक कुणीतरी डोक्यावर तापलेलं तेल ओतल्यागत झालं. मेंदू सुन्न झाला. क्षणभर काही ऐकायला येईना. समोरची सभा भोवतीनं गरगर फिरू लागल्याचा भास झाला. खुर्चीवरनं कोलमडतोय असं वाटलं. खुर्चीचे दोन्ही हात गच्च धरून तिथंच बसून राहिलो.

सगळ्या गावातल्या लोकांनी दिलेल्या देणग्या वाचून दाखविण्यात आल्या नि पुन्हा भोकरेंचा पवाडा सुरू झाला.

संधी साधून बाळासाहेबाला गाठला. तो घाईतच होता.

''बाळासाहेब, हे काय केलंस?''

''काय?''

''माझ्या नावावर साडेपाचशे रुपये देणगी टाकलीस?''

''काय करू? मंडळाची जमा कमी नि खर्च जास्त झालाय. दुसरं करणार काय? अनेक व्यापाऱ्यांची नावंही अशीच जाहीर केली आहेत. समाजासाठी काही करायचं तर थोडीशी धस सोसलीच पाहिजे. मंडळही आपलं आहे.''

“पण माझ्या घरची...”

“परिस्थितीचं काय घेऊन बसला आहेस. सार्वजनिक सेवेत थोडा त्याग करावाच लागतो. दीडशे रुपये खर्चाचे तुला दिलेतच ना मी. माने-घाटगे म्हणत होते; तेही देऊ नयेत. तरी मी ते दिले. तुझी परिस्थिती मला माहिती होती. पुढच्या वर्षी बघू काही तरी; चिंता करू नकोस... गणपती पोचवून आल्यावर पुन्हा कोल्हापूरला जंगी खाना करायचा आहे त्यात येईल सगळं. जा, मी जरा भोकरे शाहिरांची पुढची व्यवस्था करून येतो.” पाठीवर थाप मारून तो निघून गेला.

माझे पाय कोलमडल्यागत झाले. एक महिना फुकट गेला होता. तीन-चार भावंडांचा, म्हाताऱ्या आईच्या तोंडातला एक महिन्याचा घास मी काढून घेतला होता. सगळा मातीत गेला.

बाहेर डफ तुणतुणं माझी थट्टा करण्यासाठी वाजतंय, शाहीर भोकरे माझी नि गणपतीची टवाळी करण्यासाठी लावणी म्हणतोय, असं वाटलं.

उठलो नि घराच्या दिशेनं काळोखात चालू लागलो. पाय जडजड झाले होते. मनासमोर बाळासाहेबांची गाडी कोल्हापूरला हलकीफूल होऊन पळताना– परत येताना दिसत होती. झालेल्या पार्ट्यांतील त्याचं बोलणं आठवत होतं... लक्षात येत होतं की बलात्कार करून त्या निष्पाप मुलीचा त्यानंच निर्घृण खून केलाय.

सकाळी आईनं देवापुढं सत्काराचा नारळ फोडला. संपूर्ण नासका निघाला. सडलेल्या प्रेतासारखा त्याचा कुजका वास सगळ्या घरभर पसरला. इतका उग्र होता की कदाचित तो सगळ्या जगभर पसरेल, असं वाटू लागलं.

‘गावकरी’ दिवाळी १९८१

■

शेवटचं पायताण

गावाकडं जायचं होतं. पायात चपला घेण्यासाठी लक्ष्मीरोडला हिंडत होतो. झगमगत्या सोन्या-चांदीच्या दुकानाशेजारीच बूट, पायताणं, चपला यांची दुकानं होती. पायताणांचे जोड अलंकारासारखेच मांडून ठेवले होते. एखादी किंमती वस्तू काढावी तशा सुंदर सुंदर चपला काढून नोकर तक्क्यावर विसावलेल्या गिऱ्हाईकाच्या पायात अलगद सरकवीत होते. आई बाळाला अंगरखा जसा हळुवार घालते तशा त्या चपला पायात घालण्याची नोकरांची रीत. मालकांनाही गिऱ्हाईकांचे पाय मोलाचे वाटत होते.

चपलांचे माप, रंग व आकार पायापेक्षा मनाला बरोबर बसले, की गिऱ्हाईक भुवई उचलून वर बघत होतं. नोकर लवून आकड्याअगोदर 'फक्त' लावून किंमत सांगत होते. तो पायातला दागिना पॅक करून अदबीनं देत होते.

किंमत सांगितली, की मी आतल्या आत चरकून जात होतो. एका एका जोडाची किंमत म्हणजे शेतात कामाला जाणाऱ्या माझ्या वडिलांचा एक महिन्याचा रोजगार. म्हणजे दादांनी वर्षभर खाडा न करता काम केलं तर बारा जोड घेता येतील. आमच्या घरात तर माझी आठ भावंडं, आई नि वडील मिळून दहा. म्हणजे वडिलांना घरच्या लोकांना चपला घेण्यासाठी

सगळं आयुष्यच राबत घालवावं लागणार. या चपलाही त्यांच्या पायात दगडा-धोंड्यातून पाच-सहा महिनेही चालणार नाहीत इतक्या नाजूक. कसं परवडणार हे असल्या चपला घेणं?

सगळ्या रोजगाऱ्यांना मिळतो तेवढाच दादांना रोजगार मिळतो.

एक बरं झालंय. चांभाराच्या चपलांना इथं मानाची जागा आहे. उंची कपड्याशेजारी, सोन्याचांदीच्या दागिन्याशेजारी त्यांना मांडून ठेवलंय. चपलांची लायकी दागिन्याइतकी वाढलीय... गावाकडं चांभारवाडा हागणदारीशेजारी. पायताणांना पादत्राण वगैरे कुणी म्हणतच नाहीत. त्यांची तिथं खेटरं होतात. पायातलं खेटर पायातच बरं; म्हणून अलंकार वगैरे समजून कुणी बासनात बांधून ठेवत नाहीत. ती सगळ्या गावाची घाण खाऊन, रानमाळ हिंडून येतात. तिथं त्यांची किंमत तेवढीच. त्यांच्या नशिबी घर ते मोटार, मोटार ते ऑफिस, मग ऑफिसातल्या दुलया नि चार दिवसाला पॉलिशवाल्या पोराची सर्व्हिस, असं कुठलं आलंय?

लक्ष्मीरोडच्या अलिशान दुकानांवर मेहता, बनातवाला यांची नावं दिसतात. चपलावर वैद्यू-बाटाचे शिक्के. चांभारांची अशी नावे नसतात. चांभाराला कोण या लक्ष्मीरोडवर येऊ देणार?... 'लक्ष्मी'चा रोड!

...नकोच इथं चपला घ्यायला. एवढा पैसा चपलासाठी देणं मला परवडणार नाही. शिवाय नुसता दिखाऊपणा. चार महिने वापरल्या की रोज तुटतात. अर्धातास, एकतास रोज चपला दुरुस्तीस जातोच. पन्नासदा टाके मारून घ्यावे लागतात. गावाकडं जाऊन घेतलेल्या बऱ्या.

दुकानं हिंडता हिंडता मन वाट्टेल तसं भरकटत होतं. चपला न घेताच परतलो.

घरात आम्हा चौघाजणांच्या चपलांचा दोन-अडीच वर्षांत बराच मोठा ढीग पडला होता. गावाकडं जाण्यापूर्वी त्या सगळ्या तुटक्या चपला एका पिशवीत नीटपणे भरल्या. दुसऱ्या दिवशी गावी निघालो. चपलांची पिशवी बरोबर घेतली.

सौ. चं सासर नि माहेर एकाच गावात असल्यानं मुलांना नि तिला तिच्या माहेरी पोचवली नि रात्री आठ-नऊच्या सुमारास घरी येऊन पोचलो. भावंडं वाटच बघत होती. जेवायची थांबली होती. गेल्याबरोबर लहानग्या फुलानं माझ्या हातातली तुडुंब भरलेली कापडी पिशवी जवळजवळ हिसकावून घेतली.

''त्यात खायला काय न्हाई गं, तुटक्या चपला हाईत.'' मी तिच्या मनातलं ओळखून म्हणालो.

''त्या कशाला आणल्यास हिकडं?'' आईचं आश्चर्य.

''घेऊन आलो झालं.''

हातपाय धुऊन आलो. आनसा चहा करायला गेली.

''थांब तुला दाखवतो चपला.'' म्हणून मी पिशवी उपडी केली.

"देवा! देवा! देवा! सगळ्या तुमच्या घरातल्या का ह्या?"

"व्हय."

"चांगल्याच हाईत की रं. कुठं आंगठा-वाद्या तुटल्यात, कुठं शिवण उसवलीया. शिवून झेकास वापराय येतील."

प्रत्येकानं मग आपल्या पायाला कोणती चप्पल येती ते बघितलं. ज्यानं त्यानं आपला जोड हेरला. त्याच्या रंगीतपणाचं कौतुक केलं. माझ्या पायांचा जोड दादांच्या पायाला बरोबर येतो याची मला पूर्वीच कल्पना होती. तोही मी बरोबर आणला होता. पायात दुसराही जोडा होताच. तोही आता टाकून द्यायचा होता.

तुटक्या चपलांची आईची कल्पना वेगळी होती.

टाचा झिजून पार नाहीशा झाल्या नि अर्धंच राहिलं; अर्ध्याचेही तळ फाटल्यावर त्याच्यावर जुन्या खेटराचे तळ कापून खालीवर शिवले, तेही झिजून झिजून त्यांनाही पुन्हा भसके पडले, अंगठे तुटून तुटून त्यांच्या भोकांनाही ठिगळं लावून पुन्हा शिवून त्यात पुन्हा अंगठे बसवले; आणि तेही झिजून तुटल्यावर चप्पल लावता येणं अशक्यच झालं, की त्याला ती 'तुटकं चप्पल' म्हणते. असलं तुटकं चप्पल ती नाइलाजानं जिवावर उदार होऊन टाकून देते. तसं यात एकही तुटकं चप्पल नव्हतं. त्यामुळं भावंडांना त्या चपला बघून नव्याच आणल्याचा आनंद झाला.

जेवताना आईनं सांगितलं, "असा पैसा चपलात इन्नाकारणी खर्च करू नगं. शिलकीचा पैसा शिलकीला टाकावा. त्यो असा उधळू नगं. एक जोड फाटल्यावरच दुसरा जोड घ्यावा."

मी 'हूं हूं!' म्हणत होतो. शहरातल्या जगायच्या कल्पना तिला कळणं शक्य नव्हतं आणि माझ्याजवळही एवढ्या साध्या राहणीचं मानसिक सामर्थ्य नव्हतं. हळू हळू मी मागचं विसरून शहरी राहणीचा बळी होत चाललो होतो.

सकाळी उठून आईनं म्हसरांची शेणं काढून त्यांच्या धारा पिळल्या. दूध घालून आली नि खेटरांची पिशवी उपडी करून बसली. एक एक जोड एकमेकांवर चिंधीनं बांधला नि "ह्यो शिवाला, ह्यो हिरीला, ह्यो लक्षीला" करत पिशवीत घालून, जायला निघाली.

"कुठं ग आई?" मी सहज विचारलं.

"जाऊन येती तुका चांभाराकडनं."

"मीबी येतो मग. माझ्याबी पायाचं माप देऊ या. चारसाऽ दिसांत चांभार करून देईल का पायताण?"

"देईल की."

मी कपडे करून तिच्याबरोबर चाललो, जाताजाता सहज चौकशी केली.

"तुका चांभार कोणचा?"

"आपला पैलंचा बैत्याचाच की. गोरा तुका, बाळुगडीच्या मळ्यापासनं बैत्याला हुता बघ त्यो."

"हां! हां! हा? अजून हाय त्यो?"

"– असंना तर. ठकलाय आता."

पंचवीस-तीस वर्षांपूर्वीचे दिवस आठवले. नऊदहा वर्षांचा असेन. तुका चांभाराला दादांनी बैत्याचा चांभार म्हणून ठरवला होता. त्यावेळी दादा लोकांची रानं फाळ्यानं करायला घेत होते. चांभारकाम कायम निघायचं. मी मोटेसाठी पांगणं आणायला, तुटलेल्या चाबकाचा शेंडा लावायला, फाटलेलं पायताण लावायला त्याच्याकडं जात होतो. आधल्या दिवशी सांजचं मोट लावायला टाकली, की सकाळी दादा मला त्याच्याकडं पिटाळायचे. "जा रं, मोट लावलीया का बघून ये तुक्यानं. नसंल लावली तर बसून लावून घे. म्हणावं, 'दादा आता मागूमाग यायला लागलाय. आत्ताच्या आत्ता मोट लाव. मळ्याकडं घेऊन जायची हाय. मोटा जुपायच्या हाईत.' तवर मी येतोच आणि जर का रातीच लावून ठेवली असंल तर झटक्यानं ये पळत, मला सांगाय."

'हूं' म्हणून मी जात असे.

कधी तुकामा नुकताच आंघोळ करून दुकानात लावलेल्या सगळ्या देवादिकांच्या फोटोंना घाटी वाजवून ऊदकाडी फिरवून जात असे. गोरापान देह, अंगाबरोबर अंग, ना सुटलेलं, ना सुकलेलं. दाढी कायम घोटलेली. धोतर स्वच्छ. जानवं घातलं तर ब्राह्मणच वाटेल असा निर्मळ राही. बोलण्यात चतुर होता. अधनंमधनं कामालाही बसलेला असायचा.

दुकानात खुंट्यांच्या वरच्या बाजूला तसबिरींची रांग होती. सगळे देवादिकांचे फोटो. तिन्हीही भिंतीवर ती पसरलेली. फोटोंच्या खाली कामकरी चांभार खाली मुंड्या घालून चमडं कापत, रापी पाजवत, सळ घालत, वादांच्या वेण्या घालत, कुणी चिखल लावून तळाला तळ चिकटवत बसलेले. घरातच दुकान केलेलं. दगडी घर चांगलं मोठं होतं. त्याचा रस्त्यालगतचा सोपा म्हणजे दुकान. समोरच्या बाजूनं फळ्या लावलेल्या. सकाळी उघडलेलं दुकान रात्रीच त्या फळ्या लावून बंद होई. भिंतींना रंग दिलेला. दुकानाच्या माळ्यावर पिवळी धम्मक नवी चमडी रचलेली. खाली कामाची रणघाई... कामच काम.

एका बाजूला खुर्ची टाकून तुकामा कामावर नजर ठेवत, आलेल्या रयताशी किंवा गिऱ्हाईकांशी बोलत बसलेला असे. आलेली माणसं बाजूच्या बाकड्यावर बसत.

पाचसहा वर्षं तो आमचा बैत्याचा चांभार होता. असे बरेच शेतकरी त्याचे बैतेदार होते. त्याला एका मागोमाग एक अशा सहा मुलीच होत्या. मुलगा व्हावा

म्हणून नवसंसायासं चालली होती. मुली देखण्या दिसत. इकडून तिकडं हुंदडत. दारातच जिवळीचा खेळ रिंगण मारून खेळत. पारूमावशी कधीकधी सोप्याला लागून असलेल्या आतल्या दाराला टेकून बसलेली असे. एकशेवडी बारीक अंग, नाक सडसडीत लांब, चेहरा पंचकोनी वाटणारा. ती पान खाई. तोंड नेहमी रंगलेलं. हासऱ्या चेहऱ्यानं बोले. लालचुटूक जीभ दिसे. कधी मळ्याकडं माळवं मागायला येई. त्यावेळी मळ्याची नाजूक मालकीणच आली असं वाटे. काम करणाऱ्या माणसांनी, येणाऱ्या रयतांनी, चपलांच्या गिऱ्हाईकांनी, पोरींनी घर नेहमी गजबजलेलं.

सातवा पोरगा झाला. झाला नि तुकामानं सगळ्या चांभारवाड्याला बारशाचं जेवण घातलं. आमच्याकडनं गव्हाचं नि जोंधळ्याचं बैतं आगाऊ नेलं नि बारसं साजरं केलं. शंभरभर पत्रावळी चांभारवाड्याच्या कोपऱ्याला पडली...

ते सगळं चित्र रंगवत, आता तुकामा कसा दिसत असेल, पारूमावशी कशी दिसत असेल, पोरी असतील का, पोरगा केवढा झाला असेल याची कल्पना करत मी त्याच्या घरासमोर येऊन उभा राहिलो.

दुकान अजून उघडलेलंच नव्हतं. मावळतीच्या नुसत्या दोन फळ्या काढल्या होत्या. आत शांत शांत.

"तुकाम्माऽ." आईनं बाहेरनंच हाक मारली.

"कोण हाय तेऽ?" एक खोल गेलेला आवाज.

"मी तारा हाय गंऽ पारू."

आई दोन फळ्यातनं आत सरकली. तिच्या मागोमाग मी गेलो. सोप्याजवळच्या दारातनं आत वाकून बघितलं तर अंधार. दुकान थाटलेल्या सोप्याला सुतक आल्यासारखं वाटलं.

हळूहळू आतल्या अंधाराला आकार आला नि त्याची एक काठी टेकत येणारी काटकुळी म्हातारी झाली.

"काय हो मालकीणबाई?" एवढंसं बोलतानाही तिला धाप लागली. ऊन लागलेल्या चिमणीसारखे तिनं डोळे मिटले. सोप्याच्या दाराजवळ येऊन मटाकदिशी बसली. चेहऱ्यावर कवटीचा आकार डोळ्यांच्या खोबणींसह स्पष्ट जाणवणारा– केस पांढरेशुभ्र. गोरा रंग तेवढा शिल्लक. तोंडात मात्र पान... पारू मावशीचा एक सांगाडा झाला होता.

"तुकाम्मा कुठं हाय?"

"ट्यांडावर गेल्यात. जेवायच्या वक्ताला येतील आता. काय काम हुतं?"

"ही खेटरं आणल्यात लावायला."

"ठेवा हितं मला दावून आणि सांजचं या. दुपारी आल्या-आल्या लावून जातील."

पारूमावशीनं मला ओळखलंच नाही. मीही त्यावेळच्या दहा वर्षातनं पस्तीशीत गेलेला. आईनंच तिला सांगितलं.

"माझा थोरला ल्योक ह्यो." म्हणून सांगितल्यावर जुन्या आठवणी निघाल्या. तिचा चेहरा किंचित उजळला. मग दोघीच जुनं जुनं काढून बोलू लागल्या.

मी सोप्याच्या पोकळीकडं नुसताच बघत बसलो. तिथली गजबज पूर्ण विझून गेली होती. वरचा माळा पूर्ण रिकामा दिसत होता. दुकानात लावलेले देवादिकांचे वीसभर रंगीत फोटो नाहीसे झाले होते. दाराच्या वरच्या बाजूला मात्र तुकामाच्या तरुणपणीचा, मुलाला घेऊन बायकोसह काढलेला आणि बारा-पंधरा वर्षाच्या बहुधा त्याच्या मुलाचा असे दोन छोटे फोटो फ्रेम करून लावले होते.

फिकट निळा रंग जाऊन भिंती पांढऱ्या मातीनं सारवल्या होत्या. चांभारकामाचं एकही साहित्य सोप्यात नव्हतं. सोपा जप्ती येऊन गेल्यागत मोकळा झालेला. फळ्या कायमच्या बंद केल्यागत दिसत होत्या. त्यांच्यावर निवडणुकीतील इंदिरा गांधींची मोठी पोस्टर्स आतून लावली होती. दोनतीन फळ्यांवर एक एक पोस्टर, अशी एकाखाली एक तीन तीन लावलेली. उरलेल्या खालच्या जागेत आडवी तीन तीन फळ्यांवर एक एक लावलेली... सगळ्या फळ्यांवर पोस्टर्सचीच एक पातळ भिंत झालेली. मला गंमत वाटली. जरा गूढही वाटलं. तुकामाला चित्रांची, फोटोंची आवड होती. पण तो भिंतीवर आडवी उभी चित्रं थापील असं वाटलं नाही.

हा कदाचित त्याच्या पोराचा कारभार असावा. असंही वाटलं.

पारूमावशीला खूप धाप लागली नि ती घुटमळल्यागत करू लागली.

"आई, ऱ्हाऊ दे ग आता बोलणं. तिला धाप लागतीया. इस्वाटा घेऊ दे तिला. जुनं जेवढं काढशील तेवढं थोडंच हाय." मलाही पारूमावशीला खूप विचारायचं होतं, ते तसंच राहिलं.

संध्याकाळी चार वाजता स्टँडकडं गेलो. शाळेनं रस्त्याकडेला संरक्षक भिंत बांधली होती, तिला टेकून तुकामा बसलेला. शाळेच्या आवारात आंब्याचं झाड वाढलेलं होतं. त्याची एक फांदी भिंतीवर झुकली होती. दुपारनंतर तिची सावली शाळेच्या भिंतीबाहेर सरकलेली. भिंतीला आणि फांदीला दुवा देत तुकामा सावलीला काम करतेला... त्याच्या शेजारी ट्रॅन्झिस्टर गाणं म्हणतेला बघून आश्चर्य वाटलं.

रस्त्याच्या बाजूनं सिमेंटची उघडी गटारं करण्यासाठी चर खणली होती. तिची उकरलेली माती तुकामाच्या पुढ्यात तशीच पडलेली. त्या मातीतनंच उगवल्यागत दिसत होता. भुईला टेकावी अशी मुंडी वाकलेली. दोन्ही पायात जाडसर टायर धरून तो पायताणाच्या तळाच्या आकाराच्या बेतानं कापत होता.

रापी उलटीपालटी करून सारखी सानेवर पाजवावी लागत होती. तरी टायरमध्ये घुसली, की पुढं सरकतच नव्हती. त्याला पुढं रेटेनाही झाली होती. भोवतीनं तुटक्या

खेटरांचा, टायरीच्या कापलेल्या तुकड्यांचा काळाभोर ढीगच्या ढीग पडलेला... शेजारीच कचऱ्याच्या ढिगात मरतुंगडं कुत्रं पोटाच्या आगीसाठी कचरा, उलथापालथा करून हुंगत होतं. जगण्यासाठी काय मिळतंय काय बघत होतं.

सगळं गाव तुकामासमोरनं चाललेलं. गटारीच्या सुधारणा चाललेल्या. आणि तुकामा या सगळ्यांच्या पलीकडं खेटरांच्या कचऱ्यात गावकऱ्यांच्या पायाकडं नजर टाकत बसलेला...

"रामराम तुकामा! वळख लागती काय?"

त्यानं रापी क्षणभर थांबवून वर बघितलं. कपाळावर घामाचं थारोळं त्या म्हातारपणातही साचलेलं.

"रामराम! वळख लागंना तर. सकाळी घराकडं येऊन गेलासा म्हणं," त्यानं ट्रॅन्झिस्टरचा सूर बारीक केला.

"व्हय."

पूर्वीच्या घोटीव खणखणीत आवाजाला ढिली थरथर आली होती.

"म्हातारपणी काय चाललंय हे? गप घरात बसून खायाचं न्हाई आता?"

"घरात बसून कोण घालणार? वतनं हाईत व्हय आमची? का जलमभर गावाची खेटरं सांधली म्हणून आम्हास्नी कुणी पेन्सूल देणार हाय?"

"न्हाई की."

"मग कसं म्हणता? असंच मरायचं खेटरं सांधत या गटारीकडंला एक दीस."

"तसं न्हवं. पोरगा दांडगा झाला असंल की आता तुझा."

"मग कशाला! धाऽ वर्स झाली की मरून."

"कशानं?" मला हबकल्यागत झालं.

"लिकमाच्या पेटरूलपंपावर खून झाला त्येचा. काय करता!" त्यानं हकिकत सांगितली. जिद्दीनं पोराला शिकवत होता. हायस्कूलचं शिक्षण पुरं होत आलं होतं. परीक्षा झाल्यावर उन्हाळ्याची सुटी लागलेली. घरात बसून तरी काय करायचं म्हणून नव्यानंच काढलेल्या पेट्रोलपंपावर तो कामाला जातेला. रात्री त्या पंपावर कुणीतरी ट्रकवाल्या ड्रायव्हरनंच गल्ला पळविण्याचा प्रयत्न केला.

त्या झटपटीत त्याच्या टाळक्यात लोखंडी पाट्या घातला नि त्यातच पोरगं कवटी फुटून दुसऱ्या दिवशी दवाखान्यात मेलं. "शिगंला शीग लागत हुती माझ्या. पर देवाला बघिवलं न्हाई. त्येला वाटलं जोड फोडावी. गाण्याचं लई शोकीन. अशा परक्षा सपल्या, की उन्हाळभर कुठं हिकडं जा, तिकडं जा, जमलं तर रानात रोजगाराला जा; असं करून पैसं साठवायचं. अंगावर कापडं घे, कुठं पुस्तकं घे करायचं...

"त्यातनंच ह्यो टिऱ्यान्झिस्टर घेटला. एवढीच खूण आता मागं ऱ्हायलीया

बघा. मीबी त्येला आपलं कायबाय करून मसाला घालतोय नि जिता ठेवतोय... गाणं लावून, काम कराय तेवढंच बरं वाटतं झालं, काय करता?''

''पोरींचं कसं काय चाललंय? साऽ पोरी न्हवंत काय?''

''व्हय. त्येंचं झ्याकच चाललंय म्हणायचं. आपापल्या घरात राबून खात्यात हे काय कमी झालं? दीस हुतं तवर पैल्या चार जणी अन्नाच्या जागी दिल्या. बारक्या दोघींचं दाल्लं बूटपालिश करत हिंडत्यात म्हंबईला. सख्खं भाऊभाऊ हाईत. म्हटलं, 'आलंय तर भालगडून टाकाव्यात.' काय करता?'' गेलेल्या वैभवाची खंत फारशी न दाखवता तो बोलत होता. आलेल्या गोष्टीला काहीतरी करून तोंड देत होता. त्यात फारसं हाती काही लागत नव्हतं, तरी जगण्यावरची वासना उडत नव्हती. त्याच्या विषयीची माझी जिज्ञासा वाढतच होती.

''तुकाम्मा, पैलं तुझं बरं चाललं हुतं. आता एकदम एवढा खाली कसा आलास?''

''माझंच एकट्याचं काय घेऊन बसलासा? सगळा चांभारवाडाच तळातनं उखडलाय.''

''कशानं?''

''रबराची चपलं आली. मग चांभाराचा म्हाल घेणार कोण?''

''माझा तर अनुभव तुमचाच म्हाल टिकतो असा हाय.''

''टिकाऊपणाकडं कोण बघतंय? आता नुसती फ्याशेन पाहिजे बघा. तुमच्या पुण्या-म्हंबईला फ्यास्नी बूट-चपलांचं कारखानं निघालं नि आमचं चांभारवाडं वसाड पडलं. तरी पैलं पैलं बरं चालायचं. आता खेड्यापाड्यापतोर मोटारीच्या सडका आल्या. ऊसवाल्या शेतकऱ्यांजवळ जिपा आल्या, फटफटी आल्या, ट्रॅक्टर आलं, तुम्हांस्नी सांगतो, आता टरकबी आलं. कुणाचा ना कुणाचा ट्रॅक्टर, जीप, टरक रोज कोल्हापूरला जातोयच. मग काय त्यातनं बसून निम्म्या दरात कोल्हापूरला जायाचं. सेनेमे बघायचे, हाटेलं चिवडायची, रांडा हुंगायच्या, रबरी चपला, बूट घ्यायचे. सस्तात म्हटलं तर सस्तात, म्हागात म्हटलं तर म्हागात मिळत्यात. तेच घेऊन हिकडं यायचं... आम्ही बसलो का बोंबलत मग? धा वर्साच्या आत हुत्याचं न्हवतं झालं. चांभाराच्या हातातला धंदाच गेला. आता अशी बसल्यात मग रबरी चपलाच्या टाळ्या दोऱ्यानं सांधत. आताच्या चांभाराच्या पोरांस्नी सळ म्हंजे काय हेबी ठाऊक न्हाई.''

''पर तुकाम्मा, मी त्या रबरी चपलांस्नी कट्टाळूनच तुझ्याकडं आलोय. मला चमड्याचं साधं कोल्हापुरी पायताण बांधून दे. पैलंची तुझी पायताणं दोन-दोन वर्सं रानात टिकायची. आता मला ती तीन-तीन वर्सं शेरगावात घालाय येतील. पायाचं माप द्यायला म्हणून मी आलोय तुझ्याकडं.''

''पैलंचं दीस गेलं आता मालक. पैलं चांभाराचा धंदा बुडला तरी चमडं मिळत हुतं. आता तेबी मिळत न्हाई.''

''का मिळत न्हाई? ढोरं तर रोज लाखानं कत्तलखान्याकडं जात्यात.''

''जात्यात की. पर सगळा म्हाल फारेनला जातो. हितं नुसती आता रब्बरं वापरायची बघा.''

''म्हंजे चमडं ठारच मिळत न्हाई म्हण की.''

''तसं मिळतं हो. पर म्हाग किती? म्हणून रबराच्या चपला परवडत्यात. आता तुमच्या पायाला चमड्याचं पायताण करायला गेलं, तर चाळीसभर रुपय पडतील बघा. कोण देणार एवढं? त्यापेक्षा रबराचं हलक्यात हलकं गोरगरिबाला धा-बारा रुपयात बसतंय. शिवाय म्हाल दिसायला देखणा.''

''पण त्यो टिकत न्हाई. पावसुळ्यात भसाकदिशी उपसून येतोय... मला चमड्याचाच जोड पाहिजे. निदान तीन-साडेतीन वर्सं पायाकडं बघावं लागणार न्हाई.''

''म्हणत असशीला तर करू, पर मला आगाऊ तीस रुपय दिलं पाहिजेत. चमडं आणाय माझ्याजवळ पैसा न्हाई. उरलेलं पैसं पायताण बांधल्यावर द्या.''

''चालंल. मी रात्री घराकडं येऊन पैसे देऊन जातो–''

माप देऊन उठलो. त्यानं जास्तच खाली मुंडी घातली... ट्रॅन्झिस्टरचा आवाज थोडा वाढवला.

घरी आलो नि आईला पायताणाबद्दल तुकाम्मा आगाऊ तीस रुपय मागत असल्याचं सांगितलं.

फटकन ती म्हणाली, ''नगं रं बाबा त्येला आगाऊ तीस रुपय देऊ. पाच-सात दीस ऱ्हाणारा तू. त्येनं पाच-सात दीस तुला 'आज देतो, उद्या देतो' म्हणून टोलीवलं तर काय घ्या? त्येच्या घरात आता ईख खायला म्हटलं तर पैसा न्हाई. तू दिलेलं तीस रुपय दोघंबी न्हवरा-बायकू बसून खातील नि गांडीला हात पुसून मोकळी हुतील. त्येच्यापेक्षा कोल्हापूरला जाऊन रबरी चपला घे जा.''

''तुकामा तसं करायचा न्हाई.''

''समदी चांभारं अशीच करत्यात आता. जलम गेला न्हवं माझा हितं? मला ठावं हाईत त्येंच्या तऱ्हा.''

तिचं बोलणं ऐकून जरा चिंतेतच पडलो. मग बराच वेळ तसाच बसून राहिलो. आई धारा काढायला गेली.

तास रात झाली होती. रस्त्यावर विजेचे दिवे लागले होते. लुकलुकत होते. तुकामा मनातून जात नव्हता... खाल्ले तर खाऊ दे पैसे. पाच-सात वर्सं त्येचं सामान खाल्लंय त्येचंच व्याज ऱ्हायलं हुतं असं समजू. बघू तरी काय करतोय ते.

ह्या म्हातारपणात किती राबणार त्यो. तरुणपणात सुख भोगलं आणि आता त्येच्या नशिबात हे भोग आल्यात... अवघड झालंय सगळं...

मी उठलो आणि तुकामाला तीस रुपये देऊन आलो. तीन दिवसांत पायताण बांधून द्यायचं त्यानं कबूल केलं.

तिसऱ्या दिवशी आमच्या घराकडं आलेली माझी पत्नी नि मी किल्ल्याकडं फिरायला गेलो. परतताना तुकामाच्या घराकडं डोकावलो.

"बरं झालं आलासा ते. मी आताच घराकडं जायचा इचार केला हुता, तवर आलासा. आज दुपारचा खाडा करून तुमचंच पायताण बांधत बसलोय. बसा पाच मिंटं. पायाच्या धुराचं माप घेऊन येण्या बसीवतो."

वरच्या वेण्यांचा सगळा भाग तयार होता. चराचर त्यानं दोन्ही पायताणांच्या कानांत त्या ओढून घेतल्या. वय झालं होतं तरी हात चपळाईनं हलत होतं.

"हं! घाला बघू पाय."

मी पाय घातले. त्यानं धुरांचा अंदाज घेतला नि पाय काढण्यास सांगितले.

"जावा आता. आता उद्या सकाळचं या. म्हंजे माझा हेलपाटा वाचंल नि कमी-जास्तबी बघता येईल. पायताण घालूनच तुम्ही तिकडं जावा नि मी हिकडं इस्टँडवर जातो."

"बरं."

मी आणि सौ. बाहेर पडलो. चमडं चांगलं कोणचं, हलकं कोणचं यातलं फार नाही थोडं मला कळत होतं. पायताणाचे तळ त्याने चांगले घणघणीत वापरले होते. वरचं काम मनासारखं झालं होतं.

"पायताण छानच झालंय. मला आवडलं ते." पत्नी म्हणाली.

"मुलांसाठी, तुझ्यासाठी एक एक जोड करायला टाकूया काय? एकदा चपला केल्या की तीन-तीन वर्षं बघायला नको."

"मला नकोत आणि मुलांनाही नकोत बाई! मला नाहीत असल्या चपला घालायला आवडत. आणि मुलं तीन वर्षं एकच चपला वापरताना वैतागतील. वर्षभरातच त्यांना एकाच चपलांचा कंटाळा येतो. दर दिवाळीला ती नव्या चपला मागत असतात. आणि असल्या चपला घालायचीही नाहीत ती."

मुलांचं खरं होतं. त्यांना गावाबद्दल नि गावच्या माणसांबद्दल प्रेम असण्याचं काहीच कारण नव्हतं. उद्योगप्रधान जगाच्या तत्त्वज्ञानी शहरात ती जन्माला आलेली. जन्मापासनं त्यांच्या भोवतीनं फॅशन्स आणि रबरी चपलाच होत्या. नव्या नव्या फॅशन्सचा उपभोग घेत राहाणं त्यांचा स्थायीभाव बनला होता. मला ते जमत नव्हतं. पायांचं संरक्षण करणारी वस्तू यापलीकडे पायताणाचं कौतुक मला नव्हतं. यासाठी वारेमाप पैसा घालवण्याची माझी तयारी नव्हती नि वेळही शिल्लक नव्हता.

तुकामाला तेवढीच मदत झाली असती म्हणून मी धडपडलो. पण मला ते जमलं नाही.

घरी आल्यावर आईला पायताण तयार केल्याची बातमी सांगितली. तिला आनंद झाला.

"बरं झालं बाबा. तुका अजून वचनाला जागतोय. त्येची बायकू तेवढी जरा धड असती तर बरं झालं असतं."

"ती एवढी कशानं ठकलीया गं?"

"पैल्यापासनं तिला जरा दम्मा हायच की. उतारवय हुईल तसं आता वाढत चाललाय."

"औशीदपाणी काय बघतच न्हाई वाटतं?"

"तरुणपणात मस्त बघिटलं असंल की. दम्यावर कुठलं औशीद आलंय? पान खातीया न्हवं का जलमभर."

"म्हणून पान खाती व्हय?"

"तर आणि कशासाठी? तशात एकच एक पोटचं पोरगं गेलं. साऽ पोरींची लग्न केली. पैलंचं समदं उतरतीला लागल्यावर व्हगाडलं. कशी तगणार ही माणसं?"

आई आपलं मागचं सगळं विसरून चटकन भावनाप्रधान होऊन बोलते.

"व्हय की."

सकाळी उठून मी तुकामाकडं गेलो. माझ्याही आधी उठून तो कामाला बसला होता.

"या. झालंच बघा आता. बसा पाच मिंटं." पारूमावशी तोंड धुऊन दाराला टेकूनच बसलेली. परवापेक्षा आज जरा तब्येत बरी वाटत होती. मी फळीवर बसलो.

तुकापा रापीनं पायताणाला बारीक छाटा मारत होता. इंग्यानं घोटीवपणा आणत होता. खाली बघून त्याचं काम चाललेलंच. शेजारी ट्रॅन्झिस्टरनं मीरेच्या संथलयीच्या भजनाचा विरही सूर धरलेला. तुकामाला ट्रॅन्झिस्टरचं व्यसनच लागलेलं. सेल घालून त्याला तो सतत गाता आणि जागता ठेवत होता. पोराच्या आठवणीची सोबत गरजेची वाटत असावी. सगळ्या घराची पोकळी त्या आवाजानं भरून निघत होती.

दारा-तोंडालाच जुन्या खेटरांचं नि टायर-तुकड्यांचं पोतडं तोंड उघडंच ठेवून पडलेलं. शेजारी मोटारबॅटरीचं मोकळं काळं डबडं. मी त्यांच्याकडं बघून विचारलं,

"हे कशासाठी लागतंय?"

"पाण्याला हो. पोकळ्याच्या येशीजवळच्या ग्यारीजात पडलं हुतं. तेवढं 'खेटरं भिजवायसाठी पाणी ठेवाय पाहिजे' म्हणून मागून घेटलं झालं. काय

करता?''

"आणि हे खेटरांचं पोतडं रोज घराकडं आणावं लागतं? कोण न्हेणार हाय त्येला ते तिथं पडलं तर?''

"लई चोर! गावातली समदी चांभारं ह्योच धंदा कराय लागल्यात आता. हे टायरीचं तुकडं तर पैलं फुकट मिळत हुतं. आता त्येलाबी पैसं मोजून द्यावं लागल्यात... गोर-गरिबांच्या खेटरांस्नी ह्येचाच आधार हाय मालक.'' खाली बघून तुकामा बोलत होता.

मी त्या जुन्या खेटरांकडं नि बॅटरीच्या डबड्याकडं बघत राहिलो. स्वतंत्र भारताने दिलेल्या दोन मूल्यवान दानांसारख्या त्या वस्तू वाटल्या. त्याच्या पोटाचे आधारस्तंभ.

कसलं तरी कडवट हसू माझ्या चेहऱ्यावर आलं. तुकामाला ते गमतीचं वाटलं. त्याला ते वाटावं म्हणून मी गंमतीनंच काहीतरी विचारलं,

"आणि एवढी इंदिरा गांधींची चित्रं फळ्यांस्नी आडवीतिडवी बरं लावल्यात?'' मला त्या चित्राबद्दलही उत्सुकता होतीच.

"आत गार वारं येतंय म्हणून थंडीच्या दिसांत लावल्यात हो. ह्या फळ्या काय आम्ही आता उघडत न्हाई. त्येंच्या फटीतनं गार गार वारं सांडतंय. मोकळ्या वाऱ्यापक्षा असलं वारं लई वंगाळ. अंगं शिवशिवत्यात म्हणून ही चितरं फटी धरून चिकटीवल्यात झालं... निवडणुकीचा आम्हांस्नी एवढा उपेग झाला बघा.''

त्यानं पायताण पक्कं केलं.

"हां! घाला बघू आता.''

मी घातलं. एकदम व्यवस्थित बसलं. पायांना एकदम देशी शोभा आल्यासारखी झाली. बरं वाटलं.

"हे उरलेले धाऽ रुपय आणि पारुमावशी, हे तुझ्या पानांसाठी दोन रुपय.''

"उपकार झालं बाबा.''

"पिशवीत हे वटीचं किलोभर जुंधळं हाईत. आईनं दिल्यात तुझ्यासाठी.''

"देवा! देवा! देवा! पंचईस वर्सांनी बैतं आलं माझ्या घरला!''

पारूमावशी हरखून बोलली. तिचा चेहरा आनंदानं पिकलेल्या आंब्यासारखा झाला.

"कुठलं आलंय बैतं? आमचीबी शेती कूळकायदं आल्यावर मालकांनी काढून घेटली कवाच! इकतचंच हाईत हे जुंधळं.''

"का आसंनात? मालकीणबाईचं मन सुपाएवढं दांडगं हाय. बैतंच म्हणायचं हे.'' पारूमावशी.

"घालूनच जावा आता पायात. पंचईस वर्सांनी तुम्ही माझ्याकडं वळख काढत

आलासा. म्हणून जीव तोडून ह्यो जोडा म्या केलाय.''

"पर्तेक वर्सी मी आता तुझ्याकडनंच पायताण बांधून घेणार. जग कुठंबी जाईना तिकडं.''

"ह्यो जोडा तुटायला तीन वर्स लागतील मालक.''

"का लागंनात. तुटल्यावर येईन मी.''

"त्येचा काय उपेग?'' तो कसानुसा हसला.

"का?''

"झाडाची समदी मुळं आता तुटाया लागल्यात. तुम्ही तीन वर्सांनी आल्यावर हितं कुणी बघायलाबी मिळतंय का न्हाई कुणास ठावं.''

"न्हाई न्हाई! असं का म्हणतोस तुकामा, तुझी तब्येत अजून चांगली हाय.''

मी त्याच्या अनपेक्षित बोलण्यानं गडबडलो.

"असली तरी, आता आत काय न्हाई. आता नुसतं दीस मोजायचं बघा. तवर तुमच्या आईनं आणून टाकली तसली रोज साताठ तुटलेली खेटरं सांधायला मिळाली तरी बाऽस झालं. जगाचं उपकार हुतील आमच्यावर.''

मी काहीतरी बोललो; पण ते खरं नव्हतं. मुकाट होऊन नवं पायताण पायात घालून परतलो. या चांभारवाड्यातलं ते शेवटचं पायताण असावं.

'पैंजण' दिवाळी १९८०

∎

१०

गीताबाई मरण पावली

"गीताबाई मरण पावली." मला पत्नीनं सांगितलं व मी जेवता जेवता शिरा मागून घेतला... पत्नीनंच गुरुवार म्हणून केला होता. साखर थोडी कमी झाली होती. "थोडी साखर दे." म्हणत म्हणत मी विचारलं, "कोण गीताबाई?"

"ती हो; समोरच्या कोंगाड्यांच्या वस्तीतली मोलकरीण." तिनं साखर दिली. मी ती शिऱ्यात मिसळली. चमचा तोंडात भरला. पण व्यवस्थित गोडी आली नाही... शिरा करतानाच साखर टाकली तर शिऱ्याला वेगळीच गोडी येते. पण मी तिकडं दुर्लक्ष केलं. जेवणावर डोळे स्थिर ठेवून, माझं त्यामागचं डोकं अनुमान करू लागलं... अनेक मोलकरणी ह्या वाड्यात येतात. बिऱ्हाडांपेक्षा त्यांचीच गर्दी. त्यांचे फक्त चेहरे ओळखीचे राहतात. त्यांची नावं एवढी मी कशाला लक्षात ठेवू? काय कारण आहे? ह्या सगळ्या बाया मेंढराच्या कळपागत एकसारख्याच दिसतात. काळ्या, बेंदऱ्या, मळकट, झिंज्या सोडलेल्या, आंघोळ न केलेल्या– सुरूबाई, तानीबाई, धोंडूबाई, पार्वतीबाई. यांत ही गीताबाई कोण?... मला शेजारची कुलकर्णीबाई माहिती आहे... शिक्षिका आहेत त्या. नवऱ्याला मोठी नोकरी नाही म्हणून त्यांना नोकरी करावी लागते. नोकरीतल्या पुरुष मंडळींना धरून त्या वागतात. त्यामुळं त्यांनी नवऱ्यापेक्षा

चांगली नोकरी टिकवली आहे. बोलायला छानच आहेत. असंच राहावं लागतं माणसानं. पलीकडं हायस्कूलमध्ये असलेली लायब्ररीअनसुद्धा ठाऊक आहे. तिच्या ओठाच्या वरच्या बाजूचा तीळसुद्धा माहिती आहे. काय छान दिसतो तो! पण गीताबाई कोण?... असली कसली ही स्मरणशक्ती?

"कोणती ग मोलकरीण?"

"ती उंचेली. भांडी घासता घासताच तिचं मूल तिच्या काखेस चिकटून तिला चोखायचं बघा. तुम्हीच म्हणत होता की."

"हां हां." माझ्या लक्षात ती आली. तिला सारखी मुलं व्हायची; म्हणून तिचे स्तन नेहमी मोठे असायचे. आणि ती ते उघडे करून, काम करता करता खुशाल मुलाच्या तोंडात द्यायची. माझ्या ते अधून-मधून सारखं लक्षात यायचं.

ताटातला शिरा संपत आला होता.

"आणखी जरा घ्या."

"नको आता. फार झाला. थोडा भात घाल."

सौ. नं पांढराशुभ्र भात घातला. भातावर दूध घातलं. मी भात कालवला. तोंडात घास टाकला. चावता चावता गीताबाई मनाच्या पाठीमागं दिसू लागली... घरासमोर बसलेली. तिच्या उंचीइतकं तिचं पत्र्याचं घर. रॉकेलचे फुटके, तांबरलेले डबे पुन्हा फोडून त्यांचा केलेला पत्रा. त्यांच्यातलं रॉकेल कुणी तरी नेलेलं. लाकडी किडक्या खांबांना त्यांची खिळेठोक साथ. हे नवऱ्यानं ठोकलेलं. वर पत्रे. पत्र्यांवर मोठमोठे दगड रेटा देऊन बसलेले. ह्या पत्र्यांनी आणि दगडांनी पाऊस अडवायचा. साठला की, थेंबाथेंबातून खाली सोडायचा. खाली घरात भुईची जमीन भरपूर पाणी प्यायची. त्या जमिनीवर मडक्यांची मांडणी. कुणी तरी तूप खाऊन टाकून दिलेले डालडाचे डबे मूठ-पसा पिठात माखून गीताच्या नशिबाकडं बघत बसलेले. भरपूर मडकी. त्यांची रिकामी उतरंड. उवा-लिका झालेली बोतरं. त्या बोतरात गीता, गीताची तीन मुलं आणि चौथ्या मुलासाठी आंतडी हलवणारा नवरा– ह्या सगळ्यांचा मिळून संसार झालेला. ह्या संसारात गीताबाई मेली. भोवतीनं सगळं तसंच ठेवून, त्या सगळ्यांच्या मधे तिनं जीव सोडला.

"आजारी होती ती?"

"तर."

"काय झालं होतं?"

"काय झालं, असं नव्हतं. तसं बघायला गेलं तर, पोटालाच तिच्या काही नव्हतं. पावसाळ्याचे दिवस. नवऱ्याच्या पायावर पहार पडलेली."

"पण ती वाड्यात कामाला होती ना?"

"हो ना. वहिनींच्याकडं कामाला होती."

"फक्त वहिनींच्याकडंच?"

"हांऽ त्या तरी किती देणार?"

"होना!... किती देणार?"

वत्सलावहिनी तशा स्वभावानं फार चांगल्या आहेत. आमच्याकडं नेहमी येतात. काही गोडधोड, चरचरीत, फोडणीचं केलं तर नीलाकडनं नेहमी भरपूर पाठवून देतात. स्मिताबरोबर गप्पा मारतात. संध्याकाळी फिरायला, कधी सवड काढून सिनेमाला दोघी बरोबर जातात. त्यांना एक मुलगा आणि एक मुलगी– तेवढ्यावरच त्यांनी धाडस करून ऑपरेशन करून घेतलं. त्यांचं घर तसं लहान. म्हणून त्यांनी प्रभात रोडला मोठा बंगला बांधायला काढला आहे. प्लॉट फार मोठा. त्यात तीन मजली बंगला बांधणार आहेत. परमिटचं सिमेंट, लोखंडी साहित्य, खडी, वाळू सगळं येऊन पडलं आहे. घरी मजूर, कॉन्ट्रॅक्टर, इंजिनीअर, अधिकारी सारखे येतात. चहाच्या कप-बशा, शेव-चिवड्याच्या प्लेट्स, जेवणाची भांडी, फिस्टची भांडी सारखी पडतात. त्यासाठी त्यांनी गीताबाईला ठेवली होती. तसं तिला खूप मिळत होतं. उरलंसुरलं पुष्कळ राहायचं. गीता ते तीन पोरांना गरम करून द्यायची. वहिनींनी तरी किती द्यायचं? उरलेलं मातरं करून न टाकता सगळंच्या सगळं द्यायच्या.

पोरं पिठीसाखर खाल्ल्यागत मुटूमूटू चाटायची... त्यांच्या पोटात बारकी बारकी पण लांब लांब आतडी आहेत. पोटं माती खाणाऱ्या मुलांसारखी पुढं आलेली. नाकांत शेंबूड पाटी भरून. तोंडात नाही तर हातांत काहीतरी चघळायचा जिन्नस. बहुतेक वेळा अंगातलं कुडतं चावून चिंध्या झालेलं. त्यांच्या डोकीचे केस नवरा नेमानं कातरीनं काढतो. तीन पोरं. ह्या पोरांना मागं भिजक्या भुईवर टाकून गीताबाई पुढं पळाली. पोरांना पत्ताच नाही. नाही तर त्यांनी तिला सोडलंच नसतं... आई फुकट मरती म्हणून निदान फाडून तरी खाल्ली असती.

"पाठीमागं नवऱ्यानं काय करायचं आता? तीन मुलं आहेत."

"हो ना. काय मिळवून आणून घालणार तो? पायावर पहार पडलेली आहे. मुलं लहान आहेत."

"तरी बरं; चौथं गीताबाईच्या पोटातूनच गेलं." नकळत मी विनोद करून गेलो. कसा सुचला कुणास ठाऊक? "जरा मीठ दे लिंबाबरोबर."

पत्नीनं मीठ दिलं. मी लिंबू खाल्ला– मला अन्न पचत नाही म्हणून जेवणाबरोबर नेहमी लिंबू लागतो. लिंबू हा पाचक आहे. त्याची फोड चघळून मी ताटात टाकली आणि पत्नीनं माझं ताट पडलेल्या भांड्यांत नेऊन टाकलं. थोडी भाजी उरली होती. पोळीचे काठ जाड झाले होते, म्हणून ते कुरतडून टाकले होते. त्यातच हात धुतला होता... आठवण झाली.

"अग, त्या पोरांना तर नेऊन दे ते. हळूहळू तीही पोरं उपाशी पडून मरतील झालं आता..." गीताबाईचा नवरा काय आणून घालणार आहे त्यांना? तो भलता हिशोबी. दोन वेळा घालायच्या ऐवजी एक वेळेलाच अन्न घालून तो मुलांना जगवत ठेवेल; त्याची काटकसर. दाढीचे पैसे चहा-भजी खाण्यात घालवून तो दाढी ठेवून टाकतो... काय करायची आहे सारखी सारखी दाढी करून? डोक्याचे केसही उवा पडू लागल्याच, तर दोन-अडीच महिन्याने कातरीने घरातच कातरतो. अंगावर खाकी सदरा, कुणीतरी फाटत नाही म्हणून कंटाळून दिलेला आहे, तो अंगात अडकवतो. सदराही बिनफाटता त्याचं अंग धरून राहिला आहे... ह्या नवऱ्याच्या पुढ्यात गीताबाई रात्री अकरा वाजता मरण पावली. आणि 'मेली का काय' म्हणून त्यानं तिला निरखून पाहिलं. जिवंत आहे की नाही हे पाहण्यासाठी तिच्या तोंडावरनं हात फिरवून तो उठला. फुटक्या पितळी तांब्यातनं पाणी आणून उशाला ठेवलं. त्यातला एक घोट तिला घालून बघितला. पाणी आत गेलं नाही. नाकापुढं सूत धरलं, हललं नाही. मग त्याची नक्की खात्री झाली...

त्याची रात्र वाईट गेली. आयुष्यात तेवढीच एक करमणूक होती. तीही निघून गेली. अनायासे ती पोरांना पोसत होती. त्याच्या अंगावर काहीही जबाबदारी पडत नव्हती. आता दोन्हीही गेलं.

आज सकाळी सगळी माणसं उठायची तशी उठली होती. मी उठलो. शेजारचे रेडिओ-गायन ऐकत नि गुणगुणत दाढी केली. सौ. आंघोळ आटपून पावडर लावत होती. आरशात कमीजास्त बघत होती.

वत्सला-वहिनी तिच्याकडं आल्या नि म्हणाल्या, "भांडी घासायला तुमची मोलकरीण आजही पाठवून द्या."

"हां... काही विशेष?"

"काही नाही. चहा झाला की नाही?"

"नाही अजून. आता होणार. तुमचा झाला?"

"कधीच. ते सिमेंटच्या आणखी परमिटासाठी मुंबईला जाणार होते ना पहिल्या गाडीनं? कुणाशी तरी ओळख काढली आहे. बरेच पैसे घेऊन गेलेत. आता बघू काय होतं. नाहीतर सगळं काम सिमेंटवाचून खोळंबून पडतं हो."

"...मुंबईहून तुम्हाला काही आणायला सांगितलं की नाही?" मी. वत्सलावहिनी आज न्हाऊन आल्या होत्या. छानच दिसत होत्या म्हणून बोलावंसं वाटलं.

"इश्श! प्रत्येक वेळी कुठलं हो?" ...वहिनींच्या मिस्टरनी वहिनींसाठी खूप केलं होतं. त्यांना खूपखूप सजवलं होतं.

मी चहा घेऊन आणि तोंडाला थोडी सौ. च्यातली पावडर लावून बाहेर पडलो... ऑफिस सकाळी असतं. गडबड होते. त्यामुळं दुसरीकडं लक्ष नसतं.

दारासमोरच्या कोंगाड्यांच्या वस्तीत गर्दी दिसली. पण मी पुढं गेलो... वस्तीशी आमचा तसा संबंध नव्हता. खालचे कामगार लोक तिथं राहतात. काहीतरी करतात. काय करतात कुणास ठाऊक! कोण चौकशी करत बसणार? चौकशी केली तर नसतं लचांड मागं लागतं. 'नोकरीला लावा, चिठ्ठी द्या, पैसे उसने द्या.' असं सुरू होतं. शिवाय मला का दुसरी कामं थोडी आहेत?

पण ते लोक जगतात एवढं मात्र नक्की. काहीतरी करून जगतात.

सकाळचं ऑफिस करून दमून स्कूटरवरून परत आलो आणि जेवताना सौ. नं सांगितलं, "गीताबाई मेली," म्हणून.

मी यायच्या अगोदर वहिनी पुन्हा येऊन गेल्या होत्या म्हणे. त्यांना आमची मोलकरीण सौ. नं काटकसरीचा व्यवहार करून ठरवून दिली होती. नाहीतरी दोन-तीन दिवस आमचीच मोलकरीण त्यांच्याकडं काम करीत होती. खरं तर वहिनींची सहनशीलता संपत आली होती. त्यांनी गीताबाईला नीलाकडनं दोन-तीनदा बोलावून घेतलं. बजावून सांगितलं पण गीताबाईच्या अंगातला तापच उतरत नव्हता; ही तिची तक्रार होती. पण वहिनी तरी त्याला काय करणार? त्यांच्याकडची भांडी, उष्टी-खरकटी मग करणार कोण? तरी वहिनी स्वभावानं चांगल्या म्हणून त्यांनी तक्रार ऐकून घेतली. पण त्यांना दुसऱ्या मोलकरणीच्या उपकारावर जगणं जड जाऊ लागलं. त्यांना तसे कुणाचे फुकटचे उपकार नको असतात. कारण प्रत्येक गोष्टीसाठी पैसा मोजल्याशिवाय त्या ती घेत नाहीत. मग एवढा पैसा असून फुकटचे उपकार आणि तेही आमच्या घरच्या मोलकरणीकडनं करून घेण्याची काय गरज होती? त्या फक्त आणखी एक दिवस गीताबाईची वाट पाहून दुसरी मोलकरीण बघणार होत्या. पण गीताबाई आज मेलीच, म्हणून तिचा आता प्रश्न नव्हता. एका दृष्टीनं वहिनींना मोकळं वाटलं; म्हणून त्यांनी आमची मोलकरीण ठरवून टाकली आणि त्या निघून गेल्या.

मोलकरणीलाही बरं वाटलं. कारण वहिनींच्याकडं भरपूर चहा-पाणी मिळायचं. माणसं आली की प्रत्येक वेळी चहा. त्यातच उरलेला असायाचाच. आज आमच्या मोलकरणीनं म्हणे वहिनींची सगळी भांडी चिंचेनं घासून स्वच्छ करून दिली. वहिनींना वाटलं, हीच मोलकरीण पूर्वीपासून ठेवली असती तर बरं झालं असतं. कारण पैशापरी पैसे कमी, आणि काम किती स्वच्छ!

गीताबाई मरण पावली तरी गल्लीत काहीच हालचाल झाली नव्हती. मुलं गल्लीत नेहमीप्रमाणंच सकाळपासून खेळत होती. मी दाढी केली होती. ऑफिसला स्कूटरवर सरळ बसत बसत निघून गेलो होतो. वहिनींचे मिस्टर चहा घेऊन मुंबईला गेले होते. खिडकीतल्या पाटलीणबाई गंगावन विंचरून, धुऊन सुकत घालताना जाता जाता उगीच दिसल्या होत्या. पलीकडच्या हॉटेलातली माणसं वर्तमानपत्रं,

भजी-चिवडा-वडा-खिचडी, चघळत होती. गीताबाई मरण पावल्याचं एकालाही कसं दिसलं नव्हतं, कळत नाही...

पण पलीकडच्या 'साफल्य'मधले वासुदेवकाका मरण पावले तेव्हा, गल्लीत केवढी गडबड उडाली होती. 'ऑफिसला येणार नाही' म्हणून मी 'साफल्य'मधून फोन केला नि वासुदेवकाकांच्या घरच्या मंडळींची विचारपूस केली. त्यांचा फोन आम्हाला नेहमीच वापरावा लागत होता, त्यामुळं घरोबा निर्माण झालेला. बरीच गर्दी जमली होती. जो तो हळहळत होता. त्यांच्या तरुण मुलीसुद्धा रडत होत्या. सौ. तर आंघोळ न करताच जाऊन आली नि नंतर तिनं घरातल्या गोष्टींकडं लक्ष दिलं. मला दाढी करावी असं वाटलं नव्हतं. सौ. ही दिवसभर वासुदेवकाकांच्या पत्नीच्या दु:खामुळं हळहळत कामं करत होती. अधून-मधून माझ्याशी बोलत होती. दिवसभर तिला चैन पडेना म्हणून संध्याकाळी आम्ही लांब लांब जाऊन मोकळ्या हवेत फिरून आलो. बाहेरचं काही खाऊन आलो. पण आज गल्लीत गीताबाई मरण पावल्याची बातमी रस्त्यावर नेतानाच सगळ्यांना कळली म्हणे. गंमतच आहे.

मी जेवण करून सुपारीची चव चघळत चघळत बाहेर गेलो. रस्त्यावर आलो. रस्त्यावर नळाचं थोडं पाणी पडलं होतं. त्या पाण्याच्या भिजल्या जागेत थोडा गुलाल नि हळद सांडलेली दिसली. कोंगाडी वस्तीच्या बाजूला मी बघितलं. सगळं शांत. गीताबाईचा नवरा मुलांना घेऊन दारात बसला होता. भोवतीनं दाढी आणि डोकीचे केस पसरलेल्या डोळ्यांतून त्याची मन नसलेली दृष्टी कुठंतरी अंतराळी बघत होती. मी सुपारीची चव घेत होतो. वास्तविक आज घरात 'सकाळ' आलेला नव्हता. पेपरवाल्या पोरानं काही तरी गडबड केली होती. बातम्या वाचायला उत्सुक होतो. म्हणून सुपारी चघळत चघळत शेजारच्या मोफत वाचनालयात जावं की काय असा विचार होता. पण माझ्यासारख्या ऑफिसरनं सारखं सारखं मोफत वाचनालयात जाणं बरं दिसत नाही, याची जाणीच होती. याच्या उलट, बरंच लांब जाऊन वर्तमानपत्र स्वत: विकत आणणं भाग होतं... कारण बातम्या वाचल्या नाहीत तर मला चैन पडत नाही. जगात कुठं कुठं, काय काय चालतंय हे पाहणं आवश्यक असतं. निदान माझ्यासारख्या ऑफिसरला अप् टू डेट नॉलेज ठेवणं जरूर असतं. उपयोगी पडतं. निदान नॉलेज फॉर नॉलेज सेक तरी.

"गीताबाई मरण पावली म्हणे?" समोरून वस्तीतला एक माणूस आला, त्याला सहज विचारलं.

"होऽय!"

"काय झालं होतं?"

"आता काय नि कसं. पोटम्हातारी झाली हुती म्हणायची नि काय."

"हां हां– झाली का सगळी व्यवस्था?"

“झाली की. नेऊन जाळली नदीवर. जळणाचंच वांदं हुतं, तेवढं भागिवलं कसं तरी.”

“कार्पोरेशनकडून व्यवस्था होण्याची शक्यता असते. पण प्रयत्न केला पाहिजे होता... नाही तर वशिला पाहिजे.” माझा सल्ला. पोट भरलेलं होतं; म्हणून ढेकर ढर्रर करून आली. बरं वाटलं.

“कुठं नि काय करत बसायचं? सगळ्या कोंगाड्यांनी पट्टी काढली दोन दोन रुपय आणि येवस्था केली झालं.”

“पट्टी काढली?”

“तर काय करता? काय हुतं तिच्याजवळ? उशाखाली नुसतं दोन रुपय ऐंशी पैसे हुतं.”

“पट्टी काढली म्हणजे चांगली गोष्ट आहे. तुमच्या लोकांत एकजूट असते.”

“जूट असंना तर काय करतील? पर्तेकाची तीच तऱ्हा. न देऊन करत्यात काय? ते मेलं तर त्येंचं मढं कोण हलवंल मग? पर्तेकाला आपल्या मढ्याची काळजी हायच की.”

“हां; बरोबर आहे. तेही खरंच.”

“जातो. बिड्या आणायला चाललोय.” ...हे लोक कसे मोकळे असले म्हणजे सारख्या बिड्या ओढतात. खरं तर बिडीनं भूक मरते. आरोग्याला विघातक असतं ते... त्यांच्यातल्या कल्लाप्पाला मी एकदा सांगितलं होतं. पण ऐकलं नाही त्यानं. हासत म्हणाला, “अहो, भूक मरायसाठीच बिडी वडायची असती.” ...वेडपट. दुसरं काय? आम्ही इथं भूक लागावी, निदान खाल्लेलं पचावं म्हणून गोळ्या, औषधं कपाटं भरून ठेवतोय. आणि हे अडाणी लोक आयुष्याचं असं मातेरं करून घेतात. पण मी हे सगळं मनात ठेवलं आणि “या जाऊन” असं त्याला हसतमुखानं म्हणालो.

...पट्टी जमा होईपर्यंत गीताबाईचं मढं दारातच पैसे वसूल करायला आलेल्या भय्यासारखं बसलं होतं. सगळ्यांना पट्टी द्यावी लागली होती. कुणाजवळ नव्हती त्यानं उसनी घेऊन दिली. गीताबाईच्या जळणाचा दर विचारून येऊन तेवढा पैसा बाजूला काढला. उरलेल्यात कापडं, कडबा, काठ्या, मडकं बसवलं... पोरं आईच्या मढ्याभोवतीनं गप्प बसली होती. नवरा मोडक्या पायानं मदत करत होता.

टाळ-मृदुंगवाल्यांनी पैसे अगोदर घेऊन गीताबाईचं मढं पोचवलं. तिरडी हलकी-फूल होती. ती कडब्याची होती. वाळलेला कडबा. त्याच्यावर कफनाचं कापडच फक्त पसरून बांधल्यागत दिसत होतं. पण खाली गीताबाई होती. पुरणाच्या पोळीगत तिच्या कातडीखालची आतडी सपाट झालेली. अंगावरचं मांस तिनं कधीच खाऊन संपवलं होतं. कमरेखाली, बसायच्या जागेला तेवढं मूठ मूठभर

मांस होतं. छातीवरचे स्तन मात्र मोठे मोठे होते. त्यांना रोज ते मूल ओरबडून-चोखून खायचं... अशा गीताबाईचं मढं त्या तिरडीवरनं नदीवर गेलं... कोंगाडी माणसं हळहळत होती. त्यांचे दोन दोन रुपयही गेले होते.

पण गल्ली शांत होती. वत्सलावहिनींनी नवी मोलकरीण ठरवली होती. रविवारचा बेत ठरवला होता. खिडकीतील पाटलिणीने आपले सुकत घातलेले गंगावन व्यवस्थित झाडून वाळवले होते. वासुदेवकाकांच्या घरासमोरच्या बागेत त्यांची मुलगी फुलांचे रंग आणि उमलणे बघत हिंडत होती. तिच्याबरोबर मोठा उंच कुत्रा इकडून तिकडं साखळीसह हिंडत होता. माझी मात्र अस्वस्थता वाढत होती. 'सकाळ'वाला पोऱ्या आज कसा काय आला नाही ह्याची विवंचना मी करीत होतो.

इतक्यात समोरून एक घाण आली. म्युनिसिपालिटीचा नोकर एका मरून फुगलेल्या कुत्र्याच्या मागच्या पायाला दोरी बांधून रस्त्यानं ओढत नेत होता. त्याला बघून तिकडं वासुदेवकाकांच्या बागेतला कुत्रा भुंकला. इकडं रस्त्यानं फिरणारी एक-दोन कुत्री त्या ओढत नेल्या जाणाऱ्या कुत्र्याला बघून पळून गेली. त्यांना वाटलं, आपणालाही असंच कोणी तरी ठार मारून ओढत नेतील. कुत्रं जवळ येईल तसा घाण वास येत होता. रस्त्यावर पडलेल्या त्या गुलाल आणि हळदीवरून ते कुत्रं त्या नोकरानं ओढत नेलं. मी घाण येते म्हणून आत गेलो. जाता जाता जेवणानंतरच्या वामकुक्षीचा विचार मनात येत होता. आणि जांभई देता देता उगीचच पुटपुटलो–
"एकंदरीत गीताबाई आज मरण पावली तर."

'मराठवाडा' दिवाळी १९६६

∎

उद्योग-वसाहत

राष्ट्रीय महारस्त्याला लागून भडगावची उद्योग-वसाहत वाढत
होती. गावाच्या बाहेर एका बाजूला, नवे नवे टुमदार बंगले
आणि घरं उठत होती. शहरगावची नवी नवी शिकलेली माणसं
त्यांत येऊन राहत होती. ग्रामीण विभागात उद्योगधंदा उभा
करण्यासाठी सरकार सवलती देत होतं, कर्ज देत होतं. कमी
रोजगारात भडगावात भरपूर माणसं मिळत होती. कोल्हापुरापासनं
अवघ्या तेरा मैलांवर भडगाव. नव्या कारखानदारांना शहरचे
सगळे फायदे मिळत होते. देशाचा उद्योग-विस्तार योजना-
योजनांतून चालला होता. कोल्हापुरातल्या अनेक उद्योग-समूहांतून
आणि कंपन्यांतून नोकऱ्या करणारी अधिकारी मंडळी अनेक
वर्षांच्या अनुभवानंतर नोकऱ्या सोडून स्वतंत्र उद्योग करण्यासाठी
चिकाटीनं भडगावला येत होती.

भडगावचं रंगरूप पालटून जात होतं. कळकट, दुष्काळी
वाटणाऱ्या गावातनं आता स्वच्छ कपड्यांची, मांसल, गुबगुबीत
माणसं हिंडत होती. मोडक्या-तोडक्या बैलगाड्या फक्त गावातनं
येताना-जाताना आतापर्यंत दिसत; तिथं आता मोटारसायकली,
स्कूटर्स, एखादी सुरेख रंगीत 'कार' गावातनं फिरताना दिसू
लागली. आतापर्यंत मळ्यादळ्यांवर शांतपणानं राबून खाणाऱ्या
गावाला ते दृश्य बघून बरं वाटत होतं. चार घास सुखाचं

११

मिळतील अशी त्यांची आशा.

दोन पोरं झाल्यावर नवऱ्यानं हाकलून दिलेली शांता पुन्हा आपल्या बाऽच्या गावात आलेली. स्वतंत्र घर करून पोट भरून खात असलेली. एस. टी.वर ड्रायव्हर असलेल्या नवऱ्यानं कुठनं तरी एक पान खाणारी नटरंगी बाई एके दिवशी आणली नि पाचसहा महिन्यांत शांताला घरातनं बाहेर काढली. गेली दहाबारा वर्षं ती इथंच मेटा मारून पोरं वाढवू लागली. गेल्याच वर्षी तिनं आपल्या लक्ष्मीचं लग्न करून दिलं. चंदू आता आठवीत गेला होता. शांता दिवसभर दहाबारा घरांची धुणंभांडी करत होती. जम बसला होता. गाठीला गाठ मारून, एकएक पैसा साठवत होती. लेकीला दीस गेल्याची तिला चाहूल लागली होती. पहिल्या बाळंतपणाला तिला भडगावला आणण्याचा बेत आखत होती.

तिच्या मागोमाग चुणचुणीत वाटणारा डावखुरा चंदू हिंडत होता. जमेल तेवढी तिला मदत करत होता. खेळणाऱ्या पोरांचे खेळ बघत कधी तिथंच रमत होता. मोकळ्याढाकळ्या पाखरासारखा बागडत होता. त्याचा डावा हात सारखा वळवळे.

पाचसहा महिन्यांपूर्वी नव्या वसाहतीत राहायला आलेल्या कामतबाईंनी चंदूला हेरलं होतं. त्यांच्या मनात तो भरला होता. शेजारचा एक बंगला सोडून शांताबाई पलिकडच्या घाटपांडे इंजिनिअरांच्या घरात धुणं-भांडी करत होती. कुणाशी गप्पाटप्पा न करता, पुढं बघून कामं करून, कामतबाईंच्या बंगल्यासमोरून ती निघून जात असे.

कामतबाईंनी घाटपांड्यांकडं चौकशी केली नि शांताबाईला कामं झाल्यावर घटकाभर 'चहाला' येऊन जायला सांगितलं.

संध्याकाळी सहा-साडेसहाच्या सुमाराला शांताबाई चंदूसह आली.

"या शांताबाई." कामतबाई प्रसन्न हसल्या.

शांताबाई दारातच टेकली.

"अहो, अशा आत या. बसू निवांतपणे घटकाभर."

"जायला पाहिजे हो चटक्यासरशी. हितनं फुडं आता रातच्या जेवणाचं बघायचं बघा. अजून दळाण आणाचंय. काय सांगू?" असं म्हणून शांताबाई बिचकत बिचकत आत गेली.

इकडतिकडची बोलणी झाली. चंदू आठवीत गेलाय याचं कौतुक झालं. कामतबाईंचीही दोन्ही मुलं शिकताहेत, त्यातला एक अमित आठवीतच आहे, पण तो दुसऱ्या तुकडीत आहे, हे ऐकून चंदूला गंमत वाटली. आश्विन त्याच हायस्कूलात दहावीला असल्याचं कळलं. चंदूला आणखी गंमत वाटली. आपण काही कमी नाही, याचा त्याला आनंद झाला.

"लक्ष्मी आली तर घेऊन या आमच्याकडं. कामतसाहेबांचे डॉक्टर बर्वे हे

मित्रच आहेत. त्यांच्या ओळखीनं लक्ष्मीची तपासणी करून घेऊ. पहिलं बाळंतपण असतं. जपून राहावं माणसानं.'' असं कामतबाईंनी म्हणून, आपल्याला पहिल्या बाळंतपणात कसा त्रास झाला हे सांगितलं. शांताबाईच्या नवऱ्याची चौकशी केली. शांताबाईनं सगळं सांगितल्यावर कामतबाईंना त्याचं फार वाईट वाटलं. त्यांनी ते दुःख शांताबाईजवळ व्यक्त केलं. डोळे पुसल्यागत केले. शांताबाईला कढ हलके झाल्यागत वाटलं.

''बसा पाच मिनिटं. चहा करते.''

''आत्ताच घेऊन आलोय मी. नगं आता.'' शांताबाईचा संकोच.

''अहो, चहाला काय, कधीही घेतला तरी चालतो. गप्पा मारायला निमित्त असतं हे. आम्ही ह्या गावात अजून परके आहोत. तुम्ही ह्या गावच्या रहिवासी. तुमच्यामुळं गावात आमच्याही ओळखी होतील. गावातल्या मंदिरमंडईला जाता तरी येईल.'' कामतबाई चहा करायला उठल्या.

शांताबाई सुखावल्या. कामतबाई मोठ्या नाजूक दिसत होत्या. प्रसन्न चेहऱ्यानं बोलत होत्या. सहजपणानं जवळीक साधत होत्या. त्यांच्या गोऱ्यापान हातचा चहा घ्यावा असं चंदूला मनोमन वाटत होतं. खूश होऊन तो बसला... किती गोऱ्यागोऱ्यापान हाईत बाई! त्यानं नकळत आईकडं पाहिलं. आई कामानं नि उन्हातानानं खारकेसारखी वाळलेली. काळी काळी दिसत होती.

चहा केल्यावर त्यांनी शांताबाईला सरळ स्वैपाकघरातच बोलावलं. शांताबाईचं काळीज सुपाएवढं झालं. चंदूलाही कधीच जाता न आलेल्या एखाद्या जादूच्या सोनेरी दालनात आपसूक प्रवेश मिळावा तसं वाटू लागलं. आजवर त्याला कुणाच्या बंगल्यात जाता आलं नव्हतं... नजरेत भरणारी चकचकीत भांडी, भरगच्च कपडे, जाता जाता शेजारच्या खोलीत दिसलेला नि खोलीभर पसरलेला पलंग, झुळझुळणारे नाजूक पडदे बघून त्याला राजमहालात गेल्यासारखं वाटलं.

शांताबाईनं दुधाच्या दरदरीत चहाचा घोट घेतला नि तिच्या शरीरातला सगळा शिणवटा पळाल्यागत झाला... दहाबारा बंगल्यात तिला अधनंमधनं चहा मिळत होता. पण हा चहा चवीला काही वेगळाच होता. तिचा जीव प्रसन्न झाला. आल्याचं सार्थक झाल्यासारखं वाटलं.

''शांताबाई, एवढ्या दहाबारा घरच्या भांड्यांचा डोंगराएवढा ढीग रोज दोनदोनदा घासत बसण्यापेक्षा तुम्ही एकाच ठिकाणी निवांतपणे काम का बघत नाही?''

''ह्या भडगावात तसं करून भागत न्हाई, ताई. शेतमळ्यांवर रोजगार करून बघिटला. पर पदरात कायच पडत न्हाई. पेरणी-पाण्यात, सुगीसराईत थोडी कामं मिळत्यात. कामाचं एवढं दोनतीन म्हैनं गेलं की, उरलं वरीस आठपंधरा दिसांतनं कवातरी एकदा काम येतं. तुम्हास्नी सांगतो, दोनतीन सालं लोकांचं दोन एकर

वाळलं रान करूनबी भावाच्या संगतीनं बघिटलं. त्यातबी काय पडत न्हाई. नुसती राबणूक करायची नि शेवटाला पदरात पडलं तर पडलं, न्हाईतर न्हाईच. सगळं पावसाच्या तंत्रानं घोडं चालतंय. त्यात रुपयाची लागवड नि बारा आण्याचं उत्पन्न. रोजगाऱ्याचा जीव रोज टांगणीला लागतोय. उद्या काम मिळतंय का न्हाई, ह्येची रोज चिंता. त्यापक्षा ही सतरा घरची असली तरी, भांडीच बरी वाटतात. उन्हाळ-पावसूळ त्यांस्नी मराण न्हाई. म्हैन्याच्या म्हैन्याला घरात पैसा येतो. कवा आगूप पैसा घेता येतोय. कुणी नडू देत न्हाई.''

''तसं म्हणत नाही मी. मी म्हणते, समजा तुम्हांला ह्या दहाबारा घरांत भांडी घासून जे मिळतं, ते एकाच घरात दिवसभर काम केल्यावर कुणी दिलं तर?''

''तेबी परवडत न्हाई. सतरा घरचं सतरा घास जरी मिळालं तरी, माझ्या नि चंदूच्या एका वक्ताच्या जेवणाची बेजमी हुती. शिवाय एकांद्याच घरात काम धरलं नि त्या सायबाची बदली झाली, न्हाई तर त्येचं आपलं पटलं न्हाई; तर ते काम सुटतं. असलं काम सुटल्यावर मग कुणाचाच आधार ऱ्हाईत न्हाई. एकदम खडकावर पडल्यागत हुतं. त्यापेक्षा सतरा घरच्या भांड्यांचं बरं. समजा पटलं न्हाई, तर दिलं सोडून. एकांदं घर गेलं बदली होऊन तरी बाकीची असत्यात. हळूहळू मग दुसरं घर मिळतं. असं आलटून पालटून काम मिळत ऱ्हातं... एकाच घरात बारा बारा तास कामं करून जिवाला कट्टाळाबी येतो. म्हणून ही एवढी घरं ठेवायची.''

''असं का? छान! चांगला विचार आहे तुमचा. पण ह्या लहानसान कामातनं शिल्लक पडती का तुमची?''

''शिल्लक कुठली पडती? म्हागाई कसली आलीया, ताई!''

''मग आता लक्ष्मी बाळंतपणाला आल्यावर तिच्या खर्चाचं काय करणार?''

''बघायचं. काय तरी करायचं. कष्ट आणि उपास तर आमच्या जन्माला पुजलेलंच हाईत. त्यांतनंच आपल्या लेकराचं कौतुक करायचं. काय थोडीउचल घ्यायची नि पोरीचं करायचं झालं.'' शांताच्या मनासमोर पुढची काळसर चित्रं दिसू लागली.

''मी तुम्हांला पैसे शिल्लक पडण्यासाठी एक उपाय सांगते. पटतोय का बघा.''

''सांगा की. न पटायला काय झालं? तुम्ही काय वंगाळ सांगणार हाईसा?''

''माझ्या मनात तुझ्या घराला फार ना थोडं का देण्याचा विचार आहे. त्यामुळं तुझी शिल्लक पडू शकेल आणि तुझ्या पोराचंही कल्याण होईल, असं वाटतं.''

''कसं म्हणता?'' शांताबाई उत्सुक झाली.

''तू तर दहाबारा घरची भांडी घासतेस. म्हणजे दिवसभर तुला कामं आहेतच. जर का तुला आमच्या घरी भांडी घासायची असतील तर तीही मी देईन. पण तुझा

मुलगा आठवीला आहे. त्याचं चांगलं शिक्षण झालं पाहिजे. माझा अमितही आठवीलाच आहे. त्याचा त्याला उपयोग होईल. त्याची वह्या-पुस्तकं त्याला उपयोगी पडतील. जरूर असतील ती नवी पुस्तकंही आम्ही त्याला घेऊन देऊ. इथं सकाळी एखादे शिक्षक आश्विन-अमितच्या इंग्रजी नि गणिताच्या शिकवणीसाठी आम्ही लावणार आहोत. त्यांचाही चंदूला उपयोग होईल. तेव्हा तुझ्या चंदूला सकाळी इकडंच पाठवत चल. सकाळी तो माझ्या हाताखाली मला काही मदत करील. तांदूळ-भाजी निवडून देईल. घर लोटून काढील. काही बाजारपेठेत जाऊन आणायचं असेल तर आणून देईल. भोवतीनं बाग आहे. ती साफ करील. तिला पाणी घालील आणि काहीच काम नसेल तर मग इथंच अभ्यास करीत बसेल. काही अभ्यासात अडचण आली तर शिकवणीला येणाऱ्या शिक्षकांना विचारील. किंवा एरवी आश्विन-अमितलासुद्धा विचारू शकेल. माझ्याकडं आल्यामुळं त्याला अभ्यासाचं चांगलं वळण लागेल. उगीच कुठल्या तरी मुलांच्या संगतीत वाढण्यापेक्षा तो माझा मुलगाच समजून मी त्याला वाढवीन. त्याचाही त्याला उपयोग होईल. त्याचं नीट शिक्षण झालं तर, आमच्या साहेबांच्या ओळखीनं त्याला कुठंतरी चांगली नोकरी मिळू शकेल. नाही तर आमच्याही कारखान्यात एस. एस. सी. पास झाल्यावर मिळू शकेल. सकाळचा चहापाणी, जेवण तो आमच्याकडेच घेईल. आश्विन-अमितबरोबरच शाळेला जाईल. संध्याकाळचं जेवण तो तुमच्याकडं घेईल. म्हणजे त्यालाही एकदम आपल्या घरापासनं दूर गेल्यासारखं वाटणार नाही. थोडं कामाचंही वळण लागेल. आतापासनंच ते वळण असेल तर मुलं पुढं विचारी होतात, त्यांना पैशाची किंमत कळते, समाजात जबाबदारीनं वागू लागतात. त्याला महिना चाळीस रुपये आम्ही देऊ. सकाळचं जेवण, त्याच्या वह्या-पुस्तकांचा खर्च, त्याचा अभ्यास घेणं, सकाळचा चहापाणी ह्या सगळ्यांचा हिशेब करून बघ. तेवढी तुझी घरात बचत होऊ शकेल. मुलालाही आमच्या घरचं वळण लागेल. पहा विचार करून.''

चंदू सगळं कान देऊन ऐकत होता. आतून अद्भुत दिसणाऱ्या ह्या घरात आपल्याला हिंडायला-फिरायला, उठायला-बसायला मिळेल तर बरं होईल, असं त्याला वाटत होतं.

पटकन तो आईला म्हणाला, ''आई, ऱ्हाईन मी ह्या घरात. अमितची माझी दोस्ती हुईल. मी त्याच्याबरोबर शिकीन.''

''ऱ्हा की. तुझ्या मामाला आदुगर इचारू. ताई काय म्हणत्यात ते समदं त्येला सांगू. मग तू ऱ्हा.''

त्यानं आनंदानं मान डोलवली. शांताबाई कामतबाईंना म्हणाली, ''ताई, देवासारख्या तुम्ही आम्हाला भेटलासा. एवढं सांगतासा ते आम्ही वलांडून कसं जाऊ? तुमच्या संगतीनं आमच्या घरादाराचं कल्याण हुईल, हे का मला कळत न्हाई? ...मी माझ्या

भावाला समदं सांगतो. काय म्हणतोय बघतो. उद्या सकाळीच तुम्हाला व्हय-न्हवं ते कळीवतो.''

दिवस चालले होते. तेराचौदा वर्षांचा चंदू कामतांच्या घरी रुळत चालला होता. सकाळी उठून सगळं आवरून सात वाजताच त्यांच्या घरी हजर होत होता. बाईंनी त्याला दोन नवे सदरे आणि दोन अर्ध्या पँट शिवल्या. त्याच्या आयुष्यातल्या त्या बटनांच्या पँटा पहिल्याच. एरवी तो नाडीचीच चड्डी वापरत होता. सदरे छान दिसत होते. नटल्यासारखं वाटत होतं. त्या कपड्यात कामं करताना जीव उत्साहत होता. डोईला लावायला तेलही तेथूनच मिळत होतं.

त्यानं मग इंच इंचभर केस वाढवले. भांग पाडू लागला. बाहेरून आला की, कामतबाईंच्या सांगण्यावरून हातपाय धुऊन कामाला लागू लागला. तांदूळ धुऊन देणं, भाजी निवडणं, मसाला वाटून देणं, घरातल्या वस्तू जागच्या जागी लावणं, कपडे भट्टीला आणि इस्त्रीला टाकणं, घर लोटून काढणं, बागेला पाणी घालणं, प्रसंगी झाडांच्या बुडातलं खुरप्यानं तण काढणं, इत्यादी एक ना दोन, पडतील ती कामं करू लागला.

कामं करताना आनंद होत होता. परटाकडनं स्वच्छ इस्त्रीचे कपडे घेऊन येताना त्याचं मन कपड्यांच्या ताज्या वासानं फुलून येई. सकाळी न्याहारीसाठी सर्वांनाच कधी पोहे, कधी शिरा, कधी उप्पीट तर कधी काही केलं जात असे. त्यासाठी लिंबू, मिरची चिरताना, खोबरं किसताना त्याला हुरूप येई. सगळ्यांचं खाऊन झाल्यावर त्याला त्यांतले घास दोन घास मिळत... दोन घासांची चव किती छान असते; याची तो कामं करताना कल्पना करूनच खूश होई. त्या भरात कामं भराभर होऊन जात.

आश्विन-अमित आंघोळ करून न्हाणीतून बाहेर आल्यावर त्यांच्या अंगांचा लक्स-हमाम साबणाचा वास दरवळत राही. त्यांच्या जवळून जाताना, ते इकडून तिकडं करताना तो चंदूच्या नाकात शिरे नि त्याचे डोळे सुगंधानं धुंदावून मिटत. कामतसाहेब आणि कामतबाई संध्याकाळी असेच अंगावरील कपड्यांवर थोडं अत्तर तुषारून फिरायला बाहेर पडत. त्यावेळीही चंदूच्या भोवतीनं घरभर केवड्याचं बन बहरल्यागत होई... किती चांगली माणसं हाईत. खायची-प्यायची चंगळ हाय. आपल्या कधी नजरंलाबी पडायचं न्हाई असलं अन्न ही रोज उठून खात्यात. सणासुदीला आपूण साबण लावून कपडा धुतो; पर ह्या घरात रोज साबणाचा सण. रोज इस्त्रीची कापडं. नवी कापडं झक मारावीत असा त्येंचा वास. आपल्या घरात कवा दिवाळीला वासाचा साबण, बारक्या शेंगंच्या बुटकाएवढी अत्तराची कुपी मामानं आणली तर आणली; न्हाई तर न्हाई. हितं रोज अत्तर-दिवाळी, रोज-रोज वासाचा साबण. नुसता हात धुवायचा असला तरी वासाचा साबण.

...देवा, जलमभर ह्याच घरातली कामं मिळू देत. ह्याच घरातलं खायाला मिळू

दे. एक वक्ताला जरी ह्या घरातलं पोटभर खायाला मिळालं तरी हाय त्यापेक्षा मी दुप्पट तिप्पट हुईन...

हळूहळू त्याच्या अंगावर तुकतुकी येत होती. सावलीतली कामं करून, चार घास चवीनं खाऊन त्याची त्वचा, चेहरा नितळ होत चालला होता. हातापायांवर अगदीच चरबी-मांस नव्हतं; ते जरा जरा जमा होऊ लागलं.

''बाळ, बाबा आहेत का घरी?'' कुणी तरी संध्याकाळी दारात उभं राहून त्याला विचारलं.

तो नुकताच शाळेतून आला होता. दप्तर ठेवून हातपाय स्वच्छ धुऊन दारात नुकताच आतल्या बाजूला उभा राहिला होता.

''बघतो हं. आत्ताच मी शाळेतनं आलोय.'' असं म्हणून आत गेला. कामतसाहेब घरात नव्हते. ते कारखान्यावर होते. त्यानं तसं सांगितलं. आलेला इसम कारखान्यावर निघून गेला.

चंदूचं मन इसमानं विचारलेल्या प्रश्नानं हुरळून गेलं... आपूण त्या माणसाला कामतकाकांचा मुलगाच वाटलो... मी काकांचा मुलगा शोभीन? तसाच दिसत असणार त्याबगार काय त्यो माणूस आपल्याला तसं इचारील? आपूण अमितसारखं शुद्ध बोलायला शिकलं पाहिजे... काकांचा मुलगा झालो असतो तर काय मज्जा झाली असती. अमितसारखी इस्त्रीची, घडीवाली कापडं घाटली असती. वासाच्या साबणानं रोज आंघूळ केली असती. वासाचा साबण आणि उनउनीत पाणी असंल तर कुणालाबी रोज आंघूळ करावीशी वाटंल. मीबी तशीच केली असती नि अंगावरच्या कापडांवर जरासं अत्तर शिंपडून घेटलं असतं. तसाच शाळंला गेलो असतो. पोट भरून पाव, शिरा, इडल्या खाल्ल्या असत्या. पायांना रंगीत चप्पल घेटलं असतं... अमितचा हात किती मऊमऊ लागतो. आपला हात कामं करून खरखरीत झालाय; तसा त्यो झाला नसता. घरात बसून नुसता अभ्यास केला असता.

...पर आपूण रोजगाऱ्याच्या पोटाला आलो. नशीब आपलं– मनोमन विचार करता करता चंदू खट्टू होऊन जाई. मुकाट होऊन कामं करू लागे. मिळेल तेवढ्या वेळात अभ्यास करण्याचा प्रयत्न करी. पण सकाळी वेळ मिळणं कठीणच होई.

कधी कधी संध्याकाळी मात्र थोडा वेळ मिळत असे. तेवढ्या वेळात तो घरात एकटाच बसून अभ्यास करी. पुष्कळ वेळा संध्याकाळी बागेत काम करावं लागे. पाणी घालावं लागे. झाडांच्या बुडात असलेलं तण खुरपून काढावं लागे.

बागेच्या एका कोपऱ्यात दहावीस कुंड्या ठेवल्या होत्या. त्यांत निरनिराळ्या रंगांच्या गुलाबाची झाडं लावली होती. एका कडेच्या दोन कुंड्यांच्या मधे एका कोळ्यानं जाळं बांधलं होतं. जाळं बांधत असल्यापासून त्याच्याशी चंदूची मैत्री

जमली होती. कामाला आल्यावर ती लगेच दोन महिन्यांतच जमली होती. एका रविवारच्या संध्याकाळी तो असंच कुंड्या साफ करण्याचं काम बसून हळूहळू करत होता. चंदू तिथं काम करतोय याचा पत्ता त्या कोळ्याला नव्हता. तो दोन कुंड्यांच्यामधे उगवलेल्या गवताच्या एका काडीला मध्यावर धरून इकडं-तिकडं धागे विणतोय, सारख्या इकडून-तिकडं खेपा घालतोय, हे चंदूच्या लक्षात आलं. क्षणभर तो जवळ बसून टक लावून बघू लागला. कोळी धागा सोडत एकदा इकडं जाई नि कुंडीला धागा चिकटवे, दुसऱ्यांदा तिकडं जाई नि दुसऱ्या कुंडीला धागा चिकटवे. चंदूला त्याची मोठी गंमत वाटली. ठराविक अंतरावर प्रत्येक धागा सुटत होता. न चुकता कोळी मध्याकडं परत येत होता. जाळ्यांचे धागे तयार होत होते. सुंदर बारीक धागे. भूमितीने काढल्यासारखा जाळ्याचा मध्य. ज्याला जोडत जाणारे, सगळ्या दिशांनी कुंड्यांना जाऊन भिडणारे धागे. त्यांना आडव्या धाग्यांचा पुन्हा आधार... चंदू जाता येता उद्योगवसाहतीच्या कारखानाभागावरून जात असते. तिथं एकाच विजेच्या खांबावरून अनेक तारा अनेक दिशांनी गेल्या होत्या. पुष्कळ वेळा तिथं एक कामगार खांबावर बसून काम करताना दिसे. तो कोळी म्हणजे त्या विजेच्या खांबावर बसून अनेक दिशांनी येणाऱ्या विजेच्या तारा जुळवणारा कामगारच चंदूला वाटे.

कोळ्याचं काम कसं मजेशीर चाललं होतं. चंदूनं जरा फुंकर मारली, की ते सुंदर जाळं झोके घेई नि कोळी क्षणभर जाळ्याला चिकटून गप्प बसून राही. मग पुन्हा हळूहळू उद्योगाला लागे. चंदूनं हळूच एखादी काडी जाळ्यात घुसवली तर कोळी तिच्याकडं नुसता बघत गप राही. पण तिला मधे घेऊन धागे विणत नसे; किंवा तिला चिकटवत नसे. त्याला सगळं कळत होतं... आपूण फुकलं की, सगळं जाळं हलतं. कोळ्याच्या जल्मात ते लई मोठं वादळ ठरत असणार. एवढीची गवताची काडी त्येला मोठ्या झाडासारखी वाटत असणार. मी जाळ्याजवळ गेल्यावर हत्ती आल्यागत त्येला जाणवत असणार.

चंदू त्याच्यापाशी बसून अनेक कल्पना करी. तिथं वेळ कसा निघून जाई याचा त्याला पत्ता लागत नसे. त्याचं जाळं आंदोलून, त्याला हळूहळू डिवचून इकडं-तिकडं जायला लावून, काहीकाही गप्पा त्याच्याशी मारून तो परत फिरत असे. गट्टी जमल्यासारखी त्यांची मैत्री होती. मऊमऊ, पांढराशुभ्र कोळी; अगदी कामतकाकूंसारखा नाजूक दिसत असे.

वर्ष गेलं. चंदू आठवीतनं नववीत गेला. बऱ्यापैकी हुशार असलेल्या चंदूला नववीत जाताना लक्षात आलं की, आठवीत आपला अभ्यास काहीच झाला नाही. वार्षिक परीक्षेतले पेपर लिहिताना एकही प्रश्न नीट सुटत नव्हता. अर्धंमुर्धं उत्तर लिहिता येई नि पुढं काहीच आठवेनासं होई. त्याच्या ध्यानात आलं की, वर्षभर आपण कामातच गुंतून गेलो होतो. चमचमीत खाण्यावर लक्ष ठेवून पडतील ती

कामं करत होतो... आता ध्यान देऊन अभ्यासाकडं वळलं पाहिजे. कितीबी ढोरासारखं खाल्लं तरी शेवटाला श्याणच हुतंय. आपल्याला काय नुसतं जनावरागत खायचं नि गांडीच्या मढ्यावर घालत बसायचं न्हाई. डोकं रिकामं ऱ्हायलं तर डुकरागत राडी-चिखलातच जलम काढावा लागंल.

नववीत असताना अभ्यासासाठी मोकळा वेळ शोधण्याचा तो प्रयत्न करू लागला. पण सकाळी मोकळा वेळ कधीच मिळत नाही, हे त्याच्या लक्षात आलं... दिवस असेच रखडत चाललेले. चंदू अबोल, खोल होत चालला होता.

सकाळी दप्तर खिडकीत टाकून तो कामाला उभा राहिला.

"किती उशीर, रे चंदू? साडेसात वाजून गेले. रोज सातला यायचं म्हणून तूच कबूल केलं आहेस ना?"

चंदूनं मुकाट मान हलवली.

"मग तूच बघ बरं, किती उशीर झाला ते."

चंदूनं घड्याळाकडं पाहिलं. सात वाजून पंचवीस मिनिटं झाली होती... रात्री घरी अभ्यासाला बसावंसं वाटे. कधीकधी झोप आली तरी तो मोठ्यानं वाचन करीत अभ्यासाला बसे. मन उल्हासित व्हावं म्हणून घटकाभर तिकटीवर जाऊन गल्लीतल्या सोबत्यांबरोबर गप्पा मारून येई. मग सकाळी उठायला उशीर होई. परसाकडं तो उघड्यावर रानात जाई. तिथंच बसल्या जागी राखुंडी लावे. मग घरात येऊन कसंबंसं तोंड धुऊन, हातपाय धुऊन तो कामतबाईंच्या बंगल्यावर जाई. गावाबाहेरची वस्ती. तिथपर्यंत जायलाच त्याला वीस-पंचवीस मिनिटं सहज लागत होती. मग असा उशीर होई.

"नुसता उभा राहू नको असा. कोबी आणली आहेस ना काल? ती धुऊन घे नि चिरून दे. फोडणीसाठी मिरची कापून घे. एक लसूण सोल. पटपट आटप. 'ह्यांना' कोल्हापूरला जायचं आहे. जेवण वेळच्या वेळी तयार झालं पाहिजे. मग बाहेरचं लोटणं वगैरे कर."

चंदूनं आपले कपडे काढले. बाईंनी दिलेले कपडे घातले. भराभरा उद्योगाला लागला. आश्विन-अमित अजून अंथरुणातच गाढ झोपलेले. कामतसाहेब संडासला गेलेले दिसत होते. त्यांना संडासला खूप वेळ लागे. बाई नुकत्याच उठलेल्या असाव्यात असं दिसत होतं. ताज्या चहाचं भांडं ओट्यावर तसंच पडलं होतं. थोड्या वेळानं त्याच भांड्यात कपभर पाणी नि दीड चमचा साखर घालून चंदूला चहा मिळणार होता. याची त्याला कल्पना होती.

न बोलताच तो कामाला लागला... सायबांस्नी कोल्हापूरला जायची घाई हुती, तर मग जरा तुम्हीच न्हाई का लौकर उठायचं? आश्विनी-अमितला जरा लौकर उठवायचं. त्यांस्नी जरा भाजी चीर, मिरची चीर, मसाला वाट म्हणून सांगायचं.

त्यांस्नीबी चांगलं वळण लागू दे की. का नुसती मलाच असली वळणं लावून ठेवतासा? माझी 'चांगली वळणं' नि त्येंची 'चांगली वळणं' अशी न्यारीन्यारी कशाला करायची? माझी चांगली वळणं म्हणजे तुम्हांस्नी आयती भाजी चिरून मिळावी, आयतं शिजलेलं अन्न खुर्चीत बसून खायला मिळावं, बागेतली फुलं आयती डुईत घालायला मिळावीत म्हणूनच न्हवं?

...चंदूला आताशा एक एक चमत्कारिक प्रश्न पडत होता. शाळेत पंधरा मिनिटांच्या सुटीत तो वर्तमानपत्रं वाचे. येणाऱ्या पाहुण्यांची भाषणं कान देऊन ऐके. गल्लीतल्या मोठ्या पोरांत जाऊन घटकाभर कधी बसत असे. कानावर वेडंवाकडं काही तरी पडत होतं. त्यातनं वेडेवाकडे प्रश्न तयार होत होते. नवाच एखादा प्रश्न त्याला छळत राही.

आल्या आल्या कामतबाई बोलल्यामुळं त्याचं डोकं भणभणल्यागत झालं... बाई, कशासाठी गोडगोड बोलतासा ते का माझ्या ध्येनात येत न्हाई? तुमचा माझ्यावर जीव हाय म्हणून आईला सांगतासा. त्यो जीव प्रेमापोटी हाय का कामापोटी हाय, हे काय मला कळत न्हाई? माझ्यावर एवढं प्रेम हाय तर जरा आश्विन-अमितलाबी मला निदान मदत तरी करायला सांगा. ते नुसत्या आपआपल्या खोल्यात बसून अभ्यास करत्यात. कट्टाळा आला की, गोष्टीची पुस्तकं वाचत्यात; न्हाईतर कॅरमबोर्डावर खेळ मांडत्यात. मला मात्र ते हातातबी धरू देत न्हाईसा.

नववीत असूनबी मीच नुसती कामं वडायची; कारण मी गरिबाचं पोर. उलट ह्यांस्नी गणित-इंग्रजीच्या खास मास्तराच्या शिकवण्या. पुन्ना मास्तरानं घरात यायचं. कारण का, तर पोरांचा येळ जाण्या-येण्यात वाया जायला नगं. चंदू काय फास झाला तर झाला, न्हाई तर न्हाई. तुम्हाला सगळं सारखंच. तुमची येळंसरी कामं झाली म्हंजे झालं. माझ्या जिभंला चांगल्या अन्नाच्या चवी नुसत्या पुसायच्या. मला जेवायला घालताना हात कसा आकसून जातोय. सगळ्यांचं खाऊन झाल्यावर मला खायला. आणि एवढी कामं वडूनबी एवढं एवढंसं ताटात पडतंय. "का?" तर "एवढंसंच उरलं रे. उद्या जास्त उरल्यावर तुला देईन हं." ...त्यो उद्या कवा उगवायचा? उद्या कायबी उरलं न्हाई तर मला कायबी मिळणार न्हाई. कामं मात्र आजच्या आज सगळी झालीच पाहिजेत. सगळ्यांचा च्या झाला की मला शेवटाला च्या. "फार गोड च्या पिऊ ने. साखरेनं हाडं ठिसूळ हुतात. दात किडतात. भूक मरती." काय वाट्टेल ते शहाणपण माझ्यासाठी. उलट आश्विन-अमितच्या च्याबरोबर बिस्कुटं. ती गोड न्हाईत जणू.

...रोज जाताना मला हितं पँट-कुडतं 'काढून ठेव' म्हणून सांगत्यात. का? तर जास्त धबडग्यात मी घाटली तर लौकर फाटलं. लौकर मळंल. म्हंजे मी चांगला दिसावा म्हणून त्यो मला घेटलाच न्हाई; तर त्येंच्या घरचा नोकर चांगला दिसावा

म्हणून माझ्या अंगावर चढवायचा...

कामं करता करता चंदू खोल मनात आतल्या आत स्वत:शीच बडबडत होता. तो नाचरा जीव आताशा खूपच मुका, गंभीर होत गेलेला.

नववीच्या अखेरी अखेरीला तो खूपच कुचंबत होता. घरातली सगळी कामं आवरून आश्विन-अमितची दप्तरं आपल्या दप्तराबरोबर घेऊन त्याला शाळेला जाताना आता ओशाळवाणं वाटत होतं. गाढवावर ओझं लादावं तसं आश्विन-अमित आपली दप्तरं त्याच्यावर लादत होते. त्याच्याबरोबर मोकळे चालत होते. रस्त्यात वर्गातली मुलं-मुली भेटल्या की नकळत चंदूची मान शरमेनं खाली जाऊ लागली होती. तो सोसत होता. नाकासमोर बघत जात होता.

संध्याकाळी हायस्कूल सुटल्यावर मुलं मैदानावर जमली. काही तरी खेळ मांडून खेळू लागली. पी. टी.च्या शिक्षकांनी क्रिकेटची एक टीम निवडायचं ठरवलं होतं. प्राथमिक निवड झालेली. त्यात आश्विनचा समावेश होता. अमित फूटबॉलमध्ये प्रावीण्य मिळवीत होता.

क्रिकेटचा सराव जोरात चालला होता. दोन्ही टीम्स अटीतटीनं खेळत होत्या. बरीच मुलं खेळ पाहण्यात रमून गेली होती.

चंदूला खेळ बघावासं वाटू लागलं. आश्विन-अमितनं दिलेली दप्तरं आपल्या दप्तराबरोबर सांभाळत तो ग्राऊंडच्या कडेला खेळ बघत बसला... मुलं बॉल फेकताना, पळत जाऊन झेलताना, शॉट मारताना, धावा काढताना बघून त्याला चेव येत होता. आपण डावखुरे आहोत याची त्याला जाणीव होत होती. विटीदांडू आपण खूप खेळलोय, आपण या पोरांपेक्षा खूप ताकदीचं बॉल टाकू, खूप वेगानं पळू, खूप जोरानं बॉल परतवू, असं त्याला खेळ बघताना वाटत होतं.

बघता बघता तोही इतरांबरोबर टाळ्या वाजवू लागला. हात वर करून हवेत हलवू लागला.

शाळा सुटून अर्धा तास झाला तरी चंदू अजून ग्राऊंडवरच आहे, हे आश्विन-अमितच्या लक्षात आलं.

"चंदू, जा रे घरी. आईला सांग आम्ही सात-साडेसात वाजेपर्यंत घरी येतो म्हणून." आश्विन येऊन चंदूला म्हणाला.

मान हलवून चंदू तिथंच उभा राहिला.

"जातो की नाही? घरात कामं वाट बघत बसली असतील तिथं. कुणी करायची ती?" अमित त्याला चढ्या पट्टीत म्हणाला.

आसपासच्या मुलांकडं पाहत चंदूनं पावलं चाळवली. सुदैवानं भोवतीनं वर्गातली मुलं कुणी नव्हती. नाइलाजानं तिन्ही दप्तरं घेऊन मनातल्या मनात बॉल फेकत, बॅट

हवेत फिरवत घराच्या दिशेनं चालला.

घरी जाईपर्यंत हळूहळू उदास होऊन गेला... सगळी पोरं ग्राऊंडवर. आपूण मात्र घाण्याला जुपून घ्यायला घराकडं.

आल्यावर बागेला पाणी घातलं. लिहून ठेवलेली पत्रं पोस्टात जाऊन टाकून आला. किराणामालाच्या दुकानात जाऊन यादीप्रमाणे धान्य नि इतर वस्तू आणून दिल्या. साडेसातच्या सुमाराला कपडे उतरवून, घरचे कपडे घालून घरी गेला.

...कामतबाईंनी सगळी शक्ती काढून घेऊन परत पाठवल्यागत झालेलं. तरी अभ्यासाला बसायचं ठरवलं. भाजीभाकरी खाऊन तासभर मिणमिणत्या दिव्याच्या उजेडात अभ्यास करण्याचा प्रयत्न केला. डोळे पेंगळू लागले.

हळूच अंथरुणावर आडवा झाला... अभ्यास हुईतच न्हाई. डुईत कायबी शिरत न्हाई. ऱ्हाऊ दे आता. सकाळी लौकर उठलं पाहिजे नि कामावर गेलं पाहिजे...

नववीची परीक्षा जवळ आली होती. कामांचा रेटा काही कमी होत नव्हता. तासावर येणारे प्रत्येक शिक्षक बजावून सांगत होते; "नववीचं वर्ष आहे. दहावीपेक्षा महत्त्वाचं आहे. सगळी पूर्वतयारी या वर्गात होत असते. तशी झाली नाही, तर परीक्षेत नापास व्हाल. नववीचा रिझल्ट कडक असतो. कसून अभ्यास करा नि दहावीत जा. दहावीचा रिझल्ट उत्तम लागावा म्हणून नववीतच चाळण लावली जाते. म्हणून पेपर काटेकोर तपासले जातात. कसून अभ्यासाला लागा."

शिक्षकांची बोलणी ऐकून चंदूच्या काळजाचं पाणी होत होतं. कसोशीनं कामं आवरत होता, तरी वेळ मिळत नव्हता. लौकर कामं संपलेली बघून कामतबाई एकेक काम जास्तच लावत होत्या. चंदू आतल्या आत रडकुंडीला येत होता. शेवटी त्यानं आईजवळ विषय काढला.

"आई, मी आता हे काम सोडतो. माझा सगळा वेळ त्यातच जातोय. दीसभर तंगल्यानं रातचं डोळं आपोआप मिटाय लागत्यात."

"कामं सोडून कसं चालंल, लेकरा? लेकीच्या बाळंतपणाला उचल आणली हुती तिथनं. मोठी माणसं हाईत ती. हालात ख्याल करून त्येंची कामं बघत एवढा धाव्वी फास झालास, तर त्येंच्याच कारखान्यात काम मिळंल. तसा शबूद दिलाय त्येंनी मला."

"मला न्हाई वाटत तिथं काम मिळंल असं. माणसं नुसती गोड बोलून गाभणी करणारी हाईत ती. फुडचं आम्हांलाच निस्तरावं लागंल. म्हणून म्हणतो, कसून अभ्यास करतो नि नववीचं वरीस एवढं पदरात पाडून घेतो."

"तू घे पदरात पाडून. मी थोडं रेखाताईला सांगतो."

"सांगून काय उपयोग न्हाई. करायची ती कामं करावीच लागणार."

तरीही शांताबाई कामतबाईंना बोलल्या. त्यामुळं संध्याकाळची कामं बंद झाली.

बागेचं काम कारखान्याच्या वॉचमनकडं दिलं. किराणा-भुसार त्याच्याच मदतीनं कामतबाई आणू लागल्या.

रखडत रखडत परीक्षा दिली नि पुन्हा कामाला जुंपून घेतलं.

परीक्षेनंतरचा महिना कामांच्या धामधुमीतच गेला. रिझल्टच्या दिवशी तो शाळेतनं परतला ते हातपाय गाळूनच. पाच विषयात पंचवीस ते तिसाच्या आसपास मार्क्स पडले होते. नववीच्या वर्गातच बसावं लागणार होतं. अकरावीचा आश्विन नि नववीच्या 'अ' तुकडीतील अमित दोघेही उत्तम गुण मिळवून पास झाले होते.

कामतांच्या घरी जाण्याची त्याची इच्छा नव्हती. तसंच घराकडं जाऊन मुकाटपणं झोपावं असं वाटत होतं. पण कामतबाईंच्या घरी त्याला जावंच लागलं. त्याचे घरचे कपडे तिथंच होते. काही वह्यापुस्तकं तिथं होती.

खाल मानेनं बंगल्याच्या पायऱ्या चढला.

"काय लागला का रे रिझल्ट?" कामतबाईंनी जिज्ञासेनं विचारलं. आपल्या मुलांचा रिझल्ट त्यांना अधल्या दिवशीच शिकवणीच्या शिक्षकाकडून कळलेला.

"फास झालो न्हाई." तो तुटकपणे बोलला.

"कसा होशील? शांताबाई म्हणत होत्या तेच खरं ठरलं. घरी जाऊन काहीच अभ्यास करीत नव्हतास. नुसता झोपत होतास. तिकटीवर जाऊन गप्पा मारत होतास. निदान पहाटे उठून तरी अभ्यास नाही का करायचा? वर्ष नाही का वाया गेलं? निदान आता तरी चिकाटीनं अभ्यास कर. चल घरात."

"नको. मी घराकडं जातो." तो जड पायांनी जिन्याजवळच्या जागेत जाऊन आपले घराकडचे कपडे चढवू लागला.

"राहिला असतास तासभर तर बरं झालं असतं. महिलामंडळाच्या स्त्रिया येणार आहेत. काहीतरी खायला करायचं होतं त्यांना. तूही थोडं गोडधोड खाऊन जाशील म्हणते."

"नको. मला बरं वाटत न्हाई. डोकं दुखतंय."

"ठीक आहे. निदान बागेतली चार-सहा ताजी फुलं तरी काढून आण आणि फ्लॉवरपॉटमध्ये घालून ठेव."

तो कातरी घेऊन बागेत गेला. पाचसहा गुलाबाची फुलं पानांसकट छाटली... बघता बघता त्याच्या लक्षात आलं की, कोळ्याचं जाळं आता चांगलंच पसरलंय... ही अखेरची भेट... दोस्ता, आता न्हाई माझं मन हिकडं यायला वाहवत!

न कळत तो जाळ्यापाशी बसला. टक लावून त्याच्याकडं बघू लागला... कोळी चांगला धष्टपुष्ट झाला होता. जवळ जवळ तिप्पट-चौपट मोठा झालेला. पांढराशुभ्र, नाजूक कोळी. मऊमऊ, गोरापान. अंगाच्या मानाने हातपाय खूप मोठे. लांबवर पसरलेले. एकट्या कोळ्याला आठ पाय; की आठ हात? सगळ्यांचाच

उपयोग हातापायांसारखा होणारा. त्यानं अधिकच निरखून पाहिलं, तर तो धाग्यात गुरफटलेल्या एका माशीला पकडून तिच्या शरीरात टोकदार तोंड खुपसून शरीरद्रव्य शोषून घेत होता.

...दाटदाट झालेलं जाळं. त्या जाळ्यात अनेक माशा, डास, इतर कीटक अडकून पडलेले. त्यांच्या भोवतीनं बारीकबारीक, नाजूक वाटणारे, पण कधीही त्या कीटकांना तोडता न येणारे धागे गुंडाळले गेलेले. त्यांच्या शरीरातलं सगळं द्रव्य शोषलं गेल्यानं त्यांच्या अंगांची नुसती टरफलं तिथं राहिली होती.

चंदूच्या डोक्यात गाठी बसत गेल्या. त्यानं पायाच्या फटकाऱ्यानं ते सगळं जाळं उद्ध्वस्त केलं. कोळ्याला गुलाबाच्या काटकीनं उंच उडवून फेकून दिलं.

दात ओठ गच्च धरून मनाशीच काही तरी बोलत, तो मळके टरफलासारखे कपडे घालून बाहेर पडला.

एकटाच घरी चालला. उद्योगवसाहतीजवळ आला तेव्हा त्याला नुकतीच कारखान्यांची सुट्टी झालेली दिसली. मळकट-तेलकट पोशाखातली कामगारमंडळी झुंडीनं बाहेर पडत होती. हाता-पायांना, चेहऱ्यांना काळं लागल्यानं त्यांची काळतोंडी वानरं झाली होती. सगळा ऐवज झाडून घेतलेल्या मोकळ्या पोत्यांसारखे त्यांच्या अंगावरचे ढगळ पोशाख. ती निळी-काळी टरफलं मागनं पुढनं झाडत, ती वानरं गावाच्या दिशेनं पावलं उचलत होती.

चंदू क्षणभर तसाच उभा राहिला... गावात आता ही टरफलं जातील. मिळेल ते खाऊन, बेवडा पिऊन कुत्र्यासारखी निपचित पडतील नि सकाळी पुन्ना हितं शरीरातल्या रक्तामांसांचं दान करायला येतील.

...कामतसाहेबांचा कारखानाबी हितंच. ह्याच कारखान्यात ते आपल्याला धाव्वी फास झाल्यावर ही असली रक्तमासदानाची नोकरी देणार... त्यानं उद्योग-वसाहतीच्या दिशेनं खोल गेलेले डोळे फिरवले.

वसाहतीवर विजेच्या बारीक तारांचं एक प्रचंड जाळं पसरलं होतं. गेल्या वर्षापेक्षा ते अधिकच दाट आणि गच्च पसरत गेलेलं. देखण्या दिसणाऱ्या कारखानदारांचे गोंडस बंगले दुसऱ्या उलट बाजूला असेच पसरत गेलेले. हळूहळू त्यांचाही चिवट वेढा सगळ्या गावाच्या मानेभोवती पडत चालला होता.

'चौफेर' दिवाळी १९८५

■

नवा हिशोब

दुपारी चारच्या सुमाराला दिना कोल्हापुराहून परतला. सायकल वळचणीला लावून घरात आला. सात महिन्यांची गरोदर रत्ना दारात तांदूळ निवडत प्रश्नचिन्हासारखी बसली होती.

स्वस्तात मिळालं म्हणून आईनं बाजारातनं आणलेलं तांदूळ. खडंही तेवढंच नि तांदळाचं दाणंही तेवढंच.

''पांढऱ्या गारा दिसल्या न्हाईत व्हय, गं आई?'' अधल्या दिवशी तांदूळ निवडताना रत्नानं विचारलं होतं.

''न्हाई लेकी. एवढा बारकावा आता नजरत न्हायलाय कुठं? चार आणं स्वस्त दिसलं, म्हणून गडबडीनं आणलं. म्हारामांगाची त्या ढिगावर मुकरंड पडलेली. मिळतोय का न्हाई, असं ज्येला त्येला होऊन गेलेलं. घुसलो नि गडबडीनं घेऊन आलो. आठ दिसाला तिसावर दोनतीन रुपय हातात असत्यात. तेवढ्यात फुडच्या आठ दिसांचा हिशोब बसवावा लागतोय. मग करू तरी काय? फुडच्या वक्ताला बघू म्हण. एवढा आठवडा कसातरी काढ आता.'' आईनं समजूत काढली होती.

''आई कुठं गेली?'' आल्या आल्या दिनानं रत्नाला विचारलं.

''काळेसायबांच्या बंगल्यावर. तुलाबी यायला सांगिटलंय तासभर.''

''उद्या जाईन म्हणं. सायकल मारून मारून पायाच्या खुट्ट्या तुटायची पाळी आलीय. उलटं वारं किती हुतं!... पाणी दे जरा

१२

प्यायला.''

तो भिंतीला टेकून बसला.

अंऽ करून दिनूचा बा शिर्पा अंधारातच अंथरुणात कण्हला. दिनूनं अंधारात नजर टाकली. काहीच दिसलं नाही. अंधार आणि अंथरुण एक झालेलं.

रत्नानं आणलेलं तांब्याभर पाणी त्यानं घटाघटा ढोसलं. खोंगाभर हातावर घेतलं नि तिथंच तोंडावरनं फिरवलं. डिवळं निघालेल्या भुईच्या धुळीत चार थेंब पडले. त्याचा खमंग वास आला.

रत्ना पुन्हा सुपासमोर हळूच बसली. डोळे तांदळात घालून खडे काढू लागली. मवाळ झालेला चेहरा. पुढं काय होणार काही नक्की नाही. चक्कीवर असलेल्या नवऱ्यानं दोन वर्षं नांदवून घेटली. त्याला वाटलं होतं पहिल्या दिवाळीला अर्ध्या तोळ्याची अंगठी, लोखंडी खाट, डबल गादी नि दोन चादरी जावयाला दिवाळीची भेट म्हणून मिळतील. मनाशी हिशोब घालून रत्नाला त्यानं सांगितलं होतं नि माहेरला लावून दिलं होतं. पण दिवाळीला काहीच मिळालं नाही. नुसती इजार, सदरा नि गांधी टोपी...

"गांधी टोपी दिवाळीत तुझ्या आईबांऽनी दिली. मी का कैदी हुतो व्हय गं रांडं? मी तुला काय सांगून लावून दिलं हुतं?''

"घरात फुटका पैसा न्हाई. बाऽ अर्धांगानं हातरूण धरून पडलाय. दिनाला अजून नोकरीचा पत्त्या न्हाई. घरात काय किडूकमिडूक असतं तर दिलं नसतं? बघू म्हणं फुडं कवा तर.''

"फुडं नगं मला, मढ्यावर घाटल्यागत. मानापानाच्या वक्ताला मानपान झाला पाहिजे. मला ह्या वर्साच्या आत अर्ध्या तोळ्याची अंगठी न्हाईतर पाचशे रुपय, लोखंडी खाट, गादी नि कांबरुणं पायजेत. पोरी काढताना गोड वाटतंय नि त्येंच्या संसाराला हात लावताना कडू वाटतंय व्हय?''

ती गप्पच होती. वर्षभर हे धुमसलं. शेवटाला चौथ्या महिन्याची गरोदर असतानाच हाकलून दिली. "चालती हो. फुकट जावई मिळत न्हाईत म्हणून सांग. इल्लंनं सगळं घेऊन आलीस, तर ह्या घराच्या हुंबऱ्याला पाय लावायचा. जर का तशीच आलीस तर दोन्हीबी पाय मोडून खांद्यावर देईन नि परत पिटाळीन.''

...दिवस जातील तसे रत्ना सगळं आठवत होती. इच्छा नसली तरी मनात सारखं तेच तेच येत होतं. जिवाला कातूर लागत होता... न सुटणारं कोडं जिवाला घाटल्यागत झालं होतं.

घोंगडं टाकून आडव्या झालेल्या दिनाची नजर तिच्या जडजड हाताकडं गेली. शिसं भरल्यागत तिचा हात तांदूळ बाजूला सारत होता... खड्यांच्या सूपभर ढिगात हरवलेला तांदळाचा दाणा असहायपणे शोधत होती.

दिना आडवा झाला तरी, त्याच्या पायाच्या खुंट्या ठणकत होत्या... रात्री झोपताना आईकडनं पायास्नी तेल चोळून घेतलं पायजे. एवढं जेवणाचं डबं न्यायलाच नको पायजेत. चाळीस डबं म्हणजे काय थोडं झालं? निदान तीस-पस्तीस किलो तरी त्येंचं वजन हुईत असंल. सायकल असली तरी पायास्नीच बोजा रेटावा लागतो. सोताचा बोजा सायकलीवर असतो त्यो न्याराच. रोज पंधरा मैल जायाचं नि यायचं म्हंजे तीस मैलांची पायपीट... किती दीस निभणार हे असं? हातापायांत बळ हाय तवरच हे झेपणार. ते गेलं की गेलं समदं... खाल्लेलंबी धड अंगाला लागत न्हाई. वितळून जातंय. रोज तांब्याभर तरी घाम अंगावरनं जाईत असंल. उन्हात ऊन म्हणायचं न्हाई, पावसात पाऊस म्हणायचं न्हाई; राडी-चिखलातनं सायकल रेटायचीच... न्हाई झेपायचं हे!

...झेपलं न्हाई तर मग करणार काय? शिक्षणाची राख झालीय नि नोकरीचीबी आशा सुटलीय. तीनतीन, चारचार हजार आणायचं कुठलं? नोकरी लागल्यावर वळतं करून घ्या म्हटलं तर कुणी तयार न्हाई. रोकड रक्कम घेऊन त्येंच्या दारात लायनी लागलेल्या असत्यात. मग नोकरीतनं वळतं करून घेणार कोण? तोवर ते खुर्चीत ऱ्हातील ह्येचा काय भरोसा? त्येंचंबी खरंच... खायचा चानस हाय तोवर खाऊन घेत्यात. उद्याचं कुणी बघिटलंय? ज्येचं ते आपल्या पोटाचं बघतंय.

...आपल्या पोटाचं आपल्यालाच बघावं लागणार. कोण आपलं न्हाई. शिकत असताना वाटत हुतं, मॅट्रिक झालो की कसली ना कसली नोकरी मिळंल. मॅट्रिकच्या बदली आता बारावी झालो तरी नोकरी न्हाई. पोट आवळून आईनं जन्म काढला नि शिकीवलं. तिलाबी वाटत हुतं, कुणाच्या तरी हातापाया पडून नोकरी मिळंल. पाया पडून पडून तिचंबी डोकं फुटायची पाळी आलीय.

...आता असंच रोज तीस मैल. आठवड्याला दोनशे दहा मैल... म्हैन्याला नऊशे मैल... वर्साला दहाबारा हजार मैल... जल्मात मग किती... किती लाख मैल मी धावायचं ह्या भाकरीसाठी... टीचभराच्या खळग्यासाठी...? त्यात रत्नीचं असं, बाऽचं असं? एवढं दोन धोंडं गळ्यात बांधून नदी वलांडायची कशी?... त्याच्या मनासमोर एक प्रचंड पूर आलेली नदी वाहत होती.

सावली पडली म्हणून रत्नानं वर नजर केली तर आई दारात उभी होती.

मंजानं डोईवरचं घमेलं दारात उतरून ठेवलं. तिथंच बसली. बारीक घोरणाऱ्या दिनूकडं तिची नजर गेली.

"दिना कवा आला?"

"तास झाला असंल. पाय दुखाय लागल्यात म्हणाला. च्या प्याला नि पडला."

"पडू दे. मलाबी वाईच करतीस का? काळेसायबाच्या घरात पावण्यांची झालीया दाटी. सगळी दोपार काढली निवडण्यापाखडण्यात, तरी च्याऽचं पाणीबी

मिळालं न्हाई, इमलाबाई आपल्या पावण्यांच्या घोळक्यातच''... मंजा स्वत:शीच बोलल्यासारखी बोलत होती.

रत्ना निवडलेल्या भाजीचं देठ घेऊन उठली. तांदूळ नि दळणाचं जोंधळं निवडून झालं होतं. निवडलेल्या भाजीचं देठ तिनं गोठ्यात येऊन म्हशीपुढं टाकलं नि ती आत गेली.

गपागपा म्हशीनं देठ खाल्लं. मंजा दारात बसून एकटक नजरेनं म्हशीकडं बघत होती. समोरचं घमेलं तिनं उचललं नि भिंतीकडंला लावलं. म्हशीला वाटलं, भरडा मिळतोय की काय? तिनं वाजलेलं घमेलं ऐकून आँय् केलं नि मंजाकडं कान टवकारून बघू लागली.

"...अजून धारंला दोन तास अवकाश हाय बाई. एवढ्या लवकर कुठली तुला चंदी?'' असं म्हणून उठली नि तिनं खोपड्यातली उसाच्या हिरव्या पाल्याची एक पेंढी तिच्या पुढ्यात सोडली. म्हशीनं पुन्हा बारीकसं आँय् केलं. गुळचट पाला आनंदानं खाऊ लागली. मंजानं म्हशीच्या पाठीवरनं मायेचा हात फिरवला. मागच्या पायांत शेणाचा पो आला होता, तो खराट्यानं मागं सारला... दुभतं जनावर. घरातल्या करत्या माणसागत जपलं पायजे. सगळं घरदार त्येच्या जिवावर चालतंय. नुसता अंगावरनं हात फिरला तरी टाकभर दूध जास्त देतंय. म्हशीची जात माणसापरास सरळ. माया करंल त्येला जीव लावती. माणसाच्या जातीचं उलटं. व्हटात साखर पेरून बोलतील, पर पोटात काय न्यारंच असंल. कायबी पत्त्या लागत न्हाई... जावाई गरीब हुता म्हणून पोरीला दिली, तर खाटकाच्या जातीचा निघाला. अशी ही माणसं...

...काळेसायबाकडं इन्नाकारण आजचा दीस गेला. पदरचं खाऊन त्येंची फुकट भांडी घासली, पावण्यांची धुणी धुतली, धान्यं निवडून दिलं; तरी च्याऽचा ठिपूसबी मिळाला न्हाई, का पावणं जेवून झाल्यावर 'मंजा, घासभर खातीस काय गं', असं सुदीक इमलाबाई म्हणाली न्हाई... नुसती नावालाच डाक्टरीणबाई.

...आजचा रोजगारापरी रोजगार बुडाला, दिसापरी दीस गेला. कुणा शेतकऱ्याच्या हातापाया पडून म्हशीसाठी उसाचा पाला तरी कापून आणला असता त्योबी बुडाला. आता सांजचं अड्ड्यावर जाऊन दोनतीन रुपयची वैरण इकत आणली पायजे. म्हंजे आज दोनतीन रुपयला खोटच... म्हशीकडं बघता बघता तिच्या मनात काहूर माजत होतं. म्हशीपासनं तिला उठवेना झालं होतं.

"च्या झाला बघ.'' रत्ना आतनंच म्हणाली.

"आण आता हितंच दारात.''

रत्ना दारात चहा घेऊन आली. भरलेला कप तिनं आईपुढं ठेवला नि अर्ध्यातला अर्धा कप उगंच आपल्या तोंडाला लावला.

"त्येंचा झाला का च्या?"

"दुपारीच दिला. त्येलाबी डोळा लागलेला दिसतोय."

"डाक्टरांनी दिनाला बलीवलंय म्हणून सांगिटलंस?"

"सांगिटलं, पर पाय दुखाय लागल्यात म्हणाला. उद्या सकाळनं जाईल."

"सकाळी दवाखाना असतोय त्येंचा. ह्येची जेवणाच्या डब्यांची घाई असती... मोठी माणसं ती. बलवंल तवा आपली कामं बाजूला ठेवून जावं लागतंय."

"किती करायचं गं? रोऽज कोल्हापूरला सायकलनं जायाचं नि सायकलनं यायचं. गावात पुन्ना इद्यार्थ्यांचं डबं घरोघर पोचतं करायचं. कोल्हापुरातबी जिथं पोरांचं बोर्डिंग असंल तिथं न्हेऊन डबं पोचवायचं. काय म्हणत असतील त्येचं पाय? तू सांगायचं न्हाईस डाक्टरांस्नी?"

"अगं, येळपर्संग असतोय. बदली झालीया त्येंची. पंधरा दिसांनी गाव सोडून जाणार हाईत. घर पर्पंच सगळा आवरायचा हाय त्येंचा. आता अशा येळंलाबी आपूण जायाचं न्हाई तर कवा जायाचं? डोंगराएवढं उपकार हाईत त्येचं आपल्यावर. साऽवर्सं पोटपाणी कुणाच्या जिवावर चाललं आपलं? कुणाच्या जिवावर आजार पाजार काढलं आपूण?..."

"ते खरं हाय गं. पर दिनाच्या जिवाला जरा तरी इस्वाटा नगं? उठल्यावर 'जा' म्हणून सांग वाटलंच तर त्येला. जाऊन येईल तासभर."

"मला न्हाई वाटत त्यो जाईल असं. शाळा सुटली नि कोल्हापूरला डबं पोचवायचं ह्येचं सुरू झालं; तवापासनं काळेसायबांच्या बंगल्यावर जायाचं नावच काढत न्हाई. मी म्हणतो निदान पंधरा दिसांत तरी जाऊन यावं. एवढी दांडगी म्हस घेऊन दिली त्येंनी, त्येचं तरी उपकार मानावंत. ती घेऊन दिली म्हणून माणसात तरी पडलो आपूण. न्हाईतर गेलो असतो वड्याला खत होऊन. का असा कराय लागलाय काय पत्त्या लागत न्हाई." ...मंजा निजलेल्या दिनाकडं बघत गणित मांडत होती.

दीस मावळतीला जाताजाता दिना उठला. त्यानं हातावरच्या साठरुपयवाल्या इलेक्ट्रानिक घड्याळात बघितलं. सहा वाजायला आले होते.

उठून त्यानं चूळ भरली. डोईवरनं पाण्याचा हात फिरवला नि दर्पण उजेडात आणून ओल्या केसांचा भांग पाडू लागला.

टॉवेलनं पुन:पुन्हा तोंड पुसून तो तयार झाला. मंजा त्याच्यावर नजर ठेवून होती. त्याच्या एकूण वागण्यावरनं तो डॉक्टरांच्याकडं जाईल असं तिला वाटेनासं झालं.

तिनं हळूच आठवण करून दिली. "काळेसायबांच्याकडं चाललाईस न्हवं?"

"न्हाई."

"त्येंनी तुला बलीवलं हुतं रं. घरपर्पंच आवरायचाय त्येंचा. ये जा की तासभर

जाऊन.''

''न्हाई. घेऊ दे की माणसं रोजानं लावून करून. का भीक लागलीया त्येला? सगळं फुकट उपटायला बघतोय.''

''आरं, तसं न्हवं. उपकार करून ठेवल्यात त्येंनी डोंगराएवढं आपल्यावर. म्हणून तासभर जाऊन, करून यायचं.''

''कोण कुणावर फुकट उपकार करत न्हाई, आई.''

''न्हाई कसं? त्यांस्नी अर्धांग झाला. चार-सा म्हैनं औशिंद दिली. एक पैसा तरी घेटला का? ईज पडून आपली म्हस गेली. आभाळ कोसळल्यागत झालं. ह्ये घरात असं लोळागोळा होऊन बसलेलं. हुतं न्हवतं ते त्येंस्नी कोल्हापूरच्या दवाखान्यात घाटलं. म्हस गेली नि रतिबाचा पैसा बंद झाला. रोजगार तर ह्या गावात चार म्हैन्यांतनं एक दीस मिळतेला. पोटाला अन्न मिळत न्हवतं; ठावं हाय तुला. तशात त्येंनी म्हस घेऊन दिली म्हणून पोटपाणी चालू लागलं. तुझ्या पोटाला तीनचार सालं घाटलं.''

''फुकट घाटलं न्हाई. घस्सासा काम करत हुतो. रक्ताचं पाणी करून घाम गाळत हुतो. तरीबी नुसतं एका वक्ताला पोटाला घालत हुता. काय उपकार केलं न्हाईत.''

''लेकाऽ त्येनं पोटाला घाटलं म्हणून की रं ह्ये दीस बघायला मिळालं. कसं का असंनात. उपकारच झालं म्हणायचं आपल्यावर. नुसतं तासभर जाऊन ये जा. आता तर ते बदली होऊन गावातनं चालल्यात. हिकडंतिकडं पंधरा दीस. शेवटाला म्हस आपलीच हुणार.''

''बदली होऊन चालल्यात तर मग कशाला त्येंची काळजी करतीस? पंधरा दीस दूध घाल म्हंजे जिवाचं कडासनं गेलं. खाऊ म्हणं मिळवून आपलं आपूण.''

दिना केस मागनं पुढनं चोपत, सारखे करत बाहेर पडला...

मंजा त्याच्या तुरकाटीसारख्या दिसणाऱ्या अंगाकडं बघत घुसमटून गेली... ''काय करायचं ह्या पोराला. जराबी कानावरनं मनावर घ्यायला तयार न्हाई.''

''याय् याय् याय् आऽऽय आऽऽ'' अंधारातनं एकदम आवाज झाला. मंजा दिवा घेऊन शिर्पाकडं गेली. शिर्पा अंधारात जागाच पडून होता. त्याचे डोळे टकटकीत उघडे होते. विस्फारल्यासारखे ते दिसत होते. त्या डोळ्यांनी तो मंजाशी बोलत होता. डावा हात हलवून वर करून अंतराळात झाडत होता. डाव्या पायाची लाथ भुईवर आपटत होता.

तोंडातनं लाळ वाहत होती ती मंजानं त्याच्याच पांघरुणानं पुसण्याचा प्रयत्न केला; पण डाव्या हातानं त्यानं तिचा हात झिडकारून टाकला नि पुन्हा 'याय् याय् आऽऽ' करू लागला. हवेत धडसा हात उडवू लागला...

मंजाला कळेना, की तो दिनाला उद्देशून राग व्यक्त करतो आहे, की डॉक्टरांना उद्देशून करतो आहे. दिनाचा डॉक्टरांवर आरोप होता, की त्यांनी शिर्पाला दुरुस्त केलं नाही. 'करतो करतो' म्हणून सांगितलं नि केलं नाही, ते ऐकून शिर्पाला काय वाटत होतं हे तिला कळत नव्हतं. ती गोंधळून गेली होती. "हं! ऱ्हाऊ दे. गप बसा! तुमचं तुम्ही गप पडून ऱ्हावा. माझं मी काय करायचं ते करतो."

...शिर्पाला सगळी घरादाराची बोलणी ऐकू जात होती. त्याच्या धडशा डोक्यात विचार येत होते. राग येत होता. परिस्थितीवर उपाय काय करावेत, कशाचं काय करावं, हे सुचत होतं; पण बोलता येत नव्हतं नि हलताही येत नव्हतं.

डॉक्टरांनी सगळी आवराआवर केली आणि गाव सोडायला पाच दिवस आहेत म्हणताना मंजाबाईकडं नऊशे रुपयांची मागणी केली. तिला काही हिशोब सांगितला. हिशोब म्हशीचा होता. पैसे दिले नाहीत तर डॉक्टर गोठ्यातून म्हैस घेऊन जाणार होते. कारण म्हशीची खरेदीचिठ्ठी त्यांच्या नावे होती. मंजाबाईला हे सगळं धक्का देणारं होतं. हातपाय गाळून ती घराकडं आली.

म्हशीकडं बघत दारातच बसली... दोन वर्सं आपलं म्हणून पाळलेलं जनावर. चारा-चंदी घालून, धुणं-पाणी करून जतन केलेलं. डाक्टरानं दीडवरीस त्येचं हूं म्हणून दूध खाल्लं. ठरलेलं दीड लिटर. पर अधनंमधनं सणवाराचं, पैपावणं आलं की जादा घालत हुतो त्येचा हिशोबबी कवा दिला न्हाई. मीबी रांडंनं मागिटला न्हाई. वाटत हुतं, एवढी दांडगी म्हास घेऊन दिली त्येच्याफुडं हे एवढं एवढंसं दूध ते काय. पर ह्येंच्या पोटात आता न्याराच डाव दिसतोय. जराबी माणुसकीची जागा न्हाई. दिसाला दीस लावून हिशोब केलेला दिसतोय... आता कुठलं आणायचं नऊशे रुपय? न्हाईतर एखाद्या वक्ती दावणीची म्हस घेऊन जायाचाबी. कुणी नेम सांगावा त्येचा. आपलंच कपाळ फुटकं म्हणायचं झालं... चिंतागती होऊन ती बसली.

संध्याकाळी कोल्हापुरासनं दिना आला. चहा झाला. मंजानं दिनाजवळ हळूच बोलणं काढलं.

"दिना, डाक्टरांनी आपल्याला म्हस दिली. ती दोन वर्साच्या बोलीनं. रोज दीड लिटर दूध घालायची बोली हुती. पर आता दीड वरीस दूध घाटलं नि डाक्टरांची बदली झाली. आता ते उरलेल्या सा म्हैन्याचं पैसं मागाय लागल्यात."

"किती मागत्यात?"

"नऊशे रुपये."

"नऊशेऽ! कुठलं देऊ म्हणावं एवढं?"

"न्हाईतर दावणीची म्हस सोडून न्हेतो म्हणत्यात. कायतरी करून पैशाची येवस्था केली पाजिये, बाबा."

"त्येला काय करायची म्हस आता? उगंच भ्या घालत्यात. तू गप ऱ्हा. गरिबाला एवढं सोडा म्हणावं. तू एवढी कामं करतीस; तुला सोडतील ते." रत्ना न राहून म्हणाली. दिना गप्पच होता.

"न्हाई गं बाई. माझ्या म्हशीवर त्यो जाधव कंपाउंडर टपून बसलाय. खरेदीचिठ्ठी डाक्टरांच्या नावाची हाय. आपल्याला त्येनी म्हस दिली खरी; पर आपल्याजवळ कायबी चिठ्ठीचपाटी न्हाई. खरंच त्यो डाक्टर म्हस घेऊन जाईल माझी!"

"म्हस परत घेऊन जायाची तर काय बोली न्हवती. काय काय ठरलं हुतं तुझं नि डाक्टरांचं?" दिनानं विचारलं.

मंजानं सगळं समजून सांगितलं. "सतराशे रुपय किंमतीची म्हस हाय. डाक्टरांस्नी चांगलं दूध मिळंना. आपली म्हस तर ईज पडून मरून गेली; म्हणून ही म्हस त्येनी घेऊन दिली. दोन वर्सं रोज दीड लिटर दूध घालायची बोल झाली हुती. मग म्हस आमच्या मालकीची."

"एवढंच?" दिना ऐकून घेतल्यावर म्हणाला.

"व्हय."

"त्या वक्ताला दुधाचा दर काय हुता?"

"साडेतीन रुपये लिटर. आता तर पावणेचार नि कुठं कुठं चार रुपयबी झालाय."

"बाकीचं कायबी ठरलं न्हवतं?"

"न्हाई."

"मग कशी तू नि रत्नी भांडी घासाय, धुणं धुवाय, धान्य निवडाय जाईत हुतासा?"

"डाक्टरीणबाई त्येचं म्हैना पंचवीस रुपय देत हुती की रं."

"ते नुसतं धुण्याभांड्याचं."

"बाकीची कामं त्येंच्या उपकारापोटी करत हुतो, लेकरा. कवा औशिदपाणी फुकट मिळत हुतं. कारभाऱ्याचा आजारपाजार निघाला."

"आय् आय् आय् आऊऽऽ" शिर्पा अंधारात ओरडला.

"आणि माझ्या राबणुकीचं?" बाच्या ओरडण्याकडं दुर्लक्ष करून दिनानं विचारलं.

"ती नुसतीच पोटावारी ठरलेली."

दिना गप्प झाला. कपाळाखालच्या खोबणीत गेलेले त्याचे डोळे बिळातल्या डिवचलेल्या नागासारखे दिसू लागले. कोल्हापूरला जाता येता धूळ जाऊन, कचकचून डोळे अगोदरच लाल, रक्ताळ झालेले. आता ते इंगळासारखे दिसू लागले.

मनात काहीतरी विचार येऊन त्यानं कागद घेतला. भराभरा काहीतरी हिशोब

केला. कागद घडी घालून खिशात ठेवला नि तो मुकाट्यानं उठला.

"कुठं जातोस?' मंजा.

"काळेसायबांकडं." तो तुटक बोलला.

त्याचा नूर बघून मंजा येडबडली. "नगं बाबा. तिथं जाऊन काय तरी भांडणं काढून बसशील आता. मोठी माणसं ती. त्येंनी आपल्यावर थुकलं तरी, आपूण व्हावून जाऊ. काय तरी करून थोडं बहुत त्यांस्नी पैसे देऊया. निदान तीनचारशे तरी देऊ नि गळ्याचं कडासनं काढून घेऊ. बाकीचं हातापाया पडून माफी करून घेऊ. तू नगं जाऊ. तुझ्याजवळ काय असतील तर पैसंच दे मला."

"न्हाई आई. माझ्याजवळ सायकलीत हवा भरायलाबी पैसं न्हाईत. मी डाक्टरांस्नी सगळा हिशोब मांडून दावतो. दुसरं कायबी करणार न्हाई."

तो झपाट्यानं बाहेर पडला. मंजा नि रत्ना अवाक् होऊन त्याच्याकडं बघत बसली.

डॉक्टर नुकतेच फिरून परत आले होते.

"नमस्कार." दिना.

"ये दिनू. बरेच दिवसांनी भेटतो आहेस. अरे, तुझ्या आईकडनं दोनतीन वेळा निरोप पाठवला होता. आला नाहीस?" डॉक्टरांनी सहज विचारलं.

"रोज तीस मैल सायकल मारून अंग दुखून येतं. मग कुठं जाणंयेणं सुचत न्हाई."

"असं होय. आज मग सुटी आहे का? काही आवरा-आवरीची कामं होती ती संपली. माझी बदली झाल्याचं तुला कळलंच असेल."

"कळलं... आई कसल्या तरी हिशोबासंबंधी म्हणत हुती."

"अरे, तुझ्या आईला म्हैस घेऊन दिली. दोन वर्षं दूध घालायचा करार होता. पण म्हैस व्याल्यावर दीडच वर्षांत ही माझी बदली होतेय. म्हणून उरलेल्या सहा महिन्यांच्या दुधाचे नऊशे रुपये तुझ्या आईला देऊन टाक म्हटलं. दुसरं काही नाही."

"सायेब, आम्ही गरीब माणसं. घरात बाऽ आजारी पडून दोन-तीन वर्सं झाली. त्येला पोसावं लागतंय. भण सासरच्या लोकांनी दिवाळीभेटीच्या निमित्तानं हकलून दिलीय ती घरातच हाय. तिच्या खर्चासाठी चारशे रुपयेसुदीक न्हाईत. आम्ही कुठलं द्यावंत पैसे? तेवढं माफ करा. फुडं कधी पुन्ना बदली होऊन आलासा तर बघू. न्हाईतर नोकरी लागल्यावर मी फेडीन."

"अरे, असं कसं म्हणतोस? पैशांची आम्हालाही गरज आहे. दोन्ही मुलं शिकायला आहेत. एक मेडिकलला आहे. दुसरा सायन्सला आहे. त्यासाठी फार खर्च येतोय."

"खर्च आला तरी परमेश्वर भरपूर देतोय सायेब. आमची तशी परिस्थिती न्हाई."

“प्रत्येकाची परिस्थिती त्याच्या त्याच्या स्टँडर्डप्रमाणं ओढाताणीचीच असते.”

“तुमची वडाताण येगळी, आमची वडाताण येगळी. तुमच्या पोटापाण्याला तरी दोन वक्ताला मिळतंय. तुमची पोरंबाळं मेडिकल-सायन्सला शिकत्यात तरी. आमची वडाताण निदान एका येळंला तरी पोटात चार घास पडावंत म्हणून चाललेली असती. कसंबसं बारावीपर्यंत शिक्षण रेटलं; तर घरदार इकायची पाळी आली.”

“त्याच्या त्याच्या नशिबाचा भाग असतो तो. अतिशय प्रतिकूल परिस्थितीतही शिकणारी, नाव, पैसा, कीर्ती मिळवणारी मुलं असतात.”

“पैलं तसं दिस हुतं. आता हेमंतला माझ्यापेक्षा कमी टक्के मार्क्स पडूनबी त्यो मेडिकलला गेलाच न्हवं? प्रवेश मिळण्यासाठी ईसईस, पंचवीस पंचवीस हजार आमच्या जल्मात कवा मिळणार न्हाईत. हेमंतला ते लगेच मिळत्यात. त्येचा बाप डाक्टर हाय नि माझा बाप रोजगारी हाय. बुद्धी असून, हुशारी असून काय चुलीत घालायची मी?”

“त्याचा इथं काही संबंध नाही. उगीच ताप नको. माझा निरोप तुझ्या आईला सांग, की चार दिवसांच्या आत पैसे पाहिजेत म्हणून. नाहीतर पोलिसाकडनं म्हशीचा ताबा घेतला जाईल म्हणावं.”

“म्हस केवढ्याला घेटली, सायेब?”

“केवढ्याला म्हणजे? ते तुझ्या आईला सविस्तर सांगितलं आहे.”

“मी पैसे घेऊन आलोय. हिशोबाप्रमाणं काय असतील ते भागवून टाकू.” दिनाच्या बोलण्याला किंचित तिढा पडला.

“म्हैस सतराशे रुपयांना दीड वर्षांपूर्वी घेऊन दिली आहे. दोन वर्षं दूध घालायची कबुली होती. प्रत्यक्षात दूध फक्त दीड वर्षच घातलंय. सहा महिन्याचे नऊशे रुपये उरतात. ते दे. हिशोब सरळ आहे.”

“दर कसा धरला?”

“कसा म्हणजे? साडेतीन रुपये लिटर. रोज दीड लिटरचे सव्वापाच रुपये होतात. तरी मी रोज पाच रुपये प्रमाणे हिशोब केला आहे. सहामहिन्याचे नऊशे रुपये उरतात.”

“सायेब, गेली दीड-दोन वर्सं आई नि भण तुमच्याकडं धुणं-भांडी करती.”

“त्याचे प्रत्येक महिन्याला पंचवीस रुपये चुकते केले आहेत.”

“पंचवीस रुपय लई कमी हुत्यात, साहेब. तुम्ही रोग्याला खाजगीत हात लावून तपासायला पाच मिनिटाचे पंचवीस रुपय घेता.”

“तो बुद्धीचा भाग आहे. त्यासाठी हजारो रुपये माझ्या वडिलांनी माझ्या शिक्षणात भांडवल घातलं आहे. आणि त्याच्याशी तुझा संबंध नाही.”

“संबंध नाही कसा? आम्ही नडलो हुतो म्हणून तुम्ही आम्हांला फुकावारी राबवून घेतलंय. पंचवीस रुपयात दोन येळचं दोन माणसांचं खायालाबी येत न्हाई.

त्यात तुम्ही म्हैना म्हैनाभर भांडी घासून घेतली.''

"ते काहीका असेना. तुम्हांला गरज होती म्हणून तुम्ही आलात. आता त्यासंबंधी बोलून काय उपयोग?''

"धुण्याभांड्याशिवाय माझी आई नि भण तुमची धान्यं निवडीत हुती, बाईंबरोबर धान्याच्या पिशव्या, खरेदी आणून घरात टाकत हुती. त्येचा हिशोब केला न्हाई. अधनं-मधनं तुमच्या घरात सणवाराचं, पैपावणं आल्यावर आईनं जादा दूध आणून घाटलंय त्येचा हिशोब केला न्हाई.''

"तुझे वडील मरणाच्या दाढेतून मी बाहेर काढले आहेत. त्यांना मोफत औषधपाणी केलं आहे.''

"सायेब, ती सरकारी औशिदं हुती. आणि माझ्या बाला मरणाच्या दाढंतनं बाहीर कुणी फुकट काढलं न्हाई. सरकार त्यासाठी तुम्हांला पगाराचा पैसा मोजतंय.''

"नोकरीव्यतिरिक्त मी स्वतंत्र कामं करू शकतो. तुझ्या घरी पाचसहा वेळा येऊन गेलोय खाजगीरीत्या. आणि माझ्या पगाराशी तुझा संबंध नाही.''

"न्हाई कसा? सरकारचा पैसा म्हंजे जन्तेचाच पैसा. आणि आम्हीबी जन्ता हाय. सरकारी डाक्टराला खाजगी प्रॅक्टिस करायची परवानगी न्हाई. त्यासाठी सरकार त्येला जादा भत्ता देतंय. तुम्ही तर हितं कायम खाजगी प्रॅक्टिस करत हुता नि सरकारी इंजक्शनं देऊन पैसा स्वत:च्या खिशात घालत हुता.''

"शटऽप! एक शब्द बोलशील तर थोबाड फोडून देईन. फुकटचं खाऊन माजलात, लेको. पाचसहा वर्षं सगळं घरदार अन्नाला लावलं तुमचं. त्याचे उपकार असे फेडतोस होय, मूर्खा!''

"सायेब, शिव्या देऊ नका. सरळ काय ते सांगा. अन्नाचा एक कणबी तुम्ही आम्हाला फुकट दिला न्हाई. उलट आमच्या गरिबीचा फायदा घेऊन पिळून खाल्लंत आम्हांला. सांज-सकाळ दीड-दोन वर्सं तुम्हीच मला फुकट राबवून घेतलं. बाहीर माणसाला धा रुपय रोजगार मिळतो. मला नुसतं एका वक्ताला पोटाला घालून राबवलं तुम्ही, त्येचा हिशेब कुठं हाय?''

"तुला काही बळजबरीनं कामं करायला आणलं नव्हतं इथं.''

"नव्हतं कसं? आमच्या परिस्थितीचा फायदा घेऊन आमच्या समोर गाजरं बांधून ठेवली हुती तुम्ही... तुम्ही शाणीसुरती माणसं असं करता, म्हणून आमची नशिबं अशी फुटकी, दळभद्री हुत्यात.''

"बाकीची वटवट बंद कर. दुधाच्या हिशेबापुरतं बोल. नाहीतर चालता हो. मी काय करायचं ते पाहून घेईन.''

"दुधाचं मी बोलतो, सायेब. दीड वरीस आम्ही तुम्हांला रोज दीड लिटर दूध घाटलं हे तर खरं हाय ना?''

“हो.”

“त्येचं दोन हजार सातशे रुपय हुत्यात. म्हशीचं सतराशे रुपय वळतं करून घ्या नि उरलेलं हजार रुपय मला आत्ताच्या आत्ता परत द्या. हरामीचं पैसं खाऊ नका.”

“कसले हजार रुपये?”

“हिशोब करून बघा. साडेतीन रुपय लिटरनं रोज दीड लिटर दूध. दीड वरसाचं किती हुत्यात बघा.”

“त्याचा हिशोब करण्याचं काही कारण नाही. दोन वर्षं रोज दीड लिटरप्रमाणं दूध घालायची बोली होती. दुसरं काही ठरलं नव्हतं.”

“तेच मीबी म्हणतोय. दुसरं कायबी ठरलं न्हवतं. कमी घाटलं तर त्येच्या बदली पैसे द्यायचंबी काय ठरलं न्हवतं.”

“ठीक आहे. तुझा डाव माझ्या लक्षात आला. मी कुणाकडं दूध घालायचं ते सांगतो. उद्या ये. तिथं अजून सहा महिने दूध घालावं लागेल.”

“कुणाकडं बिनाकडं दूध घालाचंबी ठरलं न्हवतं. दूध तुमच्याकडंच घालायचं ठरलं हुतं. दुसऱ्या कुणाकडं आम्ही न्हाई दूध घालणार. तुम्ही हितं असलासा तर तुमच्याकडंच फकस्त घालणार.”

“ठीक आहे. तू घरी जा आता. उद्या पोलीस-फौजदार येतील. त्यांना काय सांगायचं ते सांग. मीही त्यांच्याबरोबर येतोच आहे. अजून पाच दिवस आहेत.”

“मी त्यांस्नी न्हाई काय सांगणार. तुमची सगळी अंडीपिल्ली वर कळीवणार, तुमच्या मेडिकलच्या पोराचा पाय मोडून त्येला पांगळा करणार. निरूचा डोळा काढून तुमच्या हातात देणार... सैतान माणसा, सतराशे रुपयेचे दोन वर्सांत गरिबांस्नी पिळून छत्तीसशे रुपय करायला बघतोस! तुझ्या गोड बोलण्याला माझी अडाणी आई भाळली म्हणून तिच्या गळ्यात फास अडकून तिचा जीव घ्यायला बघतोस. तुझ्यापेक्षा ते पठाण, मारवाडी काय वंगाळ हुतं? डाक्टर कुणीकडनं झालाईस? किती गोरगरिबाला लुटतोस? लाज वाटत न्हाई?...”

तोल गेलेल्या दिनाच्या तोंडाचा पट्टा सुरू झाला. तोंडात येईल ते तो बोलू लागला.

त्याच्या आवाजानं दवाखान्यातील नोकर नि दाई दोघेही धावून आले. रखवालदार धावून आला.

“ह्याला उचलून रस्त्यात फेकून द्या. भ्रमिष्ट झालाय तो.” डॉक्टरांनी आलेल्यांना सांगितलं नि दिनाला बाहेर ढकलून दार धाडदिशी लावून घेतलं.

एस. एस. सी. पास होऊन घरात बसलेल्या पठाऱ्याच्या मुरलीधरला दिनानं कोल्हापूरला डबे घेऊन पिटाळलं. तो घरातच बसून राहिला. आईला त्यानं डॉक्टरकडं जायला बंदी केली. म्हशीची काढलेली सगळी धार तो ताब्यात घेऊ लागला. डेअरीत जाऊन घालून येऊ लागला. मंजा हैराण होऊन गेली.

"आरं दिना, आता हत्ती गेला नि शेपूटबी गेलीय. शेपटीचा नुसता गोंडा अडकल्यागत झालंय. आता चार दीस काळेसायबाकडं दूध घाटल्यावर काय आपली शिंगं मोडणार हाईत? इतकं दीस सरळ वागलो, आता शेवटाला कशाला वंगाळपणा घ्यायचा?''

"एक शबूद बोलू नगंस. मुकाट्यानं धार काढून दे. तिकडं गेलीस तर कशावर तर तुझी सही घेऊन तुझ्या नरड्यात त्यो गळ घुसवून ठेवंल. एवढा आठवडा कढ काढ. मग तुला सगळं सुधरून सांगतो.''

एक एक दिवस जात होता. दिनाच्या मनावर ताण वाढत होता. आतून पोटात भीतीचा गोळा उठत होता. डॉक्टर पोलीस-फौजदारांना घेऊन कधी येईल याचा पत्ता नव्हता. एक एक दिवस मागे जाईल तसा ताण वाढतच होता.

दोन दिवस उरले नि त्याला रातभर झोप लागेना... पोलीस-फौजदार आल्यावर काय करायचं? डाक्टरावर तुटून पडायचं का, पैशांची तयारी ठेवायची? शेवटाला मिटवून टाकून मोकळं व्हायचं का झगडा करायचा? रागाच्या भरात केलं ते चूक का बरोबर? अशा प्रश्नांचं मोहळ त्याच्या मनात उठत होतं.

पाचवा दिवस उजाडला नि पहाटेच दिना भुतासारखा आंथरुणात उठून बसला. रातभर झोप न आल्यानं डोळे तारवटल्यागत झाले होते. सकाळी दूध घालून येऊन तो तिकटीवर गेला. तिन्ही वाटांवर नजर लावून बसला.

उनं चटचटत होती. दीस डोईवर आला. उसळू लागला. दिनाच्या अंगात बसल्या जागी घाम थबथबला... गावात उनाच्या माऱ्यानं शुकशुकाट पसरलेला. एकटा दिनाच तिकटीला चौगुल्याच्या वळचणीला बसून राहिलेला.

...दुपारी तिनाचे चार झाले, चाराचे पाच, पाचाचे सहा आणि सहाचे सात झाले. दीस आला, तसा तावून सुलाखून मावळला. दिनाला हायसं वाटलं. फासाच्या फळीवरनं खाली उतरल्यागत झालं.

सहाव्या दिवशी सकाळी लौकरच उठून तो दवाखान्यावर गेला, तर डॉक्टरांच्या घराला भलंमोठं कुलूप लांबूनच दिसलं. सगळी दारं नि खिडक्या बंद करून ते कुणी तरी घातलं होतं... हिशोब पुरा झाला होता.

दिना त्या कुलपाकडं शांतपणे बघून परतला. जणू ते काळेसाहेबांच्या तोंडाला कायमचं बसलं होतं... परतताना त्याच्या मनात एक विचार चमकून गेला, की रत्नीच्या न्हवऱ्याचा हिशोबबी असाच पदरात घालून आलं पाहिजे... आणि मनात नवा हिशोब मांडत तो घराच्या दिशेनं झपाझप पावलं टाकू लागला.

'पुढारी' दिवाळी १९८५

■

हिरवी संस्कृती

शनिवारचे तास संपवून प्राध्यापक भोईटे परत आले. हॉलमध्ये दिवाणावर बुटांचे पाय पसरून तसेच बसले. आल्या आल्या पाच मिनिटं विश्रांती घेण्याची त्यांची जुनी सवय. डाकेविषयीची जिज्ञासा त्या दिवाणावरच तृप्त व्हायची. ताराबाईनी टेबलावर ठेवलेली डाक त्यांच्या हातात आणून दिली.

''गावाकडचं पत्र आलंय.'' देता देता त्या म्हणाल्या.

''कुणाचं?''

''किरणनं लिहिलंय.''

''ते झालं, पण म्हणणं काय?''

''बघा ना वाचूनच.''

भोईट्यांनी पुतण्याच्या ओळखीच्या अक्षरांवरून तीनचार पत्रांतलं गावाकडचं पत्र ओळखून काढलं. भराभरा वाचलं.

''मरू देत सगळी. एक छदाम घराकडं पाठवून देणार नाही. दत्तूला जिवाची पर्वा नाही. पिंढरीची गोळी छातीवर लागायला किती उशीर होता? ह्याचा सगळा संसार माझ्या जिवावर सोडून मोकळा झाला असता. इथं काय पैशाची झाडं लावली आहेत?''

ते एकदम ताडताड बोलू लागले.

''गोष्टी होऊन गेल्या आहेत. संताप करून काही उपयोग नाही. जेवा आणि विश्रांती घ्या. मग दुपारी काय करायचं ते ठरवा.''

१३

"ठरवायचं काय? हात मोडू दे, नाहीतर डोकं फुटू दे. जाताना काही मला विचारायला आला नव्हता.''

"असू द्या. कपडे काढा. हातपाय धुऊन जेवायला बसा; मी स्वैपाक गरम करून घेते.''

ताराबाईच्या लक्षात एक गोष्ट आली. कॉलेजमधून घरी आल्यावर भोईट्यांना लगेच डाक द्यायला नको होती... भुकेजून आलेले असतात. कदाचित कॉलेजच्या कामानं वैतागूनही जातात. अशा वेळी मनाजोगतं काही घडलं नाही की, उतावीळपणं लगेच संतापतात. चुकलंच आपलं... पण त्यांचाही इलाज नव्हता. आल्या आल्या डाक पाहायला ते उतावीळ व्हायचे.

विश्रांती झाली. भोईटे थोडे शांत झाले. चहा घेताना, रात्रीचं जेवण एकत्र करताना गावाकडच्या गोष्टी निघाल्या. ते जणू मोठ्यानं विचार करत होते. दत्तूविषयीची उलट-सुलट बाजू ताराबाईसमोर मांडत होते. तरी दत्तूनं केलं हे काही बरं केलं नाही असं पुन:पुन्हा म्हणत होते.

रविवार होता तरी सकाळी उठून त्यांनी गावाकडं पत्र लिहिलं. इरादा असा की, मनातली मळमळ काढून टाकावी नि योजलेल्या कामाकडं एकाग्र चित्तानं वळावं. त्यांनी शांत चित्तानं पत्र लिहिलं—

"प्रिय दत्तू,
अनेक आशीर्वाद.
तुझं पत्र कालच मिळालं. वाचून अतिशय वाईट वाटलं. तुला मी त्या शेतकरी आंदोलनात भाग घेऊ नको म्हणून सांगितलं होतं. काहीतरी विपरीत घडेल याची भीती मला वाटत होती. तरी तू ऐकलं नाहीस. शेवटी गेलासच. हातपाय मोडून घेऊन परत आलास. पायातल्या त्या गोळीनं आता जन्मभराचा अधू होऊन बसशील. शेतीकडं मग बघणार कोण? बायकापोरांचा आधार म्हणून घरात बापईमाणूस धड पाहिजे; तर तूच असे उद्योग करतोस. निदान आता तरी घरादाराचा विचार कर. मळ्यात काय पिकेल त्यावर समाधान मान. कापूस, तंबाखू नाही पिकवलंस तरी चालेल. पोटापाण्यासाठी जोंधळा, तूर, भुईमूग यांसारखी पिकं घे. बाजारभाव नाही आला तरी पोटापाण्याला खाऊन सालं गुदरता येतील. शेतमालांच्या किंमतींचा मग प्रश्नच उद्भवणार नाही.
मी आता गावाकडं येऊ शकत नाही. कामांचा रेटा सुरू झाला आहे. आणि तिकडं येऊन मी तरी काय करणार? नंतर सवडीनं येतो. सोबत सतराशे रुपयांचा चेक पाठवत आहे. पगार झाल्यावर लगेच आणखी पैसे

पाठवतो. कोल्हापुरात हॉस्पिटलमध्ये आला आहेस, बरंच झालं. त्यामुळं लौकर बरा होशील याची खात्री आहे.

घरी सर्वांना आशीर्वाद. आईस साष्टांग नमस्कार,

तुझा दादा,
रामू.''

भोईटे मग कॉफी घेऊन पुस्तकाच्या कामाकडं वळले. अर्धअधिक वाचन झालेल्या ग्रंथात त्यांनी नजर रोवली. पण कामासाठी करायच्या त्या वाचनात त्यांचं चित्त लागेना. त्यांनी बी. ए. च्या अभ्यासक्रमाला धरून अर्थशास्त्राचं पुस्तक लिहायला आरंभ केला होता– असली पुस्तकं लिहिणं म्हणजे कामगारासारखं पोटापाण्याचा उद्योग करणं. त्यात नवीन काही सांगायचं नसतं. चारपाच संदर्भग्रंथ घेऊन अभ्यासक्रमाचे भाग एकत्र करायचे आणि ते विद्यार्थ्यांना समजतील अशी उदाहरणं घेऊन, सोप्या भाषेत मांडायचे. वर 'ग्रंथकार' म्हणून आपल्या पदवीसह, महाविद्यालयासह, आपल्या प्रमुखपदासह उल्लेख करायचा. म्हणजे आपल्या पदवीची, महाविद्यालयाची, प्रमुखपदाची प्रतिष्ठा पुस्तकाच्या बाजारभावासाठी वापरायची– असं त्यांना वाटे.

उत्तरपत्रिकांच्या बाबतीत त्यांचं असंच काहीसं धोरण होतं. तीनचारशे उत्तरपत्रिका– एका माणसानं रोजरोज बसून तेच तेच तपासणं त्यांना ओकारी आणणारं काम वाटे. अशा कामानं प्राध्यापकाला पैसा मिळाला तरी, परीक्षार्थी विद्यार्थ्याला निश्चितच न्याय मिळत नाही, याची त्यांना खात्री होती. शेवटी परीक्षक होणं म्हणजे परीक्षकाची योग्यता सिद्ध करणं असं नसून, पोटापाण्याचा 'बिलो डिग्निटी ओव्हरटाईम उद्योग करणं' होय असं ते म्हणत.

पण या वर्षी त्यांनी दोन्हीही कामं स्वीकारली होती. मोठी मुलगी लग्नाला आल्याची गंभीर जाणीव त्यांना ताराबाईंनी करून दिली होती. लग्न ठरलं तर खर्चासाठी जवळ एक दमडाही नव्हता. त्यामुळं उन्हाळ्याच्या सुट्टीत बारा दिवसांत त्यांनी साडेचारशे पेपर्स तपासले होते. इकडंतिकडं करत न बसता, अर्थशास्त्राच्या पुस्तकाच्या कामाला क्लासवाल्या प्राध्यापक पतकींची मदत घेऊन सुरुवात केली. कामाची विभागणी झाली होती तरी लिहून काढण्याचं काम जिकिरीचं होतं. तुलनेनं अर्थशास्त्रांचे ग्रंथ आरामात पडून वाचणं, खुणा करून टिपणं काढणं सोपं होतं. पण त्यांनी कामाचा रेटा लावला होता. या कामात चार पैसे मिळणार होते. त्या पैशांच्या आधारावर त्यांच्या मध्यमवर्गीय संसाराला टेकू मिळणार होता.

ताराबाईंना त्यांच्या या उद्योगानं बरं वाटत होतं. बंगल्यात आवश्यक त्या नव्या वस्तूही यायला वाटा होत होत्या.

पत्र लिहून झालं तरी, त्यांच्या मनात गावाविषयीचे विचार घोंगावू लागले. नकळत त्यांचं मन उदास होत गेलं. काही वाचन करावंसं वाटेना. सगळा कागदी पसारा वाटू लागला. पलंगाशेजारच्या टीपॉयवर पुस्तक ठेवून ते तसेच पडून राहिले. असा बराच वेळ गेला.

पडदा हळूच बाजूला सारून, ताराबाईंनी कॉफीचा मग आणि केलेले उप्पीट ट्रेमध्ये ठेवून खोलीमध्ये प्रवेश केला, तर प्राध्यापक भोईटे छतावर डोळे लावून तसेच पडून राहिलेले. ताराबाईंना वाटलं, ते लेखनासंबंधी चिंतन करीत असावेत.

''न्याहारी आणलीय.''

ते उठून बसले.

''या उन्हाळ्यात गावाकडं मी गेलोच नाही.'' उप्पीट खाता खाता ते स्वत:शीच बोलल्यागत म्हणाले.

''हं!'' ताराबाईंनी नुसताच होकार भरला. त्यांना ही गोष्ट माहीत होती.

''ही गोष्ट काय चांगली झाली नाही.''

''दोन दिवस जाऊन आला असतात तर चालण्यासारखं होतं की.''

''गावाकडं गेलं की, मळ्यावर गेल्याशिवाय चैन पडत नाही. आणि मळ्यावर गेलं की, हे करावं, ते करावं असं वाटू लागतं. तसं वाटू लागलं की, सगळी सुट्टी त्यातच जाते.''

''ते तर प्रत्येक वर्षी होतंच आहे. यंदाचाच तेवढा अपवाद. सगळी सुट्टी वाया जात होती. शिवाय रानात जाणारा पैसा वेगळाच. यावर्षी चार पैसे इथं राहून तरी मिळाले. गावाकडचा खर्च वाचला.'' तहसीलदाराच्या कन्येला शोभण्यासारखं ताराबाई बोलत होत्या!

''पण हे आता नुकसान किती झालं. हजार दोन हजारांना फटका बसला. उन्हाळ्यात गावाकडं गेलो असतो तर उठता बसता दत्तूला समजून सांगता आलं असतं. त्याच्या मनात काय खदखदतंय याचा नीट पत्ता लागला असता नि त्याला परावृत्त करता आलं असतं.''

''होय; पण त्यासाठी दोन-चार दिवस जाऊन आला असता तर भागण्यासारखं होतं.''

''हे आता सुचवतेस.''

''सुचवते म्हणजे काय? तुमचा तुम्हीच विचार करायचा असतो तो! मनाशी निर्णय करून गेला असतात आणि त्याप्रमाणं परत आला असतात तर एवढं रामायण घडलं नसतं.''

''आता विचार करून काय उपयोग?''

''केला तर अजूनही नीट उपयोग होईल. प्रत्येक वेळी चार दिवसांसाठी

म्हणूनच जात होतात नि सुट्टीतले बहुतेक दिवस तिकडंच काढत होतात. निदान आता तरी हा विचार मनाशी पक्का करून येथून पुढं वागता येईल. मी काही गाव तोडूनच टाका, म्हणत नाही. मनाशी काही पक्का निर्णय घेऊन तेवढंच माणसानं करावं; वाहत जाऊ नये, म्हणते मी.''

प्राध्यापक भोईट्यांच्या मनातल्या शंकासुराची ताराबाईंना चाहूल लागली असावी. त्याला वेळीच दडपून टाकण्याचा त्यांनी सौम्यसा प्रयत्न केला.

भोईट्यांची बुद्धिमत्ता लक्षात घेऊन एम. ए. झाल्यावर लगेचच त्यांना प्राध्यापकाची नोकरी पुण्यासारख्या ठिकाणी मिळाली होती. प्राध्यापक झाल्यावर पहिल्याच वर्षी लग्न केलं होतं. तरी काही काळ पुण्यात एकटेच नोकरी करत होते. जागेची अडचण सांगून आणि नंतर चार वर्षं शेतीची नीट व्यवस्था लावण्याचं निमित्त करून ताराबाईंना गावाकडं ठेवलं होतं. त्या चार वर्षांत महिन्यातनं एक तरी फेरी गावाकडं असे. सुट्यांचे दिवस गावाकडं जात... पुण्याहून येताना शेतकीखात्यातील पीकपाण्याच्या माहितीच्या पत्रिका, रोगकिडीवर मारायची औषधं, पावडरी इत्यादी घेऊन येत. तासभर घरात रमले, की मळ्यावर जायला निघत.

त्यांच्या ह्या स्वभावामुळं ताराबाई कुचंबत होत्या. इतक्या छोट्या खेड्यात राहण्याचा त्यांना अनुभव नव्हता. वडिलांच्या बदल्यांबरोबर त्या तालुक्याला राहिल्या होत्या. बाकी शिक्षण कोल्हापुरात झालेलं. लग्न होताना त्यांच्या नाजूक, गोऱ्या मनात एक स्वप्नं फुललं होतं. कॉलेजात असलेल्या प्राध्यापक नवऱ्याचं छोटेखानी घर त्यांच्या मनात आकारलं होतं. आपणास पुण्यासारख्या शहरात राहायला मिळेल, छानसं घर सजवता येईल, राहणीमान सुधारता येईल, चार सुशिक्षित घरांशी, स्त्रियांशी आपले संबंध येतील, काही नवं नवं पाहता येईल असं त्यांना वाटे. पण प्राध्यापक भोईट्यांच्या निर्णयानं ते तसंच राहिलं. उलट खेडेगावच्या रामरगाड्यात त्या वैतागून आणि कंटाळून गेल्या होत्या.

तीन वर्षं त्यांनी कशी तरी त्या खेड्यात रेटली आणि मुलगी वर्षाची झाल्यावर बोलणं काढलं.

''आता आपणांला कोणत्याही परिस्थितीत पुण्यात घर केलं पाहिजे.''

''का?''

''या खेड्यांत मुलं वाढवणं कठीण जाईल मला.''

''आपण जाऊ ना पुण्याला राहायला. निमू अजून लहान आहे; म्हणून...''

ताराबाई त्यांचा सूर लक्षात घेऊन म्हणाल्या, ''लहान असली म्हणून काय झालं? इथं मीच तर पाहते तिचं सगळं. तुम्ही पुण्यात एखादं घर पाहा लौकर.''

''तू हगणं-मुतणं पाहशील गं तिचं. पण लहान मुलांना आजारपाजार असतो. अनुभवी माणसाशिवाय तो इतरांना कळत नाही, असं आई म्हणते ते बरोबर आहे.

शिवाय निमूला पुण्यात एवढ्याशा दोन खोल्यांत हिंडावं-फिरावं लागेल. पुन्हा एकटीच. बरोबरीची मुलं असली म्हणजे मुलं कशी खुश असतात. त्यांची वाढ निकोप होते. इथं ते तिला सगळं मिळतं आहे. शिकण्याजोगी मोठी झाली की जाऊच की पुण्याला.'' ते समजून सांगण्याचा हळूहळू प्रयत्न करीत होते.

पण ताराबाई निग्रहानं सांगत होत्या, ''नको. पुण्यात काही इतरांची लहान मुलं वाढत नाहीत? आजारापाजारासाठी दवाखाने आहेत, डॉक्टर आहेत. मुलांत मूल खेळायला माँटेसऱ्या भरपूर असतात शहरात. इथं तिला सगळं मिळत असलं तरी इथले संस्कारही तिच्यावर होतात. आतापासूनच तिच्यावर शहरचे संस्कार झाले तर पुढं शिकताना अनेक फायदे होतील.''

हळूहळू वाद वाढत गेले. निर्मला कशीबशी दोन वर्षांची होईपर्यंत ताराबाईंनी खेड्यात दिवस काढले. शेवटी दोन खोल्यांचं बिऱ्हाड करून त्या पुण्यात आल्या. तरी प्राध्यापक भोईट्यांची गावाकडची महिन्याची फेरी कायमची सुरू होती.

नंतरच्या दहा वर्षांत मात्र त्यांनी आपल्या प्राध्यापकाच्या व्यवसायात आणि गावाकडच्या शेतीत चांगलंच बस्तान बसवलं. तीन बहिणींची लग्नं केली. सगळ्यात धाकट्या लक्ष्मणचं शिक्षण पूर्ण करून नोकरी मिळवून दिली. दत्तू मात्र शेतकरीच राहिला. सातवीपर्यंत त्याचं शिक्षण झालं नि वडिलांनी त्याला शेतीत घातला. प्राध्यापक भोईट्यांना मात्र त्यांनी शेवटपर्यंत शिकवलं. शिकवलं तरी त्यांची एम. ए. ची पदवी आणि नोकरी पहायला ते राहिले नाहीत. तडकाफडकी टायफॉईडनं गेले.

आपल्या छोट्याशा, आठनऊ एकराच्या रानानं प्राध्यापक भोईट्यांना नोकरी लागल्यावर दहाएक वर्षं पुष्कळसं मिळवून दिलं होतं. शेतीतल्या सुधारणा रानाच्या पचनी पडल्या होत्या. त्याचा फायदा घेऊन घरचं सगळं ठाकठीक करता आलं होतं. पुण्याबाहेरच्या निवांत परिसरात ताराबाईंच्या आग्रहावरून एका सोसायटीत त्यांनी सर्वांबरोबर एक प्लॉट घेतला होता नि सरकारी कर्जातून चार खोल्यांची एक छोटीशी बंगली बांधली होती. तिच्यात घाईघाईनं तीन मुलांसह ते राहायला आले होते. मोठ्या उत्साहानं गावाकडची सगळी भावंडं नि गणगोत बोलावून घेऊन वास्तुशांतीचा कार्यक्रमही झाला होता.

पण हे घर काही लाभदायक ठरलं नाही. हळूहळू गावाकडं उतरती कळा लागली. या बंगलीत येण्यापूर्वी शेती भरभरून देत होती. खाऊन पिऊन चार पैसे उरत होते. जमिनीत घातलेली लागवड, केलेले कष्ट-पाणी, मजुरी, सगळं जाऊन घरादाराला सुखानं जगता येत होतं. पण गेल्या सात-आठ वर्षांत लागवडीचा आणि येणाऱ्या पिकांचा मेळ बसेनासा झाला होता. ट्रॅक्टरसाठी लागणाऱ्या तेलाच्या आणि त्याच्या इतर वस्तूंच्या किंमती वाढल्या होत्या. मजुरांची मजुरी अडीच पटीवर गेली

होती. पूर्वीसारखी कामं करणारी माणसं मिळेनाशी झाली होती. फवारणीची औषधं, वीज यांचे दर वाढले होते. मात्र धान्याच्या किंमती होत्या तिथंच होत्या. छोटा-मोठा शेतकरी हैराण होऊन गेला. त्यातून शेतकरी आंदोलन महाराष्ट्रभर आकाराला येत चाललं. प्रत्येक वर्षी शेती आत आत येत चालली. प्राध्यापक भोईटे पगाराचे उरलेले पैसे शेतीला घालत होते. तरी सालअखेर खर्चाची बाजू मोठी मोठी होत चालली होती. त्यामुळं सगळं घरदारच गडबडून गेल्यासारखं झालं होतं.

काही झालं तरी गावाकडचं पाहणं आवश्यक होतं. धाकटा दत्तू आणि त्याची चार पोरं मळ्यावर जगणार होती. आई होती. शेतीचा आधार होता. आसपासच्या खेड्यांवर तीन बहिणी होत्या. त्यांचा माहेरचा निवारा धड ठेवणं जरूर होतं. सुट्या पडल्यावर, विश्रांतीसाठी धाकटा लक्ष्मण आणि त्याची पत्नी मुलाबाळांसह गावाकडं येऊन राहत होती. सगळ्यांना त्या घराचा मानसिक आधार होता. शेती नीट ठेवण्याची भोईट्यांना गरज होती. थोरलेपणामुळं आलेली ती जबाबदारी होती. गेल्या पाचएक वर्षांत ते गडबडून गेले होते. दत्तू आणि घरदार राबून मरत होतं. डोंगरावरच्या खडकात विहीर खोदण्याचा तो प्रकार होता, पाणी लागणं अशक्य होतं.

उप्पिटाची मोकळी वाटी आणि कॉफीचा मग घेऊन ताराबाई उठल्या. भोईट्यांचा स्वभाव ओळखून, जाता जाता म्हणाल्या, ‘‘जायचं असेल तर जाऊन या दोन दिवस.’’

‘‘कसं जाऊ? उद्यापास्नं तीन दिवसांची रजा या पुस्तकाच्या कामासाठी काढलीय. कोणत्याही परिस्थितीत या महिन्यात पुस्तकाचं हस्तलिखित हातात पडलं पाहिजे, अशी अट पतकींनी घातली आहे. प्रेमाची असली तरी ती पूर्ण केली पाहिजे. त्यांचे पैसे घेऊन बसलोय.’’

‘‘ते खरंच आहे. मी आपलं सहज बोलले.’’

बाई गेल्या. खोली मुकाट झाली. सगळं जिथल्या तिथं स्तब्ध झाल्यासारखं वाटलं.

भोईटे पलंगावरून उठले. आणि उदासपणे खिडकीसमोर जाऊन उभे राहिले. त्यांची खिन्न नजर बागेवर रेंगाळली. सगळं काँग्रेस गवत वाढलं होतं. पाण्यासाठी केलेल्या हौदाचं पाणी न वापरल्यामुळं शेवाळून हिरवं हिरवं दिसत होतं. कुठलं तरी एक कुत्रं सरळ तारेतून बागेत आलं नि हुंगत हुंगत हागून गेलं. हकलून देण्यासाठीही भोईट्यांच्या तोंडून शब्द बाहेर पडले नाहीत. कितीतरी दिवस बाग ओसाड पडल्यागत झालेली. गवताचं जंगल वाढलेलं... आता त्यात साप, सरडे वसती करून रहात असतील. कुणी पाऊलही ठेवत नाही तिथं.

गेल्या उन्हाळ्यापास्नं त्यांनी बागेत जायचं बंद केलं होतं. आरंभी घराभोवतीनं ताराबाईंनी आणि मुलींनी बागेची योजना आखली होती. त्यावेळी त्यांनीही साडेतीन-चारशे चौरस फुटांची जागा स्वत:साठी राखून ठेवली होती. बंगलीत आल्यापास्नं पहिली तीन-एक वर्षं त्यांनी त्या जागेत छोटंसं शेत पिकवलं होतं. मे महिन्याची

सुट्टी पडली की ते, ही जागा कुदळीनं उकरून घेत. ढेकळं फोडत. बांधबंधिस्ती करत. आर्द्राच्या मुहूर्तावर, दोडक्याचे, कारल्याचे वेल लावत. मेथी करत. भेंडी-बावची कडेनं टोकणत. एका बाजूला वांगी-टोमॅटो लावत, आपल्या मळ्याचं मानसिक रूपच ते इथं आकाराला आणत. काम करताना फुलून येत. गावाकडच्या गोष्टी करत. उत्साही दुप्पट वाढलेला असे. आल्यागेल्यांना आपले शेत दाखवीत. वसाहतीतील अनेक जण त्यांचा सल्ला घेऊन, त्यांच्याकडूनच बियाणं नेत नि आपआपल्या बागांत माळवं करत.

पावसाळाभर बागेतलाच भाजीपाला घराला मिळे. घरातल्या इतरांना शेतीत फारशी गोडी नसली तरी ते मोठ्या चवीने भाज्या खात. कच्ची वांगी, कच्च्या भेंड्या, मेथी घरच्यांना खाऊन दाखवत. "कच्चा भाजीपाला खाल्ला की रक्तशुद्धी होते..." म्हणून घरच्यांना सांगत.

पण घरच्यांना त्यांचं हे वेड नॉस्टॅल्जिक वृत्तीचं वाटे. मुली दुसरीकडं बघून ओठांतल्या ओठांत हसत. एकमेकांकडं बघून डोळे मोठे करत. भोईट्यांच्या हे लक्षात येई, पण ते मनोमन त्यांनाच वेड्यात काढत. स्वत:शीच हासत नि गप्प होत. त्यांच्या ह्या आनंदाला मोल नव्हतं. त्या भरात ते पेपर तपासण्याची किंवा अशीच काही पैसा देणारी कामं स्वीकारत नसत.

"तोच पैसा मला इथं मिळतो. पावसाळाभर घराला माळवं मिळतं; हे का थोडं झालं?"

त्यांची ही भाजी घरादाराला महाग पडते, ही गोष्ट वर्षांपूर्वी ताराबाईंनी त्यांच्या लक्षात आणून दिली. साध्या मेथीचा त्यांना हिशोब ठेवून दाखवला होता. बाजारातून विकत आणलेल्या मेथीच्या बियाणाचा खर्चही, त्या केलेल्या मेथीतून निघाला नव्हता. घातलेल्या रासायनिक खताचे पैसे, तण काढण्यात, पाणी घालण्यात, जमीन उकरण्यात भोईट्यांचा गेलेला वेळ वेगळाच होता.

"सगळं हिशोबात धरलं तर तुमची मेथीची पेंडी दोन रुपयाला एक पडते. आणि याच काळात बाजारात ती पंचवीस पैशाला एक मिळते. सगळ्याच भाजीपाल्याचा हिशोब केला तर आपला खर्च बाजारभावाच्या आठपट वाढतो."

"मग हे शेतकऱ्यांना परवडतं कसं काय? दत्तू शेतात दर सालाला भरपूर माळवं पिकवतो."

"शेतकऱ्याला परवडतं. ते अडाणी असतात. गावाकडं श्रमाला किंमत नसते. पावसाळाभर बसून राहायचं, ते शेतात कामं करतात हे लोक. शिवाय बैल-बारदाना, बी-बीयाणं, त्यांची घरची असतात. त्यांना मोल नसतं. म्हणून त्यांना ते परवडतं. तसं तुमचं कुठं आहे?"

"नोकरी सांभाळून सुट्टीच्या वेळेत तर ही कामं करतोय!"

"अहो, पण पैसा देणारी कामं सोडून ही अडाण्यांची कामं करत बसताय. तेवढेच महिनाभर रोज चार-पाच तास पेपर तपासले, तर हजार-दीड हजार रुपये होतील. एवढ्या पैशांत भाजी आठदहा महिने खाता येईल. शिवाय रान मोकळं. त्यात फार तर फळझाडं लावा. ती जन्मभर फळं देतील. उरलेली महिनाभराची सुट्टी तुमच्या वाचनात, इतर कामात घालवता येईल ना!"

"..." भोईटे काहीच बोलले नाहीत.

"सुशिक्षित माणसाचा वेळ सुशिक्षितांच्या कामात जावा. शहरगावात राहायचं आहे, तर चार पैसे वरकामाचे मिळालेच पाहिजेत. मुलींची लग्नं, शिक्षणं आहेत. म्हातारपणाचा काळ आहे. सगळ्यांनाच काही तो मळा पोटाला घालणार नाही. तोवर तिन्ही दिरांचीही मुलं मोठी होतील. त्यांची लग्नं, त्यांच्या बायका, त्यांची मुलं... कितीजणांना मळा पुरणार आहे तो?"

"हं!"

असे मुकाट झाले की, ताराबाई हळूच खोलीतून निघून आपल्या कामाला जात. त्यांना एकटेच सोडत. त्यांच्या वाचनात, चिंतनात इतर कामात जास्त व्यत्यय नको असं त्यांना वाटे... कारण ते मग वैतागल्यासारखे होत.

गवत वाढलेल्या बागेकडं बघता बघता भोईट्यांना या प्रसंगाची आठवण झाली नि पराभूतासारखं वाटू लागलं. या वर्षी त्यांनी माळवं केलं नाही. परीक्षा-पेपर्स घेतले. पुस्तक लिहिण्याचा उद्योग सुरू केला. त्या गडबडीत गावाकडं जाणं झालं नाही... पैसा दिसू लागला होता.

त्यांना वाटू लागलं, आपलेच सगळे हिशेब चुकले आहेत... ती म्हणते ते कटू असलं तरी खरं आहे. सुखानं जगायचं तर शहरात पैसा मिळवलाच पाहिजे... मनाला आनंद मिळतो म्हणून बागेत शेती करतो, हे काही खरं नाही... ह्या शेतीत आपला जीव गुंतला आहे. गावाकडची जुनाट सवय आपल्या रक्तात मुरली आहे... नफानुकसानीचा विचार न करता आपण शेती करतो.

...खरं तर आपल्या भावना या शेतीत गुंतल्या होत्या, व्यवहार विसरून आपण तिच्यात गुंतत होतो. गावाकडची शेती ही दत्तूनंच बघितली पाहिजे. तो काही लहान नाही. बत्तीस-पस्तीस वर्षांचा झाला आहे. माझा आधार वाटतो म्हणून आंदोलनाची थेरं करतो. आता त्यानं त्याचं पाहावं. शेतीचं करून आंदोलनात भाग घ्यावा. मी आता शेतीसाठी का म्हणून त्याला पैसे पाठवायचे? वाटलंच तर कर्जं काढावीत नि इतर शेतकऱ्यांसारखी फेडावीत...

प्राध्यापक भोईट्यांच्या मनात दिवसभर विचार घोंगावू लागले.

“आहेत का शेतकरी प्राध्यापक?”

“आहेत; या! या!” भोईटेच बाहेर आले. संध्याकाळी क्लासवाले प्राध्यापक पतकी आपली टिपणे घेऊन आले. त्यांना फक्त रविवारीच उसंत मिळत असे. एरवी त्यांचे क्लास सकाळ-संध्याकाळ चाललेले असत. दुपारी उरलेल्या वेळात टिपणं काढत.

इकड-तिकडचं बोलता बोलता प्राध्यापक पतकींनी आपल्या बॅगेतली टिपणं काढली. त्यांच्याकडं सोपविलेल्या प्रत्येक प्रकरणासाठी कोणती पुस्तकं वाचली, त्यांच्या आधारानं कोणकोणते मुद्दे नि विचार घेतले याची ते क्लासमधल्या शिस्तीनं चर्चा करू लागले.

तास कसा गेला ते कळलं नाही. पतकींचं काम पहाणं संपल्यावर भोईट्यांनी ताराबाईंना चहाची विनंती केली.

“तुमचं ह्या आठवड्यात पूर्ण होईल का?” सहज पतकींनी पृच्छा केली.

“बघू आता. माझ्या परीनं मी प्रयत्न करतोच आहे.”

“आज रविवारचं काही थोडं बहुत लेखन झालंच असेल!”

“अंऽ नाही. अजून काही वाचावं असं मनात आहे.”

“ते वाचा हवं असेल तर. पण एखाद्या ग्रंथातल्या प्रमाणं एखाद्या मुद्याचा फार कीस काढत बसू नका. बी. ए. चे विद्यार्थी. पुन्हा त्यात आजचा बी. ए. चा विद्यार्थी मनासमोर ठेवा.”

त्यासंबंधी उलटसुलट चर्चा रंगली.

ताराबाई चहा घेऊन आल्या. आपल्याबरोबर त्यांनीही चहा घ्यावा अशी विनंती पतकींनी केली. मोठे लाघवी गृहस्थ. गोरेपान. नेहमी बूटसूटात असल्यानं नेहमीच्या प्राध्यापकापेक्षा उठून दिसत. विद्वत्ता नसली तर इतरांवर सहज छाप पाडत असत. भोईटेसारख्यांची विद्वत्ता आणि लौकिक त्यांना धंद्यासाठी वापरायचा होता. क्लास चालवत ते गाईडं प्रसिद्ध करत असत. त्यानंतर गाईडवजा पुस्तकं प्रकाशित करू लागले. त्यांच्या प्रकाशनासाठी आता भोईटे त्यांच्याबरोबर ते पुस्तक लिहिण्याचा प्रयत्न करीत होते.

“वहिनी, आता तुम्हीच प्रोफेसरसाहेबांकडून लेखन पूर्ण करून घेतलं पाहिजे हं. रोज लकडा लावल्याशिवाय ते पुरं होईलसं वाटत नाही.”

“मला तरी कुठं दाद देताहेत! आज सकाळपास्नं त्यांचं कशातच चित्त नाही. काल मला म्हणाले, ‘लेखनासाठी रविवारला धरून तीन दिवसांची रजा काढून आलो आहे.’ आणि आजचा रविवार तर असाच गेला.”

“का बरं?”

“विचारा ना त्यांना?”

"तरी पण..."

"गावाकडच्या गोष्टी..."

"झालं का!" पतकी हसत हसत म्हणाले.

"म्हणजे पुन्हा रजा काढून शेतावरच जाणार की काय?... नाही; म्हणजे गावाकडं काही गंभीर तर घडलं नाही ना?"

"म्हटलं तर गंभीर आणि म्हटलं तर नेहमीचंच. त्याचं असं आहे, तुम्ही मनाला कितपत डसवून घेता यावर ते आहे..." भोईटे गंभीरपणे काहीबाही बोलू लागले. ग्रामीण समाजाच्या अर्थव्यवस्थेलाच त्यांनी हात घातला. म्हटलं तर हा विषय पुस्तकाला धरून होता आणि म्हटलं तर गावाकडच्या कुटुंबविषयक परिस्थितीनं निर्माण झाला होता.

बोलून झालं आणि थोडा वेळ गंभीर शांतता पसरली. पतकींना ती असह्य वाटत होती. त्यांना हा विषय थोडक्यात गुंडाळून घरी जायला निघायचं होतं. हलकं-फुलकं वातावरण निर्माण करून पाच मिनिटांत उठावं अशा हिशोबानं ते पुन्हा हसत हसत बोलले.

"तुमच्यात एक शेतकरी आणि एक प्राध्यापक यांचं सतत भांडण चाललेलं दिसतं. विचार म्हणून ते ठीक असलं तरी, व्यवहारात जगण्यासाठी वेगळंच तर्कशास्त्र वापरावं लागतं, भोईटेसाहेब. तुम्ही आता कायमचा प्राध्यापकाचा बौद्धिक व्यवसाय पत्करलाय, हे विसरून जाता. मी एम. ए. झालो त्यावेळी माझ्यासमोर असाच प्रॉब्लेम होता. माझी पुण्यात राहायची इच्छा होती. पण नोकरी काही पुण्यात मिळेना. बाहेरगावच्या कॉलेजमधून बोलावणी येत होती, पण मला जायचं नव्हतं. पुण्यातच यशस्वी जीवन जगून दाखवायचं, अशी प्रतिज्ञा करून बसलो. बिचारे वडील हायस्कूल-टीचर. त्यांनी हाय खाल्ली. इतकी खाल्ली की, त्यांना हार्टअटॅक आला. पण तुम्हाला सांगतो, मी डगमगलो नाही... पुण्या-मुंबईबाहेर ह्या महाराष्ट्रात आहे काय, सर?"

वहिनी जिज्ञासेनं ऐकत होत्या... नऊ वर्षांत त्यांच्या क्लासेसची भरभराट कशी झाली, क्लासेसचं नाव ठेवण्यापासून जाहिरात करण्यापर्यंत त्यांनी बारीक-सारीक विचार कसा केला, नऊ वर्षांत इतर प्राध्यापक कामाला कसे जुंपले, गाईडं कशी काढली, मध्यवस्तीत एक जुनं घर घेऊन तीन मजली इमारत क्लासेससाठी कशी बांधली, घरात सुखसोयी कशा करून घेतल्या, फर्निचरसाठी बेळगावहूनच सागाचं लाकूड कसं आणलं... सगळा पाढा वाचून दाखविला नि शेवटी म्हणाले, "शहरात जगायचं तर शहराचं मानसशास्त्र आणि अर्थशास्त्र प्रथम समजून घेतलं पाहिजे; तर तुमच्या हातात चार पैसे पडतात. बाकीचा विचार कशाला करायचा? इथं तरुण विद्यार्थीवर्ग हा तुम्ही म्हणता त्या जर्सी का कसल्याशा गायीसारखा आहे. भरपूर दूध

देणारी ही कामधेनू शहरात आहे तोवर आपणाला मरण नाही. असो. फार झालं. उठतो मी. दोनतीन दिवस रजा काढलीय म्हणता, तर लेखन तेवढं पुरं करून टाका. ह्या महिनाअखेर पुस्तक बाजारात आलं पाहिजे... चार पैसे तुम्हाआम्हांला सुटतील.''

पतकी उठले. त्यांना पोचवण्यासाठी भोईटे उठले. ताराबाई दूरदर्शनवरील सिनेमा पाहायला जाऊन बसल्या.

पोचवून परतल्यावर दार बंद करताना भोईट्यांकडून ते आदळलं गेलं नि त्यांच्या पायावरच एक मोठी, अंड्यावर आलेली पांढरीफटक पाल पडली. पिंढरीपर्यंत चढली नि पुन्हा परतली. पाय झटकेपर्यंत लगबगीनं पायाच्या चंप्यावरून पळालीही.

खोलीत जाऊन ते पुन्हा कॉटवर पडून राहिले. एकटेच. पुढं पुस्तकांचा ढीग. श्रेष्ठ ग्रंथ. त्यांच्यावर ग्रंथकारांची सोनेरी अक्षरातील नावं. एकाएका ग्रंथासाठी आयुष्य वेचलेले ग्रंथकार... आपण मात्र बी. ए. च्या अभ्यासक्रमासाठी पुस्तक लिहिणार आहोत. क्लासवाला प्राध्यापक मदतनीस. तोच प्रकाशक. त्याचे अनंत उपकार... सगळे शहरातच राहायला मरतात.

भोईटेंना अचानक पालीची आठवण झाली नि ते झटकन उठले. आंघोळघरात जाऊन हातपाय धुऊन परतले. स्वच्छ पुसून घेतले. त्यांना एकदम प्रसन्न वाटू लागलं... कसली माणसं ही! भुई धरून सरपटणाऱ्या प्राण्यासारखी. मिळेल तो कृमिकीटक खात सांदरीत जगणारी... त्यांच्यापेक्षा माझा दत्तू हजार वाट्यांनी बरा. प्रत्यक्ष जगण्याच्या प्रश्नाला तरी भिडलाय. पडलेले प्रश्न सर्वांचे मानून प्राणपणानं सोडवण्याची तयारी करून बसलाय. गोळ्या खाव्या लागल्या तरी भीती नाही. कुठनं एवढं बळ आणलंय, कुणास ठाऊक?... दत्तूला खूप समजलंय. मला पुस्तकं वाचूनही कळलं नाही, ते त्याला उमगलंय.– शेतकरी अडाणी; म्हणून तो रात्रंदिवस कष्टात मरतो. तरी त्याच्या श्रमाला किंमत नाही. घरचीच माणसं शेतात राबतात म्हणून त्यांना मोल नाही. घरचं खत म्हणून बिन मोलाचं, घरची शेती म्हणून बिनपैशाची... दोन रुपयाची मेथीची पेंडी त्यानं पंचवीस पैशाला विकायची. थोडंथोडं रोज उपाशी राहत, रोज ढोर-कष्ट करत हळूहळू शेतात मरायचं आणि आम्ही मात्र इथं मिनिटामिनिटांची किंमत म्हणून, म्हणू त्या दरानं वसूल करून घ्यायची. बाकीचा विचार करायचा कशाला? मिळेल तेवढं खायचं, भोगायचं नि पांढऱ्या पुस्तकांची अंडी घालायची. त्यातनं निर्माण काय व्हायच्या?– तर पांढऱ्या पाली. पतकींच्या इमारती...

त्यांना गरगरल्यासारखं झालं. मानेवरून हात फिरवत ते घटकाभर गप्प बसले.

काल आलेल्या दत्तूच्या पत्रावरून त्यांनी पुन्हा नजर फिरविली. शेवटच्या परिच्छेदापाशी पुन्हा रेंगाळले. ''...दादा, मी ह्या आंदोलनात नुसती माझ्या अंगातली खुमखुमी म्हणून गेलो नाही. प्रश्न माझ्या आणि घरच्यांच्या जगण्याचा तर हायेच.

पर शेती करणाऱ्या खेड्या-पाड्यांनी आंदरबट्ट्यात येणाऱ्या शेतीवर कसं जगायचं हा खरा प्रश्न हाये. मला मराण आलं असतं तरी काय वाटलं नसतं. मरणाच्या मोबदल्यात शेतमालाच्या किंमती निदान ना नुकसान, ना फायदा एवढ्या जरी वाढवून मिळाल्या असत्या, तरी साऱ्या गावची पोरंबाळं सुखानं जगली असती. एवढं जरी झालं तरी पुढची पिढी हितंच शेतावर राहील, नाही तर दाही दिशांना खेडी सोडून निघून जाईल... ह्या पिढीनं आता कुणाच्या तोंडाकडं बघून शेती करायची? ती आमच्याच तोंडाकडं बघणार न्हवं?''

''दत्तू...''

दत्तू समोर असल्यागत भोईटे स्वत:शीच, एकटेच खोलीत उद्‌गारले.

रात्री वाचनासाठी नेहमीप्रमाणं जागत न बसता मनाशी काही निर्णय करून झोपून गेले. पत्राचा विचार करता करता कधी झोप लागली कळलंच नाही... दादा, ह्या आंदोलनात मी एकटाच न्हवतो. सारा मराठा शेतकरी हुता. सगळ्यांनी गोळ्या खाल्ल्यात. ह्या लढाईत मीच जखमी झालो न्हाई; सगळ्या महाराष्ट्राची माती जखमी झालीय...

भोईटे पहाटे खडबडून उठले. कसला तरी जयघोष त्यांच्या कानांवर आपटल्यासारखं वाटत होतं. कावळ्यांचा घोळका समोरच्या रस्त्यावरच्या वडावर करकरत होता.

उठून आंथरूणात बसले... आंघोळ-पांघोळ लौकरच आटपली पाहिजे. निघालं पाहिजे.

सगळे विधी आटोपले. स्वत:ला हवी तशी स्ट्राँग कॉफी करून घेतली. सावकाश चवीनं पिऊ लागले. बाहेर स्वच्छ कोवळ्या उन्हाचे कवडसे पडू लागले होते. त्यांतील एक प्रकाशाच्या मुंगी-पावलांनी त्यांच्या खिडकीतून खोलीच्या भिंतीवर उतरत होता. शिळवटलेल्या मनाला ताजंताजं वाटू लागलं.

उठले आणि बागेत गेले. काँग्रेस गवत जंगलासारखं माजलं होतं; तरी त्यांना ते आपलं वाटू लागलं. पांढऱ्या फुलांच्या घोसांवरून हात फिरवून त्यांनी त्यांचे चारसहा ढाळे उपडून हातात घेतले. मोकळ्या झालेल्या जागेतून निर्मळ, काळीभोर जमीन डोकावू लागली. दाराआड लपलेल्या चार वर्षांच्या नग्न कन्येसारखी ''बाबा मी कुठाय? मला शोधून काढा बघू.'' म्हणून ती हाका मारतेयसं वाटू लागलं. ते प्रसन्नसे हासले, भसाभसा गवत उपटू लागले.

अर्धा तास त्यातच गेला.

''कॉफी झाली होऽ'' ताराबाईंची हाक स्वैपाकघरातून त्यांच्या कानावर आली.

आत आले.

त्यांनी एकदमच विषयाला हात घातला. ''आत्ता सव्वासात वाजले आहेत. नऊच्या गाडीनं मी गावाकडं जावं म्हणतोय. दत्तूला लिहिलेलं पत्र मी रात्री झोपताना

फाडून टाकलं. प्रत्यक्षच जायचं तर कशाला पत्र?''

"हातात घेतलेलं काम? पतकी तर कालच तगादा लावून गेलेत.''

काल 'जा' म्हणणाऱ्या ताराबाईंनी आज नकळत पवित्रा बदलला होता.

"ते झालं तर करू; नाही तर पैसे परत देऊ त्यांचे.''

"काहीही करा. तुमच्या मानगुटीवर कुठलं भूत बसतंय काही कळत नाही.''

"तुला नाही कळायचं. नुकसानीत आली तरी शेती टिकवली पाहिजे.''

...पुढचं मग ते मनोमनच बोलू लागले. समाजाचा चुकलेला हिशोब उद्या त्यालाच निस्तरावा लागेल. सगळी घडी मग नीट बसेल. शेतीशिवाय तरणोपायच नाही इथं कुणाला. ती आहे म्हणून देश आहे. खेडी आहेत म्हणून ही शहरं आहेत... आपण आहोत, आपली संस्कृती आहे...

कपातली कॉफी संपली होती. आता ती पिण्या न पिण्यानं फारसा काही फरक पडणार नव्हता. मनासारखी कॉफी त्यांनी मघाशीच घेतली होती.

गाडी बरोबर नऊ वाजून दहा मिनिटांनी सुटली. शहर सोडून मोकळ्या महारस्त्याला लागली. नेहमीप्रमाणं त्यांनी गाडीत वाचण्यासाठी वर्तमानपत्र घेतलं होतं. गाडी गावाबाहेर आली. तशी त्यांची नजर वर्तमानपत्रावरून उचलली नि बाहेर सरकली. प्रसन्नपणे नुसते पाहत बसले. वर्तमानपत्र हातात तसंच.

...मोकळा, पावसाळी निसर्ग क्षितिजापर्यंत पसरला होता. लागवड केलेल्या मातीशी इमान राखून पिकं डवरली होती. श्रावणी उन्हाचा फायदा घेऊन माणसं खुरपणी कोळपणी करत होती. उघडिपीच्या उत्साहानं तरातरा हलत होती. बघावं तिकडं शेतकऱ्यांचं राज्य पसरल्यागत दिसत होतं.

"जरा पाहू का?'' शेजारच्या प्रवाशानं हळूच वर्तमानपत्राला हात घालून विचारलं.

"घ्या ना.'' ...रचलेल्या मजकुरांचं पांढरं फटक चौकोनी कागदी जग ते!

त्यांनी उत्साहानं ते दान केलं. हात एकदम मोकळे, स्वतंत्र झाल्यासारखे वाटले. मन तरल झालं. बाहेरच्या विस्तीर्ण हिरव्या जगावर डोळ्यांची उत्सुक पाखरं पिंजऱ्यातून सुटल्यागत भिरभिरू लागली. डबडबत्या पावसाळी आभाळासारखा जीव उत्कट, हळवा झाला.

...हे माझ्या आदि पुरुषोत्तमा... हे दत्तूऽऽ!

'नव उन्मेष' दिवाळी १९८४

■

पाषाणाची माणसं

फार विचार करून जंगमसाहेबांनी कळमचं काम स्वीकारलं. वास्तविक अशा कामातून निवृत्त होऊन त्यांना पाच-सहा वर्षं झाली होती. तरी ते काम मैत्रीखातर स्वीकारलं. त्या पाच-सहा वर्षांत एकटेपणा त्यांना खायला उठला होता.

पहाटे पाचच्या आसपासची वेळ. थंडीचे दिवस. आज चारलाच डॉ. राहुलला जंगमसाहेबांनी उठवून दाढी, चहा, आंघोळ, सगळं काही आवरून घेतलेलं. लोकरीचे कपडे घालून दरम्यान ते बापलेक प्रभात फेरीसाठी तयार झाले. उद्या जंगमसाहेब कळमला घाटबांधणीच्या कामासाठी म्हणून जाणार होते.

फ्लॅटमधली सगळी सुसंस्कृत मंडळी अजून शांत झोपली होती. मुख्य रस्त्यापासून आत असलेली ही वस्ती. शांत वाटणारी. नुकताच पावसाळा संपून गेल्यामुळं आणि पहाटेच्या दवांमुळं झाडं ताजी आणि टवटवीत दिसणारी. त्यांचा हिरवा रंग स्वच्छ आणि ठळकपणे जाणवत होता. इमारतीच्या कंपाउंड्समधून रस्त्याच्या दोन्ही बाजूंना ती झुकलेली. जंगमसाहेबांना स्वागतशील वाटत होती. हवेत थंडी भरून राहिली होती. डॉ. राहुल आणि जंगमसाहेब रस्त्याला लागले. बापलेकांनी पहाटे उठून फिरायला जाण्याची ही पहिलीच वेळ असावी.

"नुसतं फिरून येऊ. तुझ्याबरोबर बोलण्यापेक्षा मुकाट होऊन

१४

फिरण्याची माझी इच्छा जास्त तीव्र झाली आहे.'' जंगमसाहेब काहीसे भावनोत्कट झाल्यासारखे दिसले.

राहुलला लहानपणी शहराच्या निरनिराळ्या भागांतून पुष्कळ वेळा ते पायी फिरायला नेत. निरनिराळ्या भागांची, दुकानांची, परिसरांची, वस्तूंची, झाडावेलींची ओळख करून देत. सगळं शहर ओळखीचं करून देण्याचा जणू त्यांचा परिपाठ चाललेला असे. आज राहुलचं ते बालपण मागं पडून तीस-बत्तीस वर्ष उलटून गेली होती. त्याची त्यांना हळवी आठवण झाली असावी. आज ते अडतीस वर्षांच्या, डॉक्टर झालेल्या राहुलला शहराची पुन्हा एकदा ओळख करून देणार होते की काय नकळे.

मुख्य रस्त्याला ते दोघे लागले. डॉ. राहुल चकित होऊन रस्त्याकडं बघू लागला. एरवी लहानमोठ्या माणसांनी, रंगीबेरंगी पोशाखांनी, हातगाड्यांवरच्या चित्रविचित्र वस्तूंनी, फळांनी, दुचाकी, तिचाकी, चारचाकी वाहनांनी निरनिराळ्या आवाजांच्या घाईगर्दीनं तो नुसता गजबजलेला रस्ता असे. आता तो शांत शांत, निर्मनुष्य, मोकळा, थकून खुशाल उताणा झोपल्यासारखा दिसत होता. त्याचा विस्तीर्णपणा विशेष जाणवत होता. काळ्याभोर डांबरी सपाट भुईंनं डॉ. राहुलचं लक्ष वेधून घेतलं. आजवर त्या रस्त्यावर एक निळंभोर आकाश आहे, हे तो एरवी गाडीतून घाईघाईनं कामासाठी जाताना विसरलाच होता. ह्या रस्त्यावर फक्त माणसांचा नि वाहनांचा महापूरच वाहत असतो, एवढीच नोंद त्यांच्या मनात नकळत होती. त्या थंडीत पायी संथपणे आणि निर्वेधपणे चालताना त्याला एक वेगळीच गंमत वाटत होती. तो उल्हसित झाला.

''थंडीत चालताना काही वेगळंच वाटतं; नाही? लांबरुंद रस्त्यावर आपण दोघं असल्यामुळं सगळा आपलाच रस्ता असल्यासारखं वाटतं आहे.''

''म्हणजे काय?''

''म्हणजे आपल्या मालकीच्या गाडीत बसताना जो रुबाब वाटतो, तसा आज या रस्त्यानं जाताना वाटतोय. एरवी दिवसाढवळ्या या रस्त्यात हरवल्यासारखंच होतं. आता कसा नम्र वाटतो; गर्दीत उग्र, तापट वगैरे वाटतो.''

डॉ. राहुलचं बोलणं ऐकून जंगमसाहेब चकित झाले. त्यांच्या चेहऱ्यावर प्रसन्न हास्य उमटलं. ''तू पहिल्यांदाच पहाटे फिरायला बाहेर पडला असावास.''

''बहुतेक खरं आहे. पहाटे उठतो पुष्कळ वेळा. पण बाहेर फिरायला गेल्याचं कधी आठवत नाही. एखाद्या वेळेस गाडी काढून कामासाठी बाहेर पडलो असेन; पण ते काही फिरणं नव्हे. डोक्यात कामाचेच काही विचार असायचे. पण आज रविवार. मनात काही नाही. त्यामुळं काही वेगळंच जाणवतंय.''

''आपण सारखे आपल्या पैसा देणाऱ्या कामात व्यग्र असतो. आरंभी ते बरं वाटतं. कित्येकजण मग न कंटाळता, पैसा देणाऱ्या कामातच कायम मग्न होतात.

मग हळूहळू ते कंटाळवाणं, मनावर ताण आणणारं, एकसुरी, रोज रोज तेच तेच करायला सांगणारं यांत्रिक काम नकोसं वाटू लागतं. आपण काही स्वाभाविक जीवन जगत नाही, असं वाटायला लागतं. माणसानंच निर्माण केलेल्या त्या कामांचा वीट यायला लागतो. नि स्वाभाविकच जीवनाकडे आपण हळूहळू वळू लागतो. थोडी कामंही केली पाहिजेत, थोडं कृत्रिमही राहणं आवश्यक आहे आणि बरंचसं स्वाभाविक राहणं अत्यावश्यक आहे याची जाणीव होते... अजून तू तरुण आहेस. कामात, कमाईत झुकलेला आहेस. जीवनात रमून त्यावरची साय चाखत आहेस. नंतर तुला हे कळू लागेल.''

''आबा, याची चाहूल मला अधनंमधनं आजसुद्धा लागते. खूप कामं करून आल्यावर रात्री झोप कधी लागते कळत नाही. पहाटे जाग आली की, पुन्हा कामाचाच विचार सुरू होतो. तीच तीच कामं करताना कंटाळा येतो. उबगही येतो. पण या शहरात डॉक्टरी क्षेत्रात कॉंपिटिशन इतकी हॉरिबल आहे की, मेलं तरी कामं धडाधडा उरकावीच लागतात. एस्टॅब्लिश व्हायचं तर ते केल्याशिवाय गत्यंतर आहे का?''

''गतिमान जीवन जगणाऱ्या शहरात याशिवाय दुसरी गतीच नाही ही गोष्ट खरी. पण दुसरी गती शोधता येणं शक्य असतं, हेही तितकंच खरं.''

''कोणती दुसरी गती आहे?'' खाली बघत राहुलनं विचारलं.

''रस्त्याच्या मोकळ्या विस्तारावर तुझी नजर फारच खिळलेली दिसते. आकाशात नको, पण थोडी वरती घे ना. या इमारतींच्या दर्शनी भिंतीकडं नजर टाक.''

राहुलनं जिज्ञासेनं इकडंतिकडं, इमारतींच्या भिंतीकडं पाहिलं, ''कोणत्या भिंतीकडं म्हणताय?''

''सगळ्याच भिंतींकडं. तुला रस्ता झोपल्यासारखा, शांत, निर्मनुष्य वाटत होता ना?''

''हो!''

''हे या दर्शनी भिंतींवरचे बोर्ड पाहिले नाहीस तू नीटपणे. कल्पना कर, की हे बोर्ड जिवंत होऊन खाली रस्त्यावर उतरले आणि चालू-बोलू लागले तर काय अवस्था होईल या रस्त्याची?... नुसती कल्पना कर पाच मिनिटं; आपण न बोलताच चालत जाऊ, म्हणून तुला कल्पना करता येईल.'' असं म्हणून जंगमसाहेबर सरळ चालत राहिले.

डॉ. राहुलला आबांच्या या विचारांची गंमत वाटली. खरोखरच तो तशी कल्पना करू लागला. जाता जाता भिंतीवरच्या बोर्डांकडं बारकाईनं पाहू लागला... चौकोनी, पंचकोनी, लंबवर्तुळाकार, लहान, मोठे, उभे, आडवे असं निरनिराळ्या आकारांच्या बोर्डांचं एक गजबजलेलं विश्वच रस्त्याच्या दोन्ही बाजूंना दर्शनी भिंतीवर

गर्दी करून उभं असलेलं दिसलं. प्रत्येकाचे रंग, अक्षरांच्या तऱ्हा, मांडणीचे ढंग, नावातील शान, आकर्षकता, प्रदर्शनीय वृत्ती, दिखाऊपणा, कृतक गंभीरपणा, नाटकी खानदानीपणा सगळ्या गोष्टी त्याला जाणवू लागल्या. असे बोर्ड जर जिवंत होऊन रस्त्यावर आले, तर एकमेकांचा खून करतील, आपल्याच तोऱ्यात रस्त्यानं बादशहासारखं चालतील, असं वाटू लागलं.

त्या कल्पनेनं तो खुदकन हसला.

खाली बघून चालणाऱ्या जंगमसाहेबांनी त्याच्याकडं कुतूहलानं पाहिलं. ''का हसलास?''

''नाही; काही तरी कल्पनेचा खेळ करायला मजा वाटते.''

''या बोर्डाच्या बाबतीतच म्हणालास ना?''

''होय. मनातल्या मनात प्रवास करत करत मी इथपर्यंत आलो, की प्रत्येक बोर्ड म्हणजे मला बादशहा वाटू लागतो.''

''म्हणजे समोरचं बादशाही लॉज बघून का?''

दोघेही एकदम खो खो हसले. बादशाही लॉजचा मोठा बोर्ड बादशहाच्या साम्राज्यासारखा पसरला होता.

''कदाचित सबकॉन्शसमध्ये तसंही असू शकेल.''

''सबकॉन्शसचा प्रतिसाद महत्त्वाचा आहे.''

''त्यात कसलं आलंय महत्त्व? कल्पेनचा तो केवळ एक खेळ होता.''

''तो नुसत्या मुक्त कल्पनांचा नव्हता. परिस्थितीच्या व्यूहात अडकलेली कल्पना खेळत होती. तुला प्रत्येक बोर्ड बादशहा वाटला, का काही केवळ कल्पनाविलास नव्हता. मला हा प्रत्येक बोर्ड म्हणजे त्याच्या मालकाच्या मनाचं प्रतीक वाटतो. त्याच्या धंद्याचं मर्म वाटतो. हे बोर्ड जिवंत होऊन रस्त्यावर येणं म्हणजे दुसरं-तिसरं काही नसून, त्या बोर्डाच्या मालकांचा आत्माच उतरण्यासारखं आहे. शहरी मनोवृत्तीची जी उत्तम प्रतीकं आहेत. तू बादशहा म्हणालास तो या मनोवृत्तीतील अहंकाराचा अवतारच आहे. शहरी जीवनात हा अहंकार फार जपला जातो असा माझा अनुभव आहे. आपण वरचढ झालं पाहिजे, कॉंपिटिशनमध्ये यशस्वी झालं पाहिजे, तसं असल्याचं आपल्या पोशाखावरून, आपल्या ऑफिसच्या फर्निचरवरून, आपण वापरत असलेल्या लेटरहेडच्या कागदाच्या क्वालिटीवरून, आपल्या घरच्या राहणीवरून लोकांना सतत दिसलं पाहिजे, अशी सारखी जाणीव या शहरात मनाला होते.''

''हं!'' राहुल काहीसा घुमल्यासारखा बोलला. त्याच्या बोलण्यातून जंगमसाहेब, एवढं काही काढतील असं त्याला वाटलं नव्हतं.

जंगमसाहेब जणू स्वत:शीच बोलत बोलत रस्त्यानं चालले होते. ''असा हा

डांबरी निवांत रस्ता बघितलास तर असं लक्षात येईल की, या रस्त्यावरची शांतता बोर्डांच्या पोटांत झाकणं लावून दडपून टाकलेली आहेत. ही झाकणं साधारणपणे दुकानं, फर्म्स, संस्था, ऑफिसं, उद्योगधंदे, व्यापार, रहदारी इत्यादी चालू झाली की उघडतात.'' आणि ते हसत हसत पुढं म्हणाले, ''तूही या गर्दीतलाच एक बादशहा आहेस.''

''मी?'' राहुल मनातल्या मनात ताडकन उडाला.

''हां! मीही एकेकाळी होतो. स्वत:ला बादशहा समजूनच या शहरात जगलो. त्याशिवाय जगता येत नाही इथं... थांब.'' बोलता बोलता त्यांचा विचार एकदम तुटला नि ते रस्त्यात थांबले.

महालक्ष्मी चौक आला होता.

'उद्योगभवन' या पाच मजली लांब-रुंद इमारतीसमोर ते दोघे थांबले होते. पाचव्या मजल्यापर्यंत दर्शनी भिंतीला अनेक बोर्ड लटकत होते. बोर्डांचं एक छोटं गाव वसल्यासारखं दिसत होतं.

''ह्या इमारतीत तीस-चाळीस तरी लहान-मोठी कार्यालयं आहेत. वर्षाकाठी लक्षावधी रुपयांची उलाढाल इथं होते. मला पहिलं मोठं कॉन्ट्रॅक्ट या इमारतीचं मिळालं नि माझ्या व्यवसायात मी चांगला स्थिर झालो. या बाजूनं नेहमी जाता-येता या इमारतीवर माझी नजर वत्सलपणे एकदा तरी पसरते... मी तुझं उदाहरण घेत नाही; पण एखादा बाप आपल्या सगळ्यांत मोठ्या कर्तृत्ववान मुलाकडं ज्या स्वाभिमानानं आणि वत्सलतेनं बघतो, तसं या इमारतीकडं बघताना होतं. पण या इमारतीत गेलो तर हिच्या पोटातला एकही माणूस मला ओळखत नाही. तीस-पस्तीस वर्षांत या इमारतीतल्या कार्यालयात किती तरी बदल झाले आहेतच, पण माणसंही सगळी बदलून गेली आहेत.''

''म्हणूनच तुम्हाला कोणी ओळखू शकत नसतील.''

''म्हणूनच केवळ नाही. ही इमारत बांधल्यावर दोन वर्षांनी गेलो होतो; तरी कुणी मला आपुलकी दाखवू शकलं नाही. कुणाला या इमारतीचं मनापासून ॲप्रिसिएशन नाही. जो तो आपआपल्या गतिमान उद्योगात मग्न... मी या इमारतीचा इंजिनिअर आहे हे माहीत झाल्यावरसुद्धा. 'असेल इंजिनिअर, काही फुकट काम केलं नाही, आता काही देणं ना घेणं' अशी त्यांची वृत्ती.'' बोलत बोलत ते पुढं चालू लागले.

''पण आबा, हे अगदी स्वाभाविक आहे. जो तो आपआपल्या उद्योगात मग्न असणं, आपआपली कामं करत राहणं, यात त्यांचं काय चुकलं? भलत्याच अपेक्षा तुम्ही त्यांच्याकडनं करताय, असं नाही का वाटत?''

''नाही वाटत. ज्यानं त्यानं आपआपल्या कामात प्रामाणिकपणे मग्न असावं, हे फारच चांगलं. ते मी ओळखू शकतो. पण हा मग्नपणा माणसाविषयीच्या तुच्छतेतून

निर्माण होणं, हे फार धोक्याचं आहे. एखाद्याला ही तुच्छता, 'इतर मेले तरी चालतील पण माझा फायदा झालाच पाहिजे' या टप्प्यावर नेते. या टप्प्यावर अमाप फायदा, अमाप पैसा, अमाप सुखं मिळणं सहज शक्य होतं. मात्र त्यातनं इतर माणसं तुटत जातात. आपलं असं कुणी राहत नाही. सगळे सुखाचे सोबती होतात, असा अनुभव येतो. आपण जास्त जास्त प्रौढ होत जाऊ लागलो की, यातूनच मग कमालीचा एकाकीपणा आणि त्यातून कंटाळवाणेपणा निर्माण होतो. आपलं कुणीच जिवाभावाचं नसेल तर मग नुसता 'उद्योग-उद्योग' तरी कशासाठी करायचा, असा प्रश्न पडतो... ज्यांच्यासाठी मी जीव लावून, नव्या नव्या कल्पना लढवून ही इमारत उभी केली; त्यांना माझ्याविषयी काहीच वाटत नाही, या कल्पनेनं मन उदास होतं. मग स्वत:साठी नुसता पैसा मिळविण्यासाठी हा उद्योग करायचा, एवढाच मार्ग शिल्लक राहतो.''

''आपलं घरदार, आपल्या नात्यागोत्यातली माणसं तर आपलीच असतात ना?''

''ती पुरेशी वाटत नाहीत. सगळ्या समाजापासून तुम्ही जेव्हा तुटून पडू लागता आणि तरीही तुम्हाला समाजातच वावरावं लागतं; तिथंच कामं करावी लागतात, तेव्हा त्या समाजाविषयी अविश्वासच निर्माण होतो.'' 'मधुबन गृहरचना' सोसायटीच्या दिशेनं त्यांनी बोट केलं. ''त्या फर्लांगभर अंतरावरचा बोर्ड दिसला का? आडव्या पट्टीसारखा आहे पाहा. बासष्ट बंगले असलेली ही सोसायटी मी बांधली. पण ह्या लोकांनी तीन-साडेतीन लाख रुपयांना मला बुडवलं.''

''खरं आहे?''

''मी विश्वास ठेवला या लोकांच्या सांगण्यावर. वाटलं, सुशिक्षित मध्यमवर्गीय आहेत. पण बांधकाम पूर्ण झाल्यावर वाट्टेल त्या खोड्या काढून त्यांनी बिलं नीटपणे चुकती करण्याचं नाकारलं. या लोकांना किती जरी समजून सांगितलं, तरी त्यांचा कॉन्ट्रॅक्टरवर विश्वासच बसत नाही. 'हा माल चांगला नाही, तो माल क्वालिटीचा नाही' असं त्यांना वाटत होतं. त्यांना पाच रुपयात पाच लाखांची वस्तू हवी असते. देणार कुठून?''

''शहरात कुणालाच कुणाचा विश्वास वाटत नाही. आमच्या व्यवसायातही हाच अनुभव आहे. पेशंटलाही वाटतं, आम्ही फार पैसा ओढतो.''

''यातनंच इथं माणसाचा माणसावरचा विश्वास उडतो. मग मनाला अस्थिरता वाटते. आणि मग आपलीही माणुसकी विसरली जाते. मिळेल तेवढं ओढण्याचं व्यसन लागतं. हे कशासाठी ओढायचं याचं भान राहत नाही. माणसाविषयीच्या पराकोटीच्या अविश्वासातून हे होत राहतं.''

''शहरात राहायचं तर यावर इलाज नाही. काय करणार दुसरं? इथली

समाजरचनाच ही अशी आहे. ती स्वीकारायची नि जगायचं झालं.''

हळूहळू रस्त्यावर वाहनं, माणसं येऊ लागली होती. रस्ते जागे होऊ लागले होते.

घाटाला आकार येईल तसा जंगमसाहेबांना अनोखा आनंद मिळत होता. आजवर त्यांनी पुण्यात अनेक आकाराच्या इमारती, कार्यालये, सोसायट्या, फ्लॅट्स यांची उभारणी केली होती. पण ते फक्त करार होते. ठरल्याप्रमाणं ते घरांची, चाळींची बांधकामे करून देत होते. कारखान्यातील एखाद्या वस्तूच्या उत्पादनासारखा तो मामला होता. त्यात ना निर्मिती, ना सुख. मालकांच्या कटकटी आणि कामांच्या दगदगी मात्र भरपूर.

पदवीधर झाल्यावर मनासारख्या सुंदर सुंदर वास्तूंची निर्मिती आपण कशी करू, याची अनेक स्वप्नं ते पूर्वी रंगवीत. प्रत्यक्ष इंजिनिअर झाल्यावर कंत्राटं घेऊ लागले, तेव्हा त्यांच्या लक्षात आलं की, या व्यवसायात वास्तुशास्त्रज्ञाच्या कलावंत-निर्मितीला स्थान नाही; कंत्राटदाराच्या वस्तुपुरवठा करणाऱ्या उत्पादन-तंत्राला फक्त भरपूर वाव आहे.

मन मारून त्यांनी ही कंत्राटं घेतली आणि छापाचे गणपती तयार करावेत तशा चाळी, बंगले, घरे नावाची खोकी तयार करून दिली. त्या दगदगीतून सातआठ वर्षांपूर्वी आपण होऊन निवृत्त झाले. दोन्ही मुलगे कर्तेसवरते होऊन नोकरी व्यवसायात स्थिर झाले होते. तिन्ही मुलींची लग्नं झाली होती. डॉ. राहुलचीही प्रॅक्टिस जोरात चालली होती.

निवृत्त होऊन गर्दीच्या शहरात निवांत झाले तरी, त्यांना ठणठणीत एकटं एकटं वाटू लागलं. बसूनच जन्म कसा काढायचा? या शहरात चुरगळून टाकलेल्या कागदासारखं नुसतंच खोपट्यात बसून किती दिवस काढायचे? सुंदर पुणं करण्यात आपला किती तरी वाटा असला तरी, या शहराला तमा नाही. ते आपल्या गतीनं पुढंच चाललंय.

जिल्हा परिषदेच्या मानेसाहेबांनी पडत्या फळाची आज्ञा घेऊन ते या वाघजाईच्या परिसरात येऊन पडले होते. जिल्हा परिषदेनं दोन वर्षांपूर्वी जिल्ह्यात जन्मलेल्या नि कर्तृत्व गाजवलेल्या वेगवेगळ्या क्षेत्रांतल्या प्रसिद्ध व्यक्तींचा जो हृद्य सत्कार केला होता, त्यात जंगमसाहेबांच्या बरोबर परिषद-अध्यक्ष मानेसाहेबांनी ही घाटाची आणि सहल स्थळाची कल्पना जाहीर केली होती. जंगमसाहेब हे मान्यांचे बालमित्र. दोघेही एकमेकांच्या कर्तृत्वाला हयातभर जाणून होते. त्यातून ही कल्पना साकार झाली.

वाघजाईच्या या परिसरात साठसत्तर वर्षांपूर्वी एक साधुतुल्य धनगर होऊन गेला. हा परिसर लहानमोठ्या अनेक टेकाडांनी भरलेला. त्यावेळी अनेक प्रकारची

जंगली झुडपं पुरुष-दीडपुरुष उंच वाढलेली. रानभर गवत वाढणारं. हा भाग जवळजवळ दोन-तीन चौरस मैलांत पसरलेला. भोवतालच्या तीन-चार वाड्यांची गुरंढोरं, शेरडं-मेंढरं चरायला त्या रानात येणारी. हळूहळू तिथली झुडपं गुराढोरांनी खाऊन आणि वाड्यांच्या लोकांनी तोडून नेऊन संपवत आणलेली. गुरांना एकत्र जमून सावलीचा विसावा देणारं एकही मोठं झाड नसलेलं.

भैरू धनगरानं तीन-चार एकरांच्या सपाट रानाच्या मध्यावर तीन वडाची झाडं लावली. वाघजाईच्या खोलटीतलं पाणी उन्हाळाभर आणून तो त्या तीन झाडांना घालू लागला. बरोबर पंचवीसभर शेरडांचा घोळका. हळूहळू तो तिथंच राहू लागला. स्वत:साठी तिथंच खोप बांधली नि शेरडांसाठी कोंडवाडा बांधला. एका वर्षी पंढरपूरला जाऊन डोक्यावरून त्यानं महादेवाची पिंड वाहून आणली. त्याला ती कुठं सापडली त्याचा कुणालाच पत्ता नाही. त्या पिंडीची पूजा करू लागला. येणाऱ्या गुराख्यांना शेरडांच्या दुधाचं दही आणि त्याची आंबील करून वाटू लागला. कुणी वाटसरू जाता येता झाडाखाली टेकला तर त्याला आंबील प्यायला देऊ लागला.

हळूहळू तो परिसर 'भैरूबाचं' ठाणं म्हणून ओळखला जाऊ लागला. भैरूबाबाच्या मृत्यूच्या वेळी त्या झाडांचे मोठे तीन वटवृक्ष झाले होते. लोक वडाच्या सावलीत बसून विसावा घेऊ लागले. गुरंढोरं, पोरं सुखानं दुपार काढू लागली. आसपास पाच-सहा गावांना ते एक विरंगुळ्याचं ठिकाण झालं. भैरूबाबाच्या निर्वाणाच्या दिवशी माणसं येऊन भैरूबाला नैवेद्य दाखवू लागली. तिथंच बसून खाऊ लागली. दिवसभर राहून सांजचं परतू लागली.

देशाला स्वातंत्र्य मिळालं नि आठनऊ वर्षांपूर्वी निळंबा नदीला धरण बांधलं. धरणात तुंबलेल्या पाण्याचा बराच भाग वाघजाईच्या खोलाटीत घुसला नि त्यांचं एक मोठं तळं झालं. परिसरात पाण्याचा खजिना आला. त्या भागाचं भाग्य उजळलं. बारमाही पाणी येऊ-जाऊ लागलं.

खोलाटीतल्या त्या तळ्याला घाट बांधण्याचं आणि वरच्या परिसरात लहानमोठ्या वास्तू बांधण्याचं काम जंगमसाहेब करत होते. परिसराच्या एका डोंगराला त्यांनी फोडप लावलं होतं. सह्याद्रीचा काळाभोर पाषाण त्यांना मिळत होता. निळंबेच्या पात्रात भरपूर वाळू मिळत होती. त्याच भागातील सुंदर, तांबूस रंगाच्या मातीच्या विटा पाडून त्यांनी भट्ट्या लावल्या होत्या. विटांची हवी तशी विटाळी तयार करून घेतली होती. त्याच परिसरातील अनेक सुतार, लोहार, माती-वाळूचे कंत्राटदार, गवंडी, विटांचे कुंभार, वरकामाचे मजूर गोळा केले होते. त्यांच्याकडून मनासारखी कामं करून घेत होते. माणसं जीव लावून कामं उठवत होती. आपल्याच भागात नवीन काही तरी घडतंय याच्या आनंदात सवाई कामं करत होती. ऊनवाऱ्यात तापून, करपून काळे पडलेले जीव. ढिगातले काळेभोर दगडच जिवंत होऊन

वावरताहेत, आपल्याला जाग्यावर जाऊन भिंतींचे चिरे होत आहेत, असं जंगमसाहेबांना बघताना वाटू लागलं. सगळ्या परिसरात उत्साह भरून राहिला होता. भैरवेश्वराचं मंदिर मध्यावर धरून बडोद्याच्या एका प्रसिद्ध वास्तुशास्त्रज्ञानं जंगमसाहेबांबरोबर दीर्घ चर्चा करून मांडणी आखून दिली होती. बैठ्या, साध्या पण अतिशय सुबक इमारती काळ्याभोर दगडातून आकार घेत होत्या. फुटत जाणाऱ्या डोंगरालाही दूरवरून पाहताना धन्यता वाटावी असे त्यांचे आकार. देवळाच्या कळसावर बाहेरच्या बाजूनं बसवायच्या लहानमोठ्या देवदेवतांची घडई राजस्थानातून आलेले मूर्तिकार करत होते. तीन वटवृक्षांना ब्रह्मा, विष्णू, महेश अशी नावे देऊन त्यांची मंदिरं त्या त्या वृक्षांच्या मागील बाजूस बांधली जात होती. लहान मोठी एकूण सात मंदिरं निरनिराळ्या आकारांत, निरनिराळ्या जागी उभी राहत होती.

त्याच परिसराच्या दगडमातीतून, श्रमातून, घामातून ती नगरी वसताना पाहून जंगमसाहेबांना आपल्या बांधणीकलेचं महान स्वप्नं आकाराला येतंय असं वाटू लागलं होतं... तिथल्या परिसरावर, माणसांवर, उत्तम काळ्याभोर पाषाणावर, चिकण मातीवर त्यांचा जीव आतून जडत चालला होता.

कळमहून रोज दोन मैल येऊन-जाऊन ते काम पाहात होते. जीपनं पाच मिनिटांची वाट होती. सगळं बालपण कळममध्ये गेलेलं. गावात होतं ते घर अगदी मोडकळीला आलेलं. दहा-बारा एकर शेती होती. धरणाचं पाणी आल्यामुळं आता त्यातली बरीचशी जमीन भिजत होती. चुलत भाऊच त्या जमिनीची देखभाल करत होता. माणसं लावून कामं करवून घेत होता. खर्चअर्च वजा जाता थोडंबहुत जंगमसाहेबांना प्रत्येक वर्षी पुण्याला पाठवून देत होता. घाटाच्या कामासाठी म्हणून ते कळमला आले आणि हळूहळू शेतीत लक्ष घालू लागले.

घाटाचं बांधकाम त्यांनी स्वीकारलं ते कर्तव्यबुद्धीनं. गाव आपलं आहे. या गावात आपण राहात नसलो, तिथला संबंध संपला असला तरी तिथं आपण लहानपण घालवलं आहे, अजून आपलं जुनाट घर, थोडीशी शेती आहे या भावनेनं ते काम करीत होते.

हळूहळू त्यांना वेगळा अनुभव येत गेला... वाटत होतं; हे गाव आपल्याला विसरलं असेल, पण तसं नव्हतं. आपल्या उद्योगात, शहरात आपलाच विकास करून घेण्याच्या नादात या गावाला आपणच विसरलो होतो. आपल्या वारगीचे सुतार, लोहार, गवंडी, चांभार, शेतकरी अजून या गावात राबताहेत. आहेत तिथंच राहून रात्रंदिवस पोटासाठी घाम गाळताहेत. आपण मात्र पुढं पुढं लांब गेलो. त्या भरात गाव, ही गावातली माणसं विसरलो. पण पुन्हा जादू झाली. जुने, विसरले गेलेले संबंध ताजे, घनिष्ट झाले. मन किमयागार आहे खरं...

दोन वर्षांतच ते पुन्हा गावचे होऊन गेले. भैरूबाबाच्या एका पुण्यतिथीच्या

दिवशी यशवंतराव चव्हाणांनी दिल्लीहून येऊन त्या नव्या परिसराचं उद्घाटन केलं. 'भैरवेश्वर' असं नामकरण झालं. एक सहलीचं ठिकाण, मानसिक समाधान मिळवून देणारं एक पवित्र स्थान म्हणून तो परिसर सगळ्यांसाठी मोकळा केला. त्याच्या मध्यावर तीन वटवृक्षांचा पसारा आपल्या शाखाविस्तारांनी विस्तीर्ण सावल्या करून उभा राहिलेला... पावलांना चिकटणार नाही; पण आपल्या गोलाईनं भाविकांच्या, प्रवाशांच्या अनवाणी तळव्यांना गोड गुदगुल्या करील नि अनवाणी चालण्यातलं अनोखं सुख-संवेदन देईल अशी वाळू सर्व सपाटीभर पसरली गेली... जणू परिसर म्हणत होता– बा प्रवाशा, बूट-चपलांतली जन्मभराची तुझी पावलं अशी उघडी होऊन मातीशी भिडू देत. त्यांना या वाळूमय मातीचा कुरवाळ मिळू दे...

जंगमसाहेब मातीचं कुरवाळणं दोन वर्षं त्या परिसरात अनुभवत होते. त्यांच्या नकळत, पायांचं नातं मातीशी जडत चाललं होतं. तेच हळूहळू मनात खोल उतरत होतं.

भैरवेश्वराच्या कामातनं मुक्त झाले. आणि त्यांनी कळमलाच कायम राहण्याचा निर्णय घेतला. आल्यापासनं त्यांनी शेती आपल्याकडं घेतली होतीच. आता तिच्यात जास्त लक्ष घालू लागले. जन्मभर उनातान्हात इमारतींच्या बांधकामासाठी फिरताना त्यांचं शरीर ऊन, वारा, पाऊस, थंडी याला चांगलं सरावलेलं. ऊनवाऱ्याची तमा न बाळगता त्यांना कामासाठी हिंडावंच लागलं होतं. धंद्याचाच एक भाग म्हणून त्यांनी ती दगदग सोसली होती. पण आता त्यांना शेतातल्या हिरव्यागार पिकांच्या सहवासातलं ऊन, वारा, पाऊस काही वेगळंच वाटू लागलं होतं. नांगरट, कुळवट करून घेताना, मातीत उगवणारी पिकं पाहताना, त्यांना खतांचे डोस देताना, त्यांच्यावर औषध फवारणी करताना, पाणी देताना ते लहान मुलासारखे फुलून येऊन कामं करत होते, करवून घेत होते... हेही एक इंजिनिअरिंगच आहे. घरांच्या भिंती वरवर चढताना जो आनंद होतो, त्यापेक्षा पिकांना एक एक पान फुटून ती मोठी होताना, त्यावर फुलंफळं येताना, जो आनंद होतो तो वेगळाच आहे... मातीशी त्यांची घट्ट मैत्री जमू लागली. तिला तुडवण्यापेक्षा, जाळून पक्क्या विटा करण्यापेक्षा फुलवण्यात अधिक सुख आहे, त्याची त्यांना जाणीव झाली.

कळमच्या मुक्कामाचं त्यांचं तिसरं वर्षं चालू होतं. एके दिवशी मनात काही योजून जंगमसाहेब पुण्याला आले होते. रात्री जेवता जेवता त्यांनी विषय काढला.

"राहुल, ट्रस्ट निर्माण करून एखादी संस्था स्थापन करावी, असा माझा विचार होता, तो मी आता बदलावा म्हणतोय."

"का?"

"ते पैसे कळमला न्यावेत असं वाटू लागलंय."

"का?"

"तिथं प्राथमिक शाळा– पहिली ते चौथीपर्यंत काढायचा विचार आहे. जुन्या घरालाच छोट्या शाळेचं रूप द्यावं म्हणतोय."

"कळमला पहिली ते बारावीपर्यंत चांगलं हायस्कूल आहे ना? शिवाय आणखी एक प्राथमिक शाळा आहे; मग ही शाळा कशाला काढत बसता या वयात?"

"बांधकामावर जे मजूर येत होते, त्यांची पोरं पोटावारी कामं करत गावात हिंडत असतात. त्यांना नुसतं पोटाला घालून दिवसभर राबवून घेतलं जातंय. त्यांच्या आई-बापांची इच्छा असते, की पोरांना शाळेत घालावं. पण शाळेत गेली तर त्यांच्या पोटाला कुणी नि कसं घालायचं? नवराबायकोच्या मजुरीत दोघांची, फार तर तिघांची पोटं कशीबशी चालतात आणि त्या खेड्यात कधी काम असतं, तर कधी नसतं. मग सगळ्याच गोरगरिबांच्या घरादाराची उपासमार होते."

"मग तुम्ही काय करणार त्याचं?"

"करणार काहीच नाही. सकाळी चारपास तासांची शाळा ठेवावी म्हणतोय. शाळेत येईल त्या मुलाला पोटभर खायला मिळेल एवढं जरी फक्त जाहीर केलं, तरी शिक्षणाचा प्रसार गोरगरिबांत, शेतमजुरांच्या घरात झपाट्यानं होईल वाटतंय."

"म्हणजे समाजकार्य!" डॉ. राहुल सूचक उपरोधानं बोलला.

"तू त्याला काहीही म्हण. मी ते कुटुंबकार्यच मानतोय.."

"आबा, या उतारवयात कशाला नसती दगदग मागं लावून घेताहात? तुम्ही सुखानं पुण्यात माझ्यापाशी राहावं, असं मला वाटतंय. इथं सगळ्या सुखसोयी आहेत. वार्धक्यात तब्येती ठीक नसतात. अशा वेळी औषधोपचार इथं चांगले आणि चटकन मिळतात. निवांतपणे इथं हिंडून-फिरून दिवस काढा. तुमची ट्रस्टची कल्पना इथं राबवा. इथंही गोरगरिबांची मुलं आहेतच की."

"तू म्हणतोस ते कळतंय मला. जन्मभर मीही असाच विचार केला. पण इथलं दारिद्र्य आणि तिथलं दारिद्र्य यांच्यातलं जमीनअस्मानाचं अंतर गेल्या दोन वर्षांत दिसून आलंय मला. त्याची कल्पना तिथं जाऊन राहिल्याशिवाय कुणाला येईल असं वाटत नाही. तिकडंही माझ्या वयाची माणसं जगताहेतच. अजून ती पोटापाण्यासाठी राबतच आहेत. प्रत्येक वृद्धानं औषधोपचाराच्या सुखसोयीसाठी पुण्यात राहायचं म्हटलं, तर ते अशक्य आहे. ट्रस्टचंही तेच. पुण्यात असल्या संस्थांची गर्दीच गर्दी आहे. तिकडं उभ्या कळम गावात अशी एकही संस्था नाही, त्या लोकांचं काय होणार?"

मग खूप वाद झाले. मतभेद झाले.

शेवटी निरुत्तर होऊन डॉ. राहुल म्हणाला, "आबा, तुम्ही भावनाविवश होऊन विचार करताहात."

"नाही, आता तसंच म्हणत असशील तर, तुझी आई भावनाविवश झाली

आहे. आपली मुलं, नातवंडं यांच्यापासनं, या घरापासनं तिला माझ्याबरोबर कळमला यायचं जिवावर आलंय.''

''उलट ती रिॲलिस्टिक आहे. 'माती बोलावते आहे' वगैरेची तुमची भाषाच खरी भावनाविवश, रोमँटिक आहे.''

'''माती बोलावते आहे' वगैरे भाषा सोडून दे. आपण असं म्हणू, ग्रामीण विभागात माणसं अत्यंत गरीब आहेत. सगळ्या विकासांची तिथंच खरी गरज आहे. आपला देश खरा खेड्यापाड्यांचा आहे. त्यामुळं खेड्यात रहून, तिथल्या समाजाच्या मर्यादेत राहून, आपणाला जेवढं आणि जसं जगता येईल तेवढंच खरं भारतीय जगणं आहे. शहरवासी जगणं खेड्यांच्या शोषणावर आधारलेलं आहे. अडाणी माणसाची पिळवणूक झाल्याशिवाय शहरात जगताच येत नाही. आपण तो नैतिकदृष्ट्या गुन्हा मानला पाहिजे, असं म्हण.''

''तुम्ही एखाद्या महात्मा गांधीसारखं बोलू लागलात. अहो, सर्वसाधारण माणसाला हे परवडण्यासारखं नाही. मला आपलं वाटतंय की, सर्वसाधारण माणसानं आपलं काम करावं, खावं प्यावं, आला दिवस साजरा करावा. कशाला या असल्या फंदात पडायचं? ज्यानं त्यानं आपली काळजी घेतली की सगळे सुखी होतील.''

''जन्मभर तुला हेच वाटत आलं. आज ते सारं चुकतंय याची तीव्र जाणीव होतेय... तुलाही ती कधी तरी होईल असं वाटतंय.''

जेवणं संपली तरीही बोलणी संपली नव्हती. त्यांना अंत नव्हताच. शेवटी डॉक्टर राहुलच्या लक्षात आलं की, आबांना त्याचं म्हणणं पटत नाही आणि जंगमसाहेबांच्या ध्यानात आलं की, आपलंच एक तरुणपणीचं रूप राहुलमध्ये खंबीरपणे अवतरलंय.

सुगी घरी आली नि जंगमसाहेबांनी नवं घर बांधायला काढलं. शंभरभर माणसं बसतील एवढा हॉल असलेलं, ग्रंथालय करता येईल, पाहुण्यांसाठी दोन-तीन खोल्या स्वतंत्र ठेवता येतील, असं एखाद्या आश्रमाची रचना असलेलं घर त्यांना बांधायचं होतं. मिशनऱ्याच्या जिद्दीनं ते कामाला लागले. परवानगी घेऊन वाघजाईच्या डोंगरातला काळाभोर दगड बांधकामासाठी मिळविला. भैरवेश्वराच्या कामावरची निवडक स्थानिक मंडळी हाताशी धरली आणि धडाक्यानं उद्योगाला लागले.

जंगमसाहेबांचे अनेक समवयस्क मित्र आता कळमला चार दिवसांच्या बदलासाठी पुण्यामुंबईहून येऊ लागले. निवांत परिसर बघून, भैरूबाबाचं ठाणं बघून चाराच्या ऐवजी आठ दिवस राहू लागले. निवृत्तीनंतरचं आयुष्य काढायला हे गाव कसं छान आहे म्हणू लागले व हात-पाय पसरू लागले. जंगमसाहेब त्यांच्याशी चर्चा करायला गावातल्या लोकांना बोलावत. प्रश्न विचारायला लावत. त्यातून त्या

विद्वान मंडळींच्या डोक्यात वेगळाच प्रकाश पडे. आपल्या मर्यादित जगाची त्यांना कल्पना येई. तरी गप्पा मारताना मजा येई. वेगळं काही जगल्याचा अनुभव येई. परत जाताना त्यांचे पाय त्या गावातून निघेनासे होत.

सात-आठ महिन्यात घर तयार झालं. गावाचं भूषण वाटावं असं घर. धरणाचं पाणी आल्यापासनं कळमला सुखाचे दिवस आलेले. नवी नवी घरं झालेली. त्यांच्यासाठी शहरातून तज्ज्ञ आणलेले. त्यांनी नकाशे काढून दिलेले. सिमेंट-सळ्यांचे ट्रक शहरातून मागवलेले, तेथूनच रंग आणून रंग दिलेले. खास गंवडी, इंजिनिअर्ससुद्धा शहरातूनच आणलेले. त्यातून बंगलेवजा घरं खूप झालेली. त्यांचे पांढरे, गुलाबी, निळे, पिवळे रंग गावाला रंगीतपणा आणत होते. स्नो पावडर, काजळ, लिपस्टिक लावून नटलेल्या तरुणीसारखं गाव वाटणारं. भोवतालच्या हिरव्यागार निसर्गाच्या आणि शेतमळ्यांच्या संगतीत ते फॅशनेबलपणामुळं उपऱ्यासारखं दिसू लागलं होतं. त्यात पाषाणाचा काळाभोर आणि कौलाविटांचा तांबूस-कोवळा रंग नैसर्गिकपणे घेऊन उभं राहिलेलं जंगमसाहेबांचं बैठं, पसरट घर आपल्या वेगळेपणानं उठून दिसू लागलं.

आज त्याची वास्तुशांती होती. पुण्याहून सगळी मंडळी आधल्या दिवशीच आलेली. जंगमसाहेबांचे समवयस्क असे जवळचे तीनचार मित्रही डॉ. राहुल घेऊन आलेला.

सकाळचे सगळे धार्मिक विधी आटोपून बरोबर एकच्या सुमारास पहिली पंगत पडली. पाचएकशे माणसं तरी घरासमोरील विस्तीर्ण अंगणात बसलेली दिसत होती. वास्तू बांधणारे गवंडी, सुतार, लोहार, मजूर, दगड पुरविणारे गाडीवड्डु, मळ्यावर रोजगारानं येणारी मंडळी आणि त्यांची बायकामुलं असा सगळा आटाला त्यात होता. शाळेला येणाऱ्या मुलांचे आईवडील आणि भावंडंही बोलावली गेली होती. वाढपे धोतरं आणि विजारी वरती खोवून परातीत भात, भाकऱ्या, भाजी घेऊन, कावळ्यांत आमट्या घेऊन, मोठ्या वगराळांनी, कुणी बचकांनीच वाढत हिंडत होते. सगळा कलकलाट चाललेला. आधल्या दिवशीच पाणी मारून, स्वच्छ लोटून गच्च केलेल्या भुईवर जो तो आपल्या घरच्या घोंगड्याच्या घड्यांवर पंगतीत बसलेला. गावात आश्चर्य वाटण्याजोगी घटना घडत होती. शाळेचं छोटं बांधकाम झालं नि पहिलीचा वर्ग चालू झाला तेव्हा जंगमसाहेबांनी गावातले बडे बागायतदार, कार्यकर्ते, सरकारी ऑफिसातील अधिकारी, गावातील इतर शाळांचा शिक्षकवर्ग आणि कर्मचारी मंडळी बोलावली होती. तेव्हा गावातले सगळे प्रतिष्ठित तृप्त होऊन गेले होते. पण आजची माणसं काही वेगळीच होती.

जंगमसाहेब पंगतींच्या मधनं हिंडत होते. कुणाला काही कमी पडू नये म्हणून पाहत होते. कळमसारख्या गावातही कामकरी, कष्टकरी दुष्काळातनं आल्यासारखं

अन्नावर तुटून पडत होते. भात, भाजी, भाकरीचाच बेत पण सपाटून खात होते...
एवढ्या भरलेल्या गावातही एवढा दुष्काळ...

त्यांच्याकडं पाहताना जंगमसाहेबांना एक अपूर्व समाधान मिळत होतं. आयुष्यभर
जे शहरात मिळवलं ते बांधकामावरील गवंडी, मजूर, विटावाले, वाळूवाले,
लोखंडी सळ्यांचे सांगाडे बांधणारे, पाणी मारणारे, वाळू चाळणारे, बिगारी काम
करणारे यांच्या कष्टाच्या घामातून उभ्या राहणाऱ्या इमारतींवर. ही माणसं चटणी-
भाकरी खात, घटाघटा नुसतंच पाणी पिऊन, विड्यांचा धूर गिळत. तंबाखूची चिमूट
तोंडात धरत नि उन्हातानातून घाम आणि रक्त आटवत. पीळ पडून आतडी तुटावीत
इतकी ओझी उचलत. जीव धोक्यात घालून अवघड अवघड जागांवर उभी राहून
बांधकामं करत. संध्याकाळी पिळून घेतलेल्या चिपाडासारखी होऊन परत जात.
सगळ्या इमारतींच्या सिमेंट-वाळूत यांचा घाम आणि रक्त प्रथम कालवलं जात
होतं. नि नंतर पाणी मिसळत होतं. इमारती राजेशाही थाटात उभ्या राहत नि या
सर्वांना विसरून आपल्याच मस्तीत आपलेच बोर्ड लावून बादशहासारख्या जगू
लागत...

जंगमसाहेबांना याची जाणीव होई. पण या जाणिवेचं काय करायचं याचं कोडं
त्यांना शहरात जन्मभर सुटेनासं झालं होतं. कळमला आल्यावर ते सुटल्यासारखं
झालं. त्यांच्या नकळत स्वत:ला विसरून ते 'कळम'चे होत गेले. निवृत्तीनंतर
आलेला भेसूर एकटेपणा आणि जीवघेणा कंटाळवाणेपणा कुठल्या कुठं पळून
गेला. हे सारं गावच आपण झालोय याची जाणीव त्यांना होत होती. तिची ओळख
पंगतीपंगतीतल्या प्रत्येक जेवणाऱ्या चेहऱ्यावर दिसत होती. ते आपलेच हजारो
वर्षांचे भुकेले, मूक चेहरे आहेत, असं वाटत होतं... काळ्याभोर जित्या दगडांचे
ढीगच्या ढीग! यांच्यातून किती तरी भक्कम इमारती बांधता येतील...

'साहित्य शिवार' दिवाळी १९८४

■

भिंत

अकराच्या सुमाराला कोठून तरी हुकूम आला आणि जळालेल्या 'इंद्रभवन'च्या कंपाउंडमध्ये जायला पत्रकारांना परवानगी देण्यात आली. महाराष्ट्राच्या अनेक शहरांतून ते आले होते. दोन दिवस शहरात मुक्काम टाकून होते. 'उटगी ग्रुप' हा महाराष्ट्रातला महत्त्वाचा 'उद्योगसमूह' मानला जात होता. त्यांच्या कारखान्यात निर्माण करणाऱ्या विविध प्रकारच्या मशिनरीची भारतभर ख्याती होती. अनेक आशियाई देशांत त्या वस्तूंची निर्यात होत होती. राष्ट्रीय अर्थकारणात हा समूह स्थान मिळूवन बसला होता. त्यामुळं ह्या घटनेला राष्ट्रीय महत्त्व प्राप्त झालं होतं.

अर्ध्या मैलाच्या औरसचौरस जागेत इंद्रभवन वसलं होतं. मागच्या बाजूच्या मध्यावर इंद्रभवनची मुख्य इमारत होती. देखण्या, तांबड्या मंगलोरी कौलांचा मोठा बैठा बंगला. दगडी बांधकामाचा. सोमेश्वरशेठ उटगींनी तो बांधलेला. उटगी ग्रुपचे ते मूळ पुरुष. कर्नाटकातून वडिलांबरोबर लहानपणी कधी तरी येऊन महाराष्ट्रात स्थायिक झालेले. त्यांचे दोन कर्तृत्ववान चिरंजीव नारायणशेठ आणि गोविंदशेठ उटगी. त्यांनी महाराष्ट्रात अनेक ठिकाणी आपल्या उद्योगाचा विस्तार केला. या दोघांना पुन्हा दोन दोन मुलगे झालेले. प्रभाकरपंत आणि हरिपंत उटगी सख्खे भाऊ. राजेंद्र आणि अविनाश हे दोघे सख्खे भाऊ.

१५

त्यांची मुलेही आता ऐन पंचविशीत आलेली. सगळ्यांचे सुटे सुटे बंगले इंद्रभवनमध्ये होते. टेनिसकोर्ट, मध्यावर कारंजे, गॅरेजिस, खेळण्यासाठी मोठं पटांगण, मुख्य वास्तूच्या भोवतालचे गुलाबउद्यान. त्यात सदैव फुलणाऱ्या आणि पाहणाऱ्याला थक्क करून सोडणाऱ्या गुलाबाच्या एकशेतीस जाती. मोकळ्या जागेत एकदम समपातळीत पसरलेल्या हिरवळीच्या दुलया आणि मधून जाणारे आखीव व स्वच्छ रस्ते. त्यांच्या दोन्ही बाजूंना फुलझाडांच्या कुंड्या. मुख्य इमारतीच्या समोरच्या छोट्या पटांगणावर उटगी कुटुंबाची मुलं खेळ खेळत, सायकली चालवत, उड्या मारत. त्यांना शारीरिक व्यायाम देण्यासाठी, विविध खेळांचे खास शिक्षण देण्यासाठी आठवड्यातून तीन दिवस सायंकाळी एक शिक्षक येऊन जात.

एरवीसुद्धा ही मुलं रंगीत कपडे घालून इंद्रभवनमध्ये खेळता-फिरताना दिसत असत. पऱ्या-अप्सरांची बाळं उतरल्यागत वाटत. पृथ्वीवर कुणाच्या पोटी जन्माला येतील अशी ती दिसत नव्हती. इंद्रभवनात ती जिवंत खेळण्यासारखी शोभून दिसत होती.

त्यामुळं झोपडपट्टीतली शेंबडा-मातीत बरबटलेली पोरंटोरं तारेपाशी येऊन पुष्कळ वेळा त्यांच्या गंमतीजमती बघत उभी राहायची. आतली मुलं तारेपाशी खेळता खेळता आली की, "एऽ पोरा, तुझा चेंडू मला दे की", "तुझा जुना रंगीत शर्ट मला देतोस का?" असं ती काळीबेंदरी पोरं विचारत.

त्यांच्याकडं ती देखणी मुलं दुर्लक्ष करतात. मग त्यांना ती कंपाउंडबाहेरची पोरं "एऽऽऽ ढब्ब्याऽऽ, एऽऽ टामाट्याऽऽ, एऽऽ लाल माकडाऽऽ" म्हणून हाक मारत. आतली मुलं चिडत आणि फाटकावरच्या वॉचमनला सांगत. वॉचमन त्या पोरांना पिटाळून लावी. पुष्कळ वेळा बाहेरून आत बारीक दगडं, इतर वस्तू आतील मुलांवर ती पोरं फेकत नि पळून जात.

शिवजयंती आणि पाठोपाठ आलेली ईद महाराष्ट्रात सर्वत्र साजरी झाली. हे दोन्ही शांतपणे पार पडल्यावर मुंबईत व इतरत्र एकदोन शहरांत जातीय दंगली अचानक उसळल्या. खूप दिवस खोलवर रुजलेल्या एखाद्या अज्ञात रोगानं पिसाळल्यासारखी झालेली माणसं हिंस्र बनली. त्याची प्रतिक्रिया कधी नव्हे ती महाराष्ट्राच्या प्रमुख शहरांत पसरली. जातीय दंगली नुसत्या निमित्ताला पुरल्या. आदल्या दिवशी उटगी ग्रुपच्या स्वप्नातही आलं नसावं की दुसऱ्या दिवशी इंद्रभवनची राखरांगोळी होणार आहे! खुद्द या शहरात जातीय दंगली कधीच आल्या नव्हत्या. गांधी-वधाच्या वेळची आग सोडली तर, जमावानं हिंस्र रूप कधीच धारण केलं नव्हतं. संप, मोर्चे नेहमीच होत असले तरी किरकोळ मोडतोडीपलीकडं फारसं काही होत नव्हतं. पण कालचा दिवस विपरीत उगवला. शहरभर निरनिराळे जमाव लांडग्यांसारखे हिंडत होते. घरांना, इमारतींना, दुकानांना आगी लावत होत्या. वस्तू,

सामान, माल रस्त्यावर आणून राखरांगोळी केली जात होती. किंमती मालाच्या लुटालुटी होत होत्या. इंद्रभवनच्या परिसरात माणसांचे लोंढे श्वापदासारखे घुसले. कल्पनाही नसताना इमारतींतील लाकडी सामान, गॅरेजमधील व बंगल्यासमोरील गाड्या यांना आगी लावण्यात आल्या. गालिच्यांवर पेट्रोल ओतून बंगले पेटवण्यात आले. जमाव भयंकर क्रूर आणि आक्रमक झाला होता. मुख्य फाटकातील दोन्ही पहारेकऱ्यांच्या डबलबारी बंदुकी आणि गळ्यातल्या काडतुसांच्या बंदुकी हिसकावून घेण्यात तो यशस्वी झाला होता. त्या बंदुकी घेऊन तो आत घुसला.

प्रभाकरपंतांचे थोरले चिरंजीव बंगल्यात होते. बाकीची उटगी मंडळी उद्योगासाठी कारखान्यावर, ऑफिसवर, फॉरेनला, परगावी गेली होती. हातात पिस्तुल घेऊन दिलीपरावांनी जमावाला थोपविण्याचा प्रयत्न केला. पण जमाव अनावर झाला होता. त्यांनी हवेत तीन गोळ्या उडवल्या. जमाव दोन पावलं पाठीमागं सरला. पण मग क्षणभरातच दुप्पट चेव येऊन पुढं रेटला गेला. दिलीपराव बेभान झाले. त्यांनी घोडा ओढला. तीन गोळ्यांत तीन जखमी झाले.

"आरेऽ तीऽन मुडदे पडले. हाणा भडव्याला. सोडू नकाऽऽ"

"अरे, पिस्तुलातल्या गोळ्या संपल्याऽऽ. घ्या त्याला खालीऽऽ."

धाऽड, धाऽड, धाऽड, धाऽड– चार बार झाले. जमावातून पुढं येऊन कुणी तरी दोघांनी ते उडवले नि दिलीपराव रक्ताच्या थारोळ्यात बघता बघता कोसळले.

जमावाला भयानक चेव चढला. बंगल्यातील माणसांसह बंगले जाळण्याच्या घोषणा करू लागला... पण म्होरके जमावाला चुचकारत होते. सगळ्या बंगल्यातील माणसं मुख्य इमारतीसमोर बाहेर काढण्यात आली. मग आगी लावण्यात आल्या.

दिलीपरावांचं प्रेत आगीत टाकण्यात आलं. दोन्ही बंदुकांसह काडतुसंही आगीत टाकण्यात आली. बहुतेक बंगल्यात नोकर-चाकर, स्त्रियां-मुलंच होती.

या गडबडीत कुणी तरी पोलिस-यंत्रणेला फोन केला होता. गावातही धामधूम असल्यानं पोलीस तिकडे गुंतले होते. त्यामुळं पोलिसांच्या गाड्या इंद्रभवनवर पोचायला अर्धा तास लागला. गाड्या येत असताना हवेत गोळीबार करतच आल्या. प्रचंड पांगापांग झाली. भोवतालचे तारेचे कंपाउंड तोडून मोडून माणसं दाही दिशा पळू लागली. मुख्य फाटकातून लोंढेच्या लोंढे बाहेर पडू लागले. एका लढाईचं स्वरूप आल्यासारखं झालं.

इंद्रभवन तसं तीसएक वर्षांपूर्वी नीटपणे बसवलं गेलं होतं. ताजमहाल आणि अजिंठा-वेरूळ यांचा अभ्यास करायला आलेल्या एका परदेशी वास्तुशास्त्रज्ञानं त्याची कलासुंदर मांडणी करून दिली होती. तेव्हा शहरापासून दोन-एक मैलांवर ते होतं. वसवण्यापूर्वी मुख्य इमारत आणि दोन तीन छोट्या इमारती व गॅरेजिस तेवढी होती. पण नंतर गोविंदपंत शेठनी मुख्य इमारतीला मोक्यावर धरून वसाहतीची

आखणी वास्तुशास्त्रज्ञाकडून करून घेतली. औरसचौरस अर्ध्या मैलाच्या परिसराला तारेचं कंपाउंड घालून घेतलं. आठ-नऊ बंगल्यांचं उटगी ग्रुपचंच एक कुटुंब स्थापन केलं. शहराच्या गजबजाटापासून दूर, सगळे प्रश्न आणि समस्या विसरायला लावील अशा निसर्गाच्या रम्य सान्निध्यात, धुमसल्या, धुरकट अशा शहरी हवेपासून दूर मोकळ्या जागेत, निवांतात राहता यावं, येणाऱ्या मोठमोठ्या उद्योगपती पाहुण्यांना शांतता मिळावी, हा हेतू हे इंद्रभवन उभं करण्याच्या मागं होता.

पण गेल्या दहा-पंधरा वर्षांत याच बाजूनं शहर पसरत गेलं. अनेक घरबांधणी मंडळं स्थापन झाली. या परिसरात विस्तारली.

साताठ वर्षांपूर्वी इथल्या शांततेला खरा ढळ पोचला. शहरातील मध्यवस्तीवरच्या तीन मोठ्या झोपडपट्ट्या उठविण्यात आल्या. त्यांना इंद्रभवनाच्या हद्दीपलीकडंच मोकळ्या माळावर जागा देण्यात आली. तिन्ही झोपडपट्ट्या एकत्र आल्या. मध्ये फक्त मोटार-रस्ता आणि त्याच्या पलीकडं पन्नासभर फूट मोकळी जागा ठेवलेली.

स्वच्छ आणि सुंदर शहराची कल्पना कुणा सुखवस्तू महापौराच्या डोक्यात घुसली आणि शहरातला कचरा लोटून गावाबाहेर एका बाजूला सारून द्यावा तशा झोपडपट्ट्या ह्या शहराबाहेर आणून टाकल्या. सगळ्या शहरात मोलकरणी, बिगार कामगारवाले, रॉकेल गाडीवाले, कचरा-कामगार, गटारे स्वच्छ करणारे, बांधकामावरचे मजूर, रस्ते खोदून गटारी बांधणारे, घरगडी, भंगी, या झोपडपट्टीतून राहत होते; आणि दिवसभर सगळ्या सुंदर शहराची तंदुरुस्ती करत होते. सायंकाळी हाकलून दिलेल्या गाढवासारखे परतत होते. मेलेल्या कुत्र्यासारख्या ह्या झोपडपट्ट्या माणसांनी फुगत होत्या आणि तिथंच कुजत, सडत जगत होत्या.

ही जागा झोपडपट्ट्यांना देऊ नये म्हणून उटगी ग्रुपनं भगीरथ-प्रयत्न केले. कॉर्पोरेशनकडून त्यांनी ती प्रथम सवाई किंमतीनं विकत मागितली. शहराजवळपासच्या खेड्यांत झोपडपट्ट्यांसाठी सोयी उपलब्ध करून देण्यास सुचवलं. 'उटगी ग्रुप हे शहराचं भूषण आहे. त्यामुळं हे शहर उद्योगनगर म्हणून महाराष्ट्रात ओळखलं जातं. अनेक परकीय पाहुणे उटगी ग्रुपला भेटी देतात; इंद्रभवनमध्ये मुक्काम करतात. त्यांच्यासमोर हे झोपडपट्टीचं दृश्य नको. आपल्या शहराविषयी, महाराष्ट्राविषयी, आणि पर्यायानं देशाविषयी परदेशी पाहुण्यांच्या मनात एक डागळलेली प्रतिमा तयार होईल. आपणाला ती खाली मान घालायला लावील. परकीय चलन देशाला मिळण्यावर त्याचा प्रतिकूल परिणाम होईल.' असं उटगी ग्रुपच्या जाहिराती नियमितपणे छापणाऱ्या वर्तमानपत्रांनी लेख आणि अग्रलेख लिहून जाहीरपणे सांगितलं.

तरी कोणी मनावर घेतलं नाही. झोपडपट्टी अन्यत्र वसविण्यात महानगरपालिकेला अनेक अडचणी होत्या. भांडवल पुरं पडणार नव्हतं. शिवाय झोपडपट्टी तशी

रस्त्याच्या पलीकडं होती. इंद्रभवन अलीकडं होतं. म्हणून झोपडपट्टी तिथंच वसवण्यात आली.

कधीमधी दुपारी वॉचमन नसताना किंवा इकडंतिकडं हिंडत असताना फाटकातून येऊन वसलेल्या झोपडपट्टीतील स्त्रिया, मुलं नळाचं पाणी नेऊ लागली. फाटक बंद असतानाही त्यावरून आत येऊ लागली. फुलं तोडू लागली. कंपाउंडच्या दोन तारा फाकून आत घुसू लागली. रस्त्याच्या बाजूला कंपाउंडशेजारी रात्रीचं परसाकडेला बसू लागली. त्या बाजूनं कचऱ्याचे ढीग हळूहळू वाढू लागले.

त्यामुळं हळूहळू इंद्रभवनमध्ये सुधारणा कराव्या लागल्या. फाटकावर दोन वॉचमन ठेवावे लागले. त्यांना बंदुका देण्यात आल्या. कंपाउंड उंच करून घेतलं. त्याच्या तारा दाट केल्या. अंधाराचा फायदा घेऊन रात्री स्त्रिया कंपाउंडशेजारी बसतात. म्हणून त्या बाजूनं जास्ती शक्तीचे वीज-दिवे बसविण्यात आले. हेतू असा की, उजेडामुळं तिथं कुणी बसणार नाही. पण काहीच परिणाम झाला नाही. कचऱ्याचे ढीग साचत होते ते वेगळेच. महानगरपालिका कचरा उचलत होती. पण हगणदारी काही ती हलवू शकली नाही. उटगी ग्रुपनं विनंती केल्यावर संडास बांधून देण्यात आले. पण ते अपुरे होते. नंतर ते गलिच्छ होऊ लागले. शेवटी उटगी ग्रुपनंच बाहेर एका रांगेत चार-पाच पाण्याचे नळ बसवून दिले. पाच-सात नवे संडास बांधून दिले. पुढं त्या संडासमधील दिवे पळवण्यात येऊ लागले. काही केलं तरी घाणीचा उठाव काही होऊ शकला नाही.

झोपडपट्टी रुळली होती. शहरातून तिची उखडलेली मुळं तिथं रुजल्यागत झाली होती. सायकलीवरून, पायी, स्थानिक बसमधून, गाड्यांवर बसून माणसं शहरात कामाला जात होती. स्त्रिया शहरात जाऊन कागदं, डबे, बाटल्या, प्लास्टिकच्या तुटक्या वस्तू, भंगार, लोखंडी सामान गोळा करून डुकरासारखं हिंडून शहर स्वच्छ आणि सुंदर ठेवत होत्या. पोटासाठी चार पैसे मिळवत होत्या.

चौथ्या वर्षी गणपती बसवण्याचा झोपडपट्टीनं विचार केला. झोपडीझोपडीतनं वर्गणी गोळा केली. कुणी तरी एक कल्पना काढली नि पैसे मिळतील असं वाटल्यावरून सर्वांना ती आवडली. म्होरके मंडळी इंद्रभवनच्या मुख्य साहेबांना भेटण्यासाठी फाटकाजवळ गेली.

''सायेबांस्नी भेटायचंय.'' त्यांनी वॉचमनला सांगितलं.

''कोणतं सायेब? हितं पन्नास सायेब हाईत.''

''सगळ्यांच्या वरचा मुख्य सायेब.''

''तेबी आट धा जण हाईत. प्रत्येक बिरँचला एक एक मुख्य सायेब हाय.''

''उटगी सायेबास्नी भेटायचंय.''

''अहो, तेच म्हणतो मी. हितं लई उटगीसाहेब हाईत. तुमचं कशाबद्दल काम

हाय ते सांगा. मग कुणाला भेटायचं ते सांगतो.''

''गणपतीची वर्गणी पाहिजे.''

''मग तुम्ही थोरल्या सायबांस्नी भेटा.''

''हां, त्यांस्नी भेटतो.'' ते आत चालले.

''अहं! तसं आत जाता येणार न्हाई. आता ह्या घडीला कोणचंबी सायेब तुम्हांस्नी भेटणार न्हाईत. अदूगर एक तुमच्या झोपडपट्टी– संघाकडनं अर्ज लिवून आणा. त्यो दावल्यावर अपाइंटमेंट मिळंल. मग भेटायचं. गोविंदशेठ उटगी यांच्या नावानं अर्ज करा.''

''तुम्ही सोडा तर खरं; मग आम्ही बघतो.''

''तसा हुकूम न्हाई. अपाइन्टमेन्ट घेतली पाहिजे. एक अर्ज खरडून आणा म्हंजे काम सलपं हुईल. हितला तसा रिवाज हाय.''

दुसरे दिवशी त्यांनी अर्ज खरडून आणला. चार-पाच दिवस मध्ये घालून भेटण्याची वेळ दिली. फक्त तिघांनाच आत सोडण्याची परवानगी होती.

ठरलेल्या दिवशी तिघेही आत शिरले.

लांबचे रंगीत बंगले, आखीव, वळणदार छोटे रस्ते, डिझाइन केलेली हिरवळ, वेगवेगळे आकार दिलेली छोटी शोभेची झाडं, रंगीत रंगीत फुलांची गुलबार फुलझाडं, हिरवळीवर पसरलेले स्वच्छ काळे पाण्याचे रबरी पाइप, दिमाखदार कार्स डोळ्यांना रंगीत इंग्रजी सिनेमातल्या सारख्या दिसू लागल्या. आपल्याच बकाल झोपडपट्टीशेजारी कुंपणात बंदिस्त केलेला एक खरा वाटू नये इतका खरा स्वर्ग आहे; याची त्यांना कल्पना आली नि त्यांचे चेहरे पिकून ढ्यान झालेल्या आंब्यासारखे झाले.

''शाम्या, बघ हे इंदरभवन! तुझ्या बापजाद्याला कवा असल्या जागंत पाय ठेवायला तरी मिळाला हुता का? भडव्या, जरा सरळ चाल; भुई दुखावंल हितली.'' जया.

''रांडंच्या, तूच तुटक्या चपला घालून आलाईस. ह्या रस्त्यांचा घोर अपमान केलाईस तू. तुला इ्याटसुदीक वर्गणी मिळणार न्हाई.'' शामराव.

''आपूण तर गड्या येवस्थित आलोय. आपल्या चपला बघ. लाटलेल्या असल्या तरी येवस्थित हाईत. आपला शर्ट फाटका न्हाई. आपल्या केसाला परवाच आपूण तेल लावलंय.'' गौतम केसावरून हात फिरवू लागला.

''साल्या, झिपऱ्यावरचा हात काढ आधी. ह्या घटकंला एक लाखभर 'ऊ' तरी त्यात असंल. त्यातली एखादी जरी खाली पडली तरी ह्या इंदरभवनाचा सत्यानाश हुईल.'' जया गौतमच्या हाताला झटका देत बोलला.

''गवत्या लेका, तुझ्या पोटात शिळ्या भाकरीचा गू हय. त्यो घेऊन तू

इंदरभवनात आलाइस व्हय रं?''

''गप बस हे भाडखाऊ. कार्यकर्ते म्हणून आपूण चाललोय. जरा सिधी बात कर. उगंच तोंडाकडनं हगू नगंस. सायबासंगट कसं बोलायचं, काय बोलायचं ते ठरवू आदूगर.''

कुणी पुढाकार घ्यायचा, काय बोलायचं ते त्यांनी नक्की केलं.

बराच वेळ चालल्यावर शामरावच्या ध्यानात आलं. तो नकळत स्वत:शी बोलल्यागत म्हणाला, ''सालं, ह्या इंदरभवनात आपल्या दोन झोपडपट्ट्या गुडूप हुतील एवढी जागा हय. साऱ्या झोपडपट्टीची रोज आंघूळ हुईल एवढं मुबलक पाणी हय. पन्नासभर शेरड्या पोटभर सालोसाल चरतील एवढी हिरवळ हाय. शेरड्या हितं चरल्या तर रोज सकाळी आच्चेरभर दूध जादा देतील. बारक्या पोरांचं नि च्याचं रोजचं लफडं मिटलं... पर हे सगळं वायाच चाललंय.''

''एवढ्या जागंत नुसतं आठ नऊ बंगलं. बाकीची जागा नुसती झाडांस्नी, कुत्र्यांस्नी, मोटारींस्नी खुली.''

''तसं न्हाई ते गवतू.''

''मग कसं?''

''ती हवा खायला सोडलीय. तेचं असं हय; दीसभर बंगल्यात बसून चांगलं चांगलं गिळता येतं; पर ते पचत न्हाई. मग वायुगोळं उठत्यात. त्यामुळं पादायला हुतं. त्येनं समदी हवा बिघडती. ती बिघडू ने म्हणून ही मोकळी हवेशीर जागा सोडलीय. कळलं?''

''सालं! हे न्हवतं आपल्या खोपडीत आलं.''

बंगले आले तसे त्या तिघांनीही गरीब चेहरे केले. वॉचमनजवळ गोविंदपंतांची चौकशी करून गेटवर मिळालेला पास दाखवला.

वॉचमन त्यांना गोविंदपंताकडं घेऊन गेला. तिघांनाही वॉचमननं हॉलमध्ये बसण्यास सांगितलं, पण त्यांना बसवेना. हॉलमध्ये इतका देखणा आणि उंची गालीचा होता की, त्यांनी आपल्या फाटक्या चपला हॉलच्या बाहेरच काढल्या. हळुवार पायांनी हॉलमध्ये प्रवेश केला. मध्ये जाऊन इकडं-तिकडं, जिन्याकडं, सोमेश्वर शेठच्या मोठ्या, सोनेरी फ्रेमच्या ऑइलपेन्ट चित्राकडं बघत उभे राहिले.

''बसा ना.'' वॉचमननं पुन्हा विनंती केली. पॉलिश केलेल्या इतक्या उंची आणि देखण्या खुर्चीत मळक्या कपड्यांनिशी कसं बसायचं, असं त्यांना मनापासून वाटू लागलं. संकोचून ते उभे राहिले.

''बसा. व्हिजिटर्ससाठी हाईत त्या. सायबांना बोलावून आणतो. तवर बसा.''

''नगं, सायेब आल्यावर बसू म्हणं,'' तिघं अगदी कोकरं होऊन संकोचानं उभी राहिली.

साहेब आले. हसतमुखानं त्यांनी त्यांचं स्वागत केलं. बसण्यासाठी विनंती केली. तिघेही मुग्ध होऊन गेल्यासारखे झाले. साहेबांनी विचारल्यावर एकएक, एकएक वाक्य बोलू लागले.

भेटीत तिघांनाही आश्चर्याचा धक्का बसला! गोविंदपंत स्वत: झोपडपट्टीत येणार होते. गणपतीच्या पहिल्याच दिवशी व्याख्यान देणार होते आणि देणगी जाहीर करणार होते.

पहिला दिवस. झोपडपट्टीच्या बाहेरच्या बाजूलाच मोकळ्या जागेत छोटा मंडप घालून गणपती बसवला होता. मंडपाला अगदी झालर लावून सजवलं होतं. लाउडस्पीकर कर्कश आवाजात राजाराणीची लावणीवजा गाणी म्हणत होता. सगळ्यांनी आज स्वच्छ कपडे घालण्याचा प्रयत्न केला होता. व्याख्यानासाठी एक जुनं डगडगतं टेबल ठेवलं होतं. त्यावर किती तरी दिवसांनी साबण मिळालेली एक सतरंजी आंथरली होती. 'लक्ष्मी सायकल मार्ट'मधून मागून आणलेल्या पत्र्याच्या, रंग उडालेल्या दोन खुर्च्या ठेवल्या होत्या. जवळ एक लोखंडी पट्ट्यांचा पलंग ठेवून त्यावर वाकळ आंथरलेली. झोपडपट्टीचे म्होरके त्यावर गोविंदपंत साहेबांची वाट बघत बसलेले. गोविंदपंतांची गाडी वेळेवर आली. आगत-स्वागत, ओळखीपाळखी झाल्या. अनपेक्षितपणे गोविंदपंतांनी झोपडपट्टीतून फेरफटका मारण्याची इच्छा व्यक्त केली. म्होरके गडबडले. पण त्यांचा नाइलाज झाला.

गोविंदपंतांना घेऊन ते हिंडू लागले. कल्पनाही नव्हती की असं काही होईल. नाइलाजानं मग झोपडपट्टीच्या आतून फेरी सुरू झाली. दारासमोरच टाकलेलं सांडपाणी, ते मुरण्यासाठी केलेले खड्डे, आत जागा नसल्यामुळं छपरावर टाकलेली कातरं-बोतरं, मळकी आंथरुणं, पांघुरणं, डबडी, प्लॅस्टिकचे कागद, उघडीनागडी पोरं, डास, माशा, चिलटं, यांच्यातून वाट काढत गोविंदपंतांनी फेरी पूर्ण केली. फेरी पूर्ण करता करता म्होरक्यांपाशी ते नाना प्रकारच्या चौकशा आस्थेनं करू लागले. हसतमुखानं बोलू लागले. म्होरक्यांना धन्य धन्य वाटू लागलं. मनं आणि अंत:करणं भरून ते प्रश्नांची उत्तरं देऊ लागले.

फेरी संपली नि वृद्ध गोविंदपंत बोलायला उभे राहिले. त्यांनी म्होरक्यांची नावं स्नेहपूर्वक घेऊन, झोपडवासी बंधुभगिनींना आवाहन करून व्याख्यानाला सुरुवात केली. देशातील दारिद्र्य, पददलित जनता, अज्ञान, लोकसंख्येची राक्षसी समस्या, झोपडपट्ट्यांचे पुनर्वसन याविषयी ते कळवळ्यानं बोलले. आपल्या या भूमिकेमुळं आपल्याला झोपडपट्टीविषयी कशी आपुलकी वाटते आहे हेही त्यांनी सांगितलं. "...मला असं वाटत असल्यामुळंच ही झोपडपट्टी गावापासून इतक्या दूरवर आणून शहरवासीयांनी वसवली याचं वाईट वाटलं. शहरातल्या तीन-चार झोपडपट्ट्या उठवून ही एक मोठी झोपडपट्टी तयार केली आहे. त्यामुळं तुमच्या समस्या वाढल्या आहेत. झोपडपट्टी

जितकी मोठी तितकी अस्वच्छता, घाण मोठी. रोगराई मोठी, पाण्याचा प्रश्न, रोगराईचा प्रश्न मोठा. झोपडपट्ट्यांचं एकूण जीवन मग भीषण होत जातं. त्यातून मग अनेक प्रश्न उद्भवतात. झोपडपट्ट्या शहरात जागोजागी विखुरलेल्या असल्या तर त्यांना शहराच्या आसपासच्या भागातून पाणी मिळतं, आरोग्य मिळतं. कारण दवाखाने जवळ असतात. मुलांसाठी शाळा जवळ असतात. कचरा लौकर हलवण्याची सोय शहरात असते. अधूनमधून कॉर्पोरेशनला डास-चिलटांचा नि:पात करण्यासाठी औषधं, जंतुनाशकं झटपट फवारता येतात. झोपडपट्टीत राहणाऱ्या गोरगरीब जनतेला जवळच असलेल्या उद्योगावर पायीपायी जाता येतं असे अनेक फायदे शहरातील झोपडपट्टीला असता, असं मला प्रामाणिकपणे वाटतं. शहरापासून दूर असलेल्या झोपडपट्टीला हे फायदे मिळत नाहीत. तिच्याकडं शहराचं दुर्लक्ष होतं. अनेक अडचणींना तिला तोंड द्यावं लागतं. म्हणून मी इथं झोपडपट्टी हलवण्यास विरोध केला होता. त्यामागची माझी भावना सहानुभूतीची होती. या सहानुभूतीचं आणि प्रेमाचं प्रतीक म्हणून उटगी समूहातर्फे मी गणपतीउत्सवाला पाचशे एक रुपयांची देणगी जाहीर करतो. प्रत्येक वर्षी ही देणगी मिळतच जाईल याची व्यवस्था करण्याचा प्रयत्न करतो. आपण दोघे आता कायमचे शेजारी झालो आहोत याची, म्हणजे शेजारधर्माची भावना आपण कायम मनापासून जपू या आणि एकमेकांना सहकार्य करू या. त्याचं प्रतीक म्हणून झोपडपट्टीचा सामाजिक, सांस्कृतिक विकास कसा होऊ शकेल याचीही काळजी घेण्याचा प्रयत्न 'उटगी समूह' वेळोवेळी करू शकेल, असं मी आश्वासन देतो.''

टाळ्यांच्या गजरात गोविंदपंतांचं भाषण संपलं आणि झोपडपट्टीचे म्होरके धन्य झाले.

वर्षं चालली होती.

झोपडपट्टीतले बेकार तरुण उटगी ग्रुपच्या ऑफिसवर प्यूनच्या नोकऱ्या, मजुरीकाम, बागकाम, गाड्यांवर ड्रायव्हर, बिगारकाम मागण्यासाठी खेटा घालत होते. त्यांना कोणतंही काम मिळत नव्हतं... शेजारच्या झोपडपट्टीतील कुणाही स्त्री-पुरुषाला काम द्यायचं नाही, असा तोंडी आदेश होता. जाता-येता उटगी ग्रुपच्या मंडळींना झोपडपट्टीचं वळण कळत होतं. हातभट्टीचा झालेला फैलाव, चोऱ्यामाऱ्या करून पळवून आणलेला माल, शहरातील अनेक मारामाऱ्यांत सापडलेले झोपडपट्टीतील तरुण, खुद्द झोपडपट्टीत होणाऱ्या मारामाऱ्या, हातभट्टीची प्यायला आलेल्या माणसांवर पैशाच्या कारणांवरून होणारे हल्ले, भोसकाभोसकी नजरेसमोर येत होती. उटगी ग्रुप झोपडपट्टीचं मानसशास्त्र जाणून होता. तिथल्या एका माणसाला आपल्यात प्रवेश म्हणजे मागोमाग सगळ्या झोपडपट्टीला प्रवेश. त्याचा रोज त्रास कारखान्यांना तर होईलच, पण इंद्रभवनचं स्वास्थ्यही नाहीसं होईल, अशी भीती त्यांना वाटत होती.

पण या धोरणाचा सुगावा बाहेर कुणाला नव्हता. आलेल्या माणसाला काही तरी बोलून, त्याची समजूत काढून वाटेला लावण्यात येत होतं. संध्याकाळ झाली की, इंद्रभवनच्या दिशेनं नबाबी कार्स येत, फाटक जवळ येईल तसा त्यांचा वेग कमी होऊ लागे. बाहेरच्या बाजूला झोपडपट्टीतील तरुणांची बरीच गर्दी असे. रस्त्यानं जाणाऱ्या-येणाऱ्या भाडोत्री ट्रक्सचे ड्रायव्हर्स सांजेच्या वेळी तिथं थांबून हातभट्टीचे एकदोन 'दराम' मारून जात.

आणखी कोणी, आणखी कोणी येई नि पिऊन झोकांड्या खात परत शहरात जाई. त्यामुळं संध्याकाळी त्या रस्त्यावर रहदारी वाढलेली असे. रस्त्याच्या मध्यावरही झोकांड्या खाणारे आणि बिनझोकांड्या खाणारे वावरत. गाडीनं फार तर त्यांना टाळून जावं, असं त्यांचं राज्य चाले. गाड्यांचा वेग हमखास कमी करावा लागे.

उटगी ग्रुपच्या गाड्या झोपडपट्टीतल्या तरुणांच्या खास ओळखीच्या झाल्या होत्या. त्यांची गाडी दिसली की एकमेकांकडं बघून बोलणी होत.

"आला बघ भाडखाऊ. गोरगरिबांस्नी दीसभर पिळून सुगंधी साबणानं हात धुयाला चालला बघ."

"एऽरेड्या, जरा चालायला शीक आमच्यागत. बसूनच किती खाशील? पँटीवरनं चरबी खाली वगळाय लागलीय की."

बायकांना बघून शिट्ट्या मारल्या जात.

"अरे, काय कंडा हय!"

"देवाला गेली हुती वाटतं, झवाडी."

पण ही बोलणी कुणी मनावर घेत नसत. गाडीतल्या व्यक्तीला ती क्वचितच ऐकायला येत. आली तरी ती आपल्यालाच उद्देशून आहेत, याची खात्री वाटत नसे. मुख्य म्हणजे त्यांच्याकडं दुर्लक्ष करणंच जास्त योग्य वाटत होतं. पुष्कळ वेळा गाडीवर पान खाऊन थुंकलेलं दिसे. संध्याकाळनंतर, रात्री, त्याची काही कल्पना येत नसे. सकाळी ते सुकलेले ओरंगळे स्पष्ट दिसून येत.

प्रत्येक वर्षी उटगी ग्रुपकडून झोपडपट्टीतल्या सार्वजनिक गणपतीला वर्गणी मिळत होती. वाढता वाढता ती गेल्या वर्षी नऊशे एक रुपये झाली होती. एकदोन वर्षांत ती हजारावर जाण्याची शक्यता होती. झोपडपट्टीच्या गणपतीला ती सर्वांत जास्त देणगी होती. त्या देणगीच्या जोरावर लाऊडस्पीकर आणि रोजच्या आरतीचा प्रसाद गणपतीचे विसर्जन होईपर्यंत चाले. शिवाय अधूनमधून उटगी ग्रुपतर्फेच आरोग्यविषयक, संततिनियमनविषयक, धार्मिक प्रवृत्तीच्या, सांस्कृतिक स्वरूपाच्या फिल्मसही काही ना काही निमित्तानं झोपडपट्टी-संघाच्या म्होरक्यांना हाताशी धरून दाखवल्या जात. झोपडपट्टीत दोन दिवस चैतन्य आल्यासारखं होई.

दोन वर्षांपूर्वी हरिपंतांच्या कन्येचं लग्न झालं. गुजरातमधून पाहुणेमंडळी आली

होती. महाराष्ट्रच्या मध्यभागात दुष्काळी परिस्थिती पसरली होती तरी लग्न धडाक्यान झालं. सगळ्या इंद्रभवनच्या कंपाउंडवरून आणि झाडांवरून रंगीबेरंगी बल्ब्जची तोरणं सोडलेली. गाड्यांची खूप गर्दी झालेली. प्रत्यक्ष अक्षतांच्या वेळी अनेक गाड्या फाटकाबाहेर रस्त्याच्या कडेला उभ्या कराव्या लागल्या. ग्राउंडवर भारदस्त मंडप होता. अर्धअधिक ग्राउंड गाड्यांच्या पार्किंगसाठी सोडलं होतं. पण त्या गर्दीत गाड्या पार्क करणं अनेकांना गैरसोयीचं वाटलं, इतकी गाड्यांची गर्दी झालेली. त्यामुळं चटकन अक्षता टाकून परतणाऱ्या उद्योजकांनी गाड्या बाहेरच पार्क केल्या.

इतके दिवे लावले होते की रात्रीसुद्धा उजाडल्यासारखं वाटत होतं. हजारो माणसं जेवली. स्वागतसमारंभालाही तितकीच येऊन खाऊन पिऊन गेली. ताटातून उरलेले पदार्थ त्यांची नासधूस न करता ते एकत्र केले जात होते, आणि फाटकाबाहेर अलोट गर्दी करणाऱ्या झोपडपट्टीवासी स्त्रियांना आणि मुलांना शिस्तीनं वाटले जात होते.

स्वागतसमारंभानिमित्त प्लॅस्टिकच्या पिशव्यांत वेगवेगळे पदार्थ भरून पाच पाच पिशव्या झोपडपट्टीच्या म्होरक्यातर्फे प्रत्येक झोपडीत वाटण्यात आल्या. वरातीच्या दिवशी झोपडपट्टीसाठी म्हणून इंद्रभवनच्या फाटकाबाहेर आतषबाजी दारू उडवून अनेक दृश्ये दाखविण्यात आली. सकाळी झोपडपट्टी बाहेर पडली होती. रात्री बारा वाजता कार्यक्रम सुरू झाला होता तो दीड तास चालला. रंगीबेरंगी विविध दृश्यांतून पृथ्वीवर स्वर्ग उतरलेला दिसला.

तरीही अक्षतांच्या व स्वागतसमारंभाच्या वेळी फाटकाबाहेर उभ्या राहिलेल्या गाड्यांतील वस्तू पद्धतशीर चोरल्या गेल्या. गाड्यांवर ओरखडे ओढले गेले. बाजूला लावलेल्या काही गाड्यांवर मुलं चढून खिदीखिदी हासत हगली. कागदांनी ढुंगणं पुसून तेच कागद त्यांनी गाड्यांना पुसले.

जळलेल्या इंद्रभवनात पत्रकार घुसले खरे; पण आत सर्वत्र पोलिसपहारे होते. कोणत्याही बंगल्यात अगर इमारतीत जाण्यास सक्त मनाई होती. त्यामुळं बाहेरूनच फोटो घेण्यात आले. सगळे बंगले उद्ध्वस्त झालेले. इमारती जाग्यावरच होत्या; पण त्या दारा-खिडक्यांपाशी धुरांनी काळ्या पडल्या होत्या. त्यावरून आत सगळं जळून भस्मसात झालं असावं, याची कल्पना येत होती. मुख्य बंगल्यासमोर फर्निचरचा अर्धवट जळालेला ढीग दिसत होता. त्या ढिगातच दिलीपरावांचं प्रेत भिरकावून देण्यात आलं होतं. पत्रकार आणि छायाचित्रकार यांची तिथं एकच गर्दी उडाली होती. पण आश्चर्य असं की, उटगी ग्रुपचं एकही माणूस तिथं कोणी दिसत नव्हतं. त्या रात्रीच सगळी मंडळी अन्यत्र सुरक्षित स्थळी हलविली होती. त्यामुळं पत्रकार अस्वस्थ झाले होते. काहीजण पोलिसांनाच माहिती विचारत होते. पोलिस

जुजबी माहिती पुरवीत होते. दंग्याच्या दिवशी अनेक जणांना अटक केल्याचं सांगत होते. रात्री लागलीच कंपनीचे आणि महानगरपालिकेचे पाण्याचे बंब आल्याची माहिती देत होते.

हे चाललं आहे तोपर्यंत एक हिरवी इंपाला गाडी फाटकातून आत येताना दिसली. मुख्य इमारतीच्या समोर ती थांबली. पत्रकारांनी तिच्याभोवती गर्दी केली. तिच्यातून पन्नाशीच्या आसपासच्या दोन रुबाबदार व्यक्ती बाहेर पडल्या.

उटगी ग्रुपचे एक्झिक्यूटिव्ह मॅनेजर आणि जनरल चीफ ऑफिसर होते. त्यांनी सगळ्यांनाच हात वर करून अभिवादन केलं. चेहेरे गंभीर होते. त्यांच्यावर प्रश्नांचा पाऊस पडू लागला. एकाही प्रश्नाला नीट उत्तर देता येईना, इतका मारा सुरू झाला. शेवटी मॅनेजरनी सर्वांना एका झाडाखाली चलण्यास सांगितलं.

सर्वजण एका झाडाखाली गेले. बारीक वाळूत सगळ्यांना बसण्याची विनंती करण्यात आली. तिथंच एका बाजूला दोघेही उभे राहून उत्तरे देऊ लागले.

"उटगी ग्रुपपैकी कुणी भेटू शकेल काय?"

"आम्ही त्यापैकीच आहोत."

"मालकमंडळीपैकी कोणी?"

"ते आता भेटण्याच्या मन:स्थितीत नाहीत. आम्हाला तुम्ही कोणतेही प्रश्न विचार शकता."

"'आपल्या शहरात अनेक ठिकाणी जाळपोळ, लुटालूट झाली. आपण या शहरात अनेक वर्षं वास्तव्य करीत आहात. एक नागरिक म्हणून या जाळपोळीविषयी तुम्हांला काय वाटतं?'

"महाराष्ट्राच्या प्रमुख शहरांतून दंगे उसळले आहेत. त्यांना जातीय रंग असला तरी दोन-तीन शहरं सोडता दंग्याचं स्वरूप जातीय राहिलेलं दिसत नाही. वैयक्तिक हेवेदावे, गुंडगिरी, आपल्यापेक्षा वरचढ होऊ पाहणाऱ्याविषयी असलेली चीड, एक हुल्लडबाजी असं स्वरूप या दंग्यांना आलेलं दिसतं. आमच्या या शहरात ज्या अनेकांची जाळपोळ झाली आहे, त्यांच्या आपण मुलाखती घेऊ शकता. त्यातून मी काय म्हणतो याला पुरावे मिळू शकतील."

"इंद्रभवनाला लागलेली आग जातीय भावनेतून लागली असावी, असं आपणांस वाटत नाही काय?"

"त्याविषयी आताच काही सांगता येणार नाही. पोलिसचौकशी चालू आहे. तिच्यातून जे निष्पन्न होईल तेच खरं."

"शहरातील आगीविषयी आपण अंदाज करू शकता तसा या जाळपोळीविषयी आपला अंदाज काय आहे?"

"ही जाळपोळ कुणी वैयक्तिक द्वेषातून केली आहे, असं आम्हांला वाटत

नाही. कंपनीशी स्पर्धा करील असं शहरात दुसरं कुणी नाही. सर्वांशी आमचे मैत्रीचे संबंध आहेत.''

''इंद्रभवन शेजारी झोपडपट्टी आहे. तिचे तुमचे संबंध कसे आहेत?''

''सहकार्याचे आहेत. या झोपडपट्टीसाठी आम्ही अनेक ॲक्टिव्हिटीज करतो. त्यांच्यावर चांगले सामाजिक, सांस्कृतिक संस्कार होतील याची दक्षता घेतो. त्यांच्यासाठी अनेक कार्यक्रम करतो. आमचं ते कर्तव्य आहे, असं आम्ही मानतो.''

''जाळपोळीमुळं कंपनीचं किती नुकसान झालं, असा आपला अंदाज आहे.''

''कधीही भरून निघणार नाही इतकं.'' मॅनेजरसाहेब अधिकच गंभीर झाले. ''दिलीपरावांची इथं हत्या झाली आहे.'' घोगऱ्या आवाजात ते बोलले.

क्षणभर शांतता पसरली. सगळेच गंभीर झाले.

''आर्थिक नुकसानीचा आकडा अंदाजे सांगता येईल का?''

''इमारती सोडल्या तर तीन साडेतीन कोटीपर्यंत कॅल्क्युलेशन जाईल असं वाटतं.''

''उटगी उद्योग समूहाचं औद्योगिक धोरण काय आहे?''

''राष्ट्रीय वृत्तीनं काम करणारा हा उद्योगसमूह आहे. या समूहानं भारताला अद्यापपर्यंत मुबलक परकीय चलन मिळवून दिलं आहे. देशाच्या गरजा ओळखून या समूहानं आतापर्यंत स्कूटर्स, मोटारी, इंजिनं, धरणांना लागणारी वीजनिर्मितीची मशिनरी मुबलक प्रमाणात निर्माण केली आहे. भारताच्या आर्थिक सुबत्तेचा भार या कंपनीनं आपल्या कुवतीनुसार उचलला आहे. राष्ट्रीय औद्योगिक विकासाची दृष्टी ठेवूनच हा समूह नव्या नव्या प्रॉडक्शनच्या योजना आखत असतो.''

तासभर प्रश्नोत्तरे आणि चर्चा झाली. महत्त्वाचे प्रश्न विचारू संपले असं लक्षात आल्यावर जनरल चीफ ऑफिसरनी सर्वांचे मनापासून आभार मानले. उटगी ग्रुपविषयी सहानुभूती दाखविल्याबद्दल व आस्थेनं चौकशी केल्याबद्दल कृतज्ञता व्यक्त केली आणि हळूच गाडीकडं निघून गेले. कंपनीच्या ऐटबाज ड्रेसमधील ड्रायव्हरनं दार उघडलं नि दोघेही आत गेल्यावर ते आदबशीर बंद झालं. हळूच डौलदार वळण घेऊन गाडी पाठमोरी झाली नि जमिनीवर चाकही न टेकता अंतराळातून जावी तशी निघून गेली.

दोन दिवस हॉटेलात उतरून जातीय दंग्यावर मजेदार गप्पा मारत, मद्य-मटणाची जेवणं हाणत पत्रकार आले तसे गेले. ''जातीय दंग्याने उटगी उद्योगसमूहाचे इंद्रभवन भस्मसात.'' या आशयापलीकडं बातमी आली नाही. 'टिपलेले नाट्यपूर्ण क्षण' या चौकटीतील मथळ्याखाली काही उथळ माहिती चटपटीत भाषेत वाचनीय मजकूर म्हणून दिली होती. कागदी बातम्यांचा धुमाकूळ आठ दिवस झाला नि पत्रकार दुसऱ्या 'करंट' विषयाकडं तेवढ्याच उद्योगी भावनेनं वळले.

तीन आठवडे गेले तरी इंद्रभवनमध्ये काहीच हालचाल दिसत नव्हती. मध्ये दोन-तीन वेळा काही गाड्या येऊन परिस्थिती पाहून, तासतासभर इकडं-तिकडं हिंडून गेल्या, तेवढ्याच.

एक एक दिवस जाईल तसं झोपडपट्टीतलं वातावरण बदलत होतं. पहिले दोन-तीन दिवस ती दबल्यासारखी वाटत होती. कोणच कुणाशी मोकळेपणानं बोलू शकत नव्हतं. जो तो शहराकडून पोलिस-व्हॅन झोपडपट्टीवर येतात किंवा काय याची चोरून टेहळणी करीत होता. पण तसं काही होत नव्हतं.

झोपडपट्टीतील पकडून नेलेली तरणी पोरं दहाव्या दिवशीच मोकळी झाली होती. त्यांना ताकिदी दिल्या होत्या. पुन्हा दंग्याधोप्याच्या वेळी बघायला म्हणूनही जाणार नाही, असं लिहून घेतलं गेलं होतं. ज्यांची काही ना काही निमित्तानं लफड्यात पोलिसांशी जानपछान झाली होती, त्यांच्याविषयी पोलिसांनी जामीन मागितले होते; ते दिले गेले. प्रत्येक जण आम्ही बघायला म्हणून गेलो होतो; यापलीकडं शब्द काढत नव्हता.

आभाळ सगळं स्वच्छ झालं होतं. झोपडपट्टी हळूहळू मोकळ्या हवेत आल्यासारखी वागू लागली होती. रात्रीची डफ-ढोलकीवरची लावणीबतावणी जोरदार झडू लागली होती. इंद्रभवन ओसाड पडल्याचा त्यांचा आनंद झोपडपट्टीत मावेनासा झाला होता. प्रौढ मंडळी त्या आनंदाला वेसण घालण्याचा प्रयत्न करीत होती. "बुरशा हो! वर्सातनं तीनचार सिनेमं फुकट बघायला मिळत हुतं. गणपतीची वर्गणी हजाराच्या आसपास आली हुती. अधनंमधनं सणा-लग्नाला काय तरी गिळायला मिळत हुतं. लाइटी, शेतखानं, पाण्याचं नळ बांधून दिलं हुतं. आता घ्या त्या उटगी सायबांचा धत्तुरा. माजलासा बेन्या हो!"

पण त्यांची ही बोलणी तरणी पोरं टिंगल करून कानाआड करत होती... त्यांना काही तरी जिंकल्याचा आनंद मिळत होता. त्या आनंदाला नाव देता येत नव्हतं.

महिनाभर ओसाड पडल्यासारख्या झालेल्या इंद्रभवनला अचानक जाग आल्यासारखी झाली. शंभरभर माणसं ट्रक्समधून आली नि कामाला लागली. सिमेंट, वाळू, लोखंडी सळ्या गाड्या भरून येऊ लागल्या. खाणीतून सुरुंग लावून काढलेले, ताजे ताजे, काळेभोर पाषाणी दगड ट्रक्स भरभरून येऊ लागले. झोपडपट्टीच्या बाजूकडील उंच कंपाउंडच्या शेजारी भक्कम रुंदीची, किल्ल्याचा तट शोभावी अशी दगडी भिंत भराभर उभी राहू लागली...अर्धा मैल लांब. पश्चिमेची सगळी बाजू तिनं बंदिस्त होऊ लागली. रस्त्याच्या बाजूचं प्रमुख फाटकही त्या भिंतीनं बंद होऊ लागलं होतं. पूर्वेला अर्ध्या मैलावरच्या कंपाउंडला तोडून तिकडं प्रमुख फाटक उभं करण्याचं काम अधिक जोमानं सुरू झालं. फाटक अधिक सुंदर, अधिक भक्कम आणि अधिक भव्य होतं.

हळूहळू भिंतीपलीकडील झोपडपट्टी भिंतीच्या पायात कायमची गाडल्यासारखी भासू लागली. बघता बघता ती दिसेनाशी झाली. इंद्रभवनही आता आपल्या राष्ट्रीय दृष्टीच्या निळ्याभोर देखण्या डोळ्यांवर एक शाश्वत पाषाण-पट्टी बांधून घेत आहे, असं वाटू लागलं. एक सुंदर भेसुरता त्या भिंतीच्या रूपानं शहरात अवतरू लागली.

'गुलमोहर' दिवाळी १९८४

∎